खांडेकर रजत स्मृतीपुष्प

साहित्यशिल्पी

वि. स. खांडेकर

संपादक
डॉ. सुनीलकुमार लवटे

मेहता पब्लिशिंग हाऊस

© +91 020-24476924 / 24460313

Email : info@mehtapublishinghouse.com
      production@mehtapublishinghouse.com
      sales@mehtapublishinghouse.com
Website : www.mehtapublishinghouse.com

◆ *या पुस्तकातील लेखकाची मते, घटना, वर्णने ही त्या लेखकाची असून त्याच्याशी प्रकाशक सहमत असतीलच असे नाही.*

SAHITYA SHILPI by V. S. KHANDEKAR

साहित्यशिल्पी : वि. स. खांडेकर / व्यक्तिलेखसंग्रह

© सुरक्षित

संपादक   : डॉ सुनीलकुमार लवटे
              निशांकुर अयोध्या कॉलनी, राजीव गांधी रिंग रस्ता,
              सुर्वेनगरजवळ, पोस्ट कळंबा, कोल्हापूर – ४१६ ००७
              © ९८८१२५००९३   Email : drsklawate@gmail.com

मराठी पुस्तक प्रकाशनाचे हक्क मेहता पब्लिशिंग हाऊस, पुणे.

प्रकाशक   : सुनील अनिल मेहता, मेहता पब्लिशिंग हाऊस,
              १९४१, सदाशिव पेठ, माडीवाले कॉलनी, पुणे – ४११०३०.

प्रथमावृत्ती   : जून, २०१५

मुखपृष्ठ   : फाल्गुन ग्राफिक्स

ISBN for Printed Book 9788184987720
ISBN for E-Book 9788184987737

साहित्यिक व्यक्तींच्या वाङ्मय आणि
विचारांचे समग्रचित्र

व्यक्तिलेख, व्यक्तिचरित्रात्मक लेख, गौरवलेख, मृत्यू वा श्रद्धांजली-लेख, साहित्यिक वा सामाजिक योगदान अधोरेखित करत चरित्रात्मक लेख, निकटवर्ती आप्त, मित्र, समकालीन साहित्यिक यांचे साहचर्य व आठवणी विशद करत लिहिलेले लेख असं व्यक्तिरेखा व व्यक्तिमत्त्वकेंद्रित लेखन वि. स. खांडेकरांनी आपल्या साहित्यिक लेखनाच्या प्रारंभापासून केल्याचं आढळतं. अशा प्रकारच्या लेखनाचा प्रारंभ त्यांनी नाटककार राम गणेश गडकरी यांच्या निधनानिमित्ताने 'हा हन्त हन्त' या शीर्षकलेखाने केला. सदरचा लेख 'नवयुग' मासिकात फेब्रुवारी, १९२० च्या अंकात प्रकाशित झाला होता. राजर्षी शाहू जन्मशताब्दीच्या निमित्ताने प्रकाशित झालेल्या 'राजर्षी शाहू गौरव ग्रंथ' (१९७६) मध्ये प्रकाशित 'लोकांचा राजा' हा शीर्षकलेख शेवटचा म्हणायला हवा. सन १९२० ते १९७६ या सुमारे ५६ वर्षांच्या कालखंडात वि. स. खांडेकर यांनी सुमारे १०० व्यक्तिचरित्रात्मक लेख लिहिले. वि. स. खांडेकरांच्या हयातीत प्रकाशित 'गोकर्णीची फुले' (१९४४), 'गोफ आणि गोफण' (१९४६), 'ते दिवस ती माणसे' (१९६१), 'रेषा आणि रंग' (१९६१), 'रंग आणि गंध' (१९६१) यांसारख्या लेखसंग्रहांतून सुमारे तीसेक लेख संकलित झाले आहेत. विविध नियतकालिके, गौरवग्रंथ इत्यादींतून प्रकाशित सुमारे सत्तरेक लेख विखुरलेले आढळतात. पैकी दहाएक लेख अद्याप हाती येऊ शकलेले नाहीत. जे ६० लेख संकलित करता आले, त्यांचे तीन संग्रह 'साहित्यशिल्पी', 'समाजशिल्पी' आणि 'जीवनशिल्पी' या शीर्षकांनी मराठी वाचकांसमोर सादर करताना मला आनंद होत आहे.

'साहित्यशिल्पी'मध्ये संग्रहित लेख साहित्यिकांचे जीवन, चरित्र व त्यांच्या साहित्याचा ऊहापोह करणारे आहेत. त्यांत लेखकांचे संक्षिप्त जीवन व चरित्र जसे आहे, तसेच त्यांच्या ललित लेखनाचे रसग्रहण, मूल्यमापनही आहे. वि. स. खांडेकर जे लेखन करतात, त्यात त्यामागे संस्कार, मूल्य, शिक्षण इ. हेतू असतातच; कारण 'जीवनासाठी कला' हे त्यांचे प्रसिद्ध लेखनसूत्र होय. 'साहित्यशिल्पी'- मधील अण्णासाहेब किर्लोस्कर व गोपाळ गणेश आगरकरांवरील लेख आदर व्यक्त करणारे गौरवलेख होत. उर्वरित साहित्यिकांपैकी अनेक ज्येष्ठ

असून त्यांचा सहवास, संपर्क खांडेकरांना लाभला; अशांविषयी खांडेकर आदराने लिहिताना आढळतात. नाटककार गो. ब. देवल, नाटककार कृष्णाजी प्रभाकर खाडिलकर, नाटककार व लेखनगुरू श्रीपाद कृष्ण कोल्हटकर, साहित्यसम्राट न. चिं. केळकर हे असे साहित्यिक होत. शिवाय काही समकालीन, सुहृद साहित्यिकांविषयींचेही लेख यात आहेत. काही ठिकाणी ते संपादित केले आहेत.

वि. स. खांडेकरांनी आपल्या हयातीत नाट्याचार्य खाडिलकर, कोल्हटकर, तसेच साहित्यसम्राट केळकर यांच्याबद्दल इतकं विपुल लिहिलं आहे, की त्यांचे स्वतंत्र ग्रंथ होतील. अशांचं 'व्यक्ती आणि वाङ्मय' विषयक साहित्य खांडेकरांनी 'आगरकर-चरित्र' यापूर्वी स्वतंत्रपणे लिहून प्रकाशित केलं आहे. 'आगरकरचरित्र' (१९३२), 'गडकरी : व्यक्ती आणि वाङ्मय' (१९३२), 'वा. म. जोशी : व्यक्ती आणि विचार' (१९४८), 'आगरकर : व्यक्ती आणि विचार' (१९४९) व 'केशवसुत : काव्य आणि कला' (१९५६) यांसारखे ग्रंथ प्रसिद्ध आहेत.

असे असताना 'साहित्यशिल्पी' संपादित करण्यामागे वि. स. खांडेकरांचे समग्र लेखन ग्रंथरूप करण्याचा हेतू आहे. यातील विविध १५-१६ लेखांतून खांडेकरांचे ज्येष्ठ, श्रेष्ठ व समकालीन साहित्यिक व त्यांचे साहित्य याविषयीचे विचार कळण्यास साहाय्य होते. तसेच व्यक्तिपर लेखनाची सुरुवात खांडेकर ज्या पाल्हाळिक पद्धतीने करतात ते लेखन व उत्तरार्धात याच प्रकारचं लेखन ते किती प्रगल्भपणे करतात ते पाहिलं, की खांडेकरांच्या लेखनकला व शैलीच्या चढत्या आलेखाचे प्रत्यंतर आल्यावाचून राहत नाही. 'हा हन्त हन्त' या पहिल्यावहिल्या व्यक्तिलेखात नाटककार गडकरी यांचं जीवन व साहित्यवर्णन आहे; पण त्या वर्णनापेक्षा कोट्या, अलंकार, दृष्टान्त इतके विपुल आहेत, की 'खोदा पहाड, निकला चूहा' असं त्याचं स्वरूप आहे. कोट्या आणि कल्पनांनी भरलेलं लेखन म्हणून 'आगरकर-चरित्र' पाहता येईल. न. चिं. केळकरांनी या संदर्भात केलेले विधान वरील निवेदनाची पुष्टी करणारे आहे. ते म्हणाले होते, ''माझ्या नाटकातून मी एका पानात जास्तीत जास्त दहा कोट्या असे प्रमाण तरुणपणी ठेवले होते, तरी टीकाकार मला नावे ठेवीत. पण आता खांडेकरांनी पाहा काय सपाटा लावला आहे तो.'' पण पुढे खांडेकरांनी आपल्या या लेखन- दोषावर विजय मिळवून अधिक सकस व्यक्तिलेख लिहिले.

अण्णासाहेब किर्लोस्कर, गो. ब. देवल, कृष्णाजी प्रभाकर खाडिलकर, श्रीपाद कृष्ण कोल्हटकर, भा. वि. तथा मामासाहेब वरेरकर हे ज्येष्ठ व पूर्वसूरी नाटककार. त्यांचं समग्र लेखन खांडेकरांनी आपल्या उमेदीच्या वयात वाचलं होतं. त्यांची नाटकं पाहिली होती. त्यांतले उतारे, पदे खांडेकरांना मुखोद्गत होती. काही नाटककारांच्या नाटकांतील उल्लेखनीय उतारे खांडेकरांनी उतरवून काढल्याच्या

नोंदी आढळतात. या ज्येष्ठांविषयी व्यक्ती म्हणून असणारा आदर वेगळा; पण त्यांच्या साहित्याची मीमांसा करताना खांडेकरांच्यातील समीक्षक जागा होताना दिसतो. लेखनातील वस्तुनिष्ठतेच्या दृष्टीने हे अधिक महत्त्वाचे वाटते.

असंच लेखन खांडेकरांनी नाटककार राम गणेश गडकरी यांच्याबद्दल केलं आहे. पण त्या लेखनाला सहवास, साहचर्य, आठवणींची जोड असल्याने ते हृद्य झाले आहे. प्रा. ना. सी. फडके सन १९४० च्या रत्नागिरीत संपन्न झालेल्या अखिल भारतीय मराठी साहित्य संमेलनाचे अध्यक्ष झाल्यानंतर वि. स. खांडेकरांनी त्यांच्या व्यक्तिमत्त्व व साहित्यावर लिहिलेला एक लेख सन १९४४ साली प्रकाशित 'गोकर्णीची फुले' मध्ये अंतर्भूत होता. तो वगळून व अन्य अंतर्भूत करून सन १९६१ मध्ये 'ते दिवस, ती माणसे' प्रकाशित झाले. 'गोकर्णीची फुले'चे सन १९४४ नंतर पुनर्मुद्रण न झाल्याने हा लेख दुर्मीळ ठरतो. म्हणून तो आवर्जून इथे देण्यात आला आहे. अण्णासाहेब किलोंस्करांवरील लेखही असाच दुर्मीळ. प्रा. ना. सी. फडके यांच्याविषयीचे वि. स. खांडेकरांचे आकलन व्यक्ती म्हणून समजावून घेणे जसे महत्त्वाचे, तसे साहित्यासंबंधानेही. आदर व्यक्त करत वैगुण्य संयमाने उल्लेखित करण्याचे खांडेकरांच्या लेखनाचे कौशल्य या लेखात पाहता येते. सन १९४० मध्ये प्रा. ना. सी. फडके साहित्य संमेलनाचे अध्यक्ष झाले. पाठोपाठ रौप्यमहोत्सवी साहित्य संमेलन सन १९४१ मध्ये सोलापूरला पार पडले. त्या वेळी प्रा. ना. सी. फडके 'साप्ताहिक झंकार'चे संचालक होते. त्यांनी वि. स. खांडेकरांवर 'झंकार'चा विशेषांक प्रकाशित करून अशाच आदराची उतराई तर केलीच; पण खांडेकर-फडके यांच्यातील 'कलेसाठी कला' का 'जीवनासाठी कला'चे वाग्युद्ध संपुष्टात आल्याची घोषणा करत उभयतांमधील वादांच्या मर्यादेपलीकडे जाऊन खांद्याला खांदा लावून उभे असल्याची ग्वाही १३ एप्रिल, १९४१ च्या विशेष अंकात दिल्याचे दिसते.

'साहित्यशिल्पी' मध्ये आचार्य प्र. के. अत्रे, कुसुमावती देशपांडे, बा. भ. बोरकर, यशवंत, कुसुमाग्रज, वा. रा. कांत, कवी माधव प्रभृतींवरील लेखांत खांडेकरांची या साहित्यिकांविषयीची समादरणीय वृत्ती लक्षात येते. वि. स. खांडेकर आपल्या पूर्वसूरींचे जीवन व साहित्य ज्या अभ्यासू वृत्तीने पाहत, तीच दृष्टी त्यांची समकालिनांप्रतीही होती, याचे अप्रूप वाटल्यावाचून राहत नाही. या लेखांतून खांडेकरांचे माणूस म्हणून जे अप्रत्यक्ष दर्शन होते, ते केवळ अनुकरणीय व आजच्या काळाच्या संदर्भात केवळ दुर्मीळ ठरत असल्याने महत्त्वाचे वाटते. हे व्यक्तिलेख खांडेकरांच्या साहित्यिक व्यासंगाचेही दर्शन घडवितात. 'देवल ते देवलचि' लेखात खांडेकरांचा पाश्चात्त्य व मराठी नाटकांचा अभ्यास प्रकर्षाने लक्षात येतो. कोल्हटकरांवरील लेखात ते आपल्या 'लेखनगुरू'विषयीची कृतज्ञता व्यक्त

करतात. न. चिं. केळकरांच्या राजकीय, सामाजिक, साहित्यिक, संपादक अशा चतुरस्र व्यक्तिमत्त्वाचे जे आकलन खांडेकर व्यक्त करतात, तो त्यांच्या सूक्ष्म निरीक्षणशक्तीचा पुरावा म्हणून सांगता येईल. तसंच नाट्याचार्य काकासाहेब खाडिलकरांच्या लेखातही आढळतं. हे दोघेही लोकमान्य टिळकांचा प्रभाव व राजकीय वारसा घेऊन विकसित झालेले संपादक, साहित्यिक. त्यांच्यावरील टिळकप्रभाव अधोरेखित करण्यास खांडेकर विसरत नाहीत. भा. वि. तथा मामा वरेरकर 'गंभीर विषय खेळकर पद्धतीने मांडतात', असं आपलं मत नोंदवत लेखकाची हातोटी स्पष्ट करतात. कोकणचे सत्कवी माधव काटदरे यांना वाचलं असलं, तरी न पाहिल्याचं शल्य व्यक्त करत जे लेखन घडलं आहे, त्यातून खांडेकरांची भावनाशीलता स्पष्ट होते. आचार्य अत्रे यांचा त्यांना चित्रपटसृष्टीतील पटकथालेखनाच्या निमित्ताने निकट सहवास लाभला. शिक्षकाचा नेता होणं, कवीचा नाटककार होणं ही किमया अत्र्यांच्या उपजत संघर्ष व धडपडण्यातून घडते, हे सांगत खांडेकर आपल्या गुरुबंधूची थोरवी सांगण्यात थोडीही कुचराई, कृपणता दाखवत नाही. यातून खांडेकरांची उदारता दिसते. कुसुमावती देशपांडे या खांडेकरांच्या साहित्याच्या कठोर समीक्षक. त्यांनी खांडेकरांच्या कादंबऱ्यांना 'होल्डॉल' संबोधलं होतं; पण 'कुसुमावती देशपांडेंना कलेची उत्तम जाण होती व त्यांनी साहित्यक्षुधा प्रदीप्त करणारं लेखन केलं', असं नोंदवत खांडेकर जे स्त्रीदाक्षिण्य व सौजन्य दाखवतात, ते अनुकरणीय ठरतं. कवी बा. भ. बोरकर, कुसुमाग्रज, वा. रा. कांत, यशवंत या चारही कविमित्रांवरील खांडेकरांचे व्यक्तिलेख म्हणजे आत्मीयता, निकटता असताना केलेलं तटस्थ, वस्तुनिष्ठ साहित्यिक मूल्यांकन होय. ही न्यायपूर्ण विवेकी लेखनशैली खांडेकरांच्या साहित्यप्रेमाची प्रचिती देते. कवी यशवंतांच्या नि कुसुमाग्रजांच्या वैयक्तिक जीवनातील पोकळी ची भरपाई त्यांची प्रतिभा कशी करते हे खांडेकर ज्या विचक्षणपणे समजावतात, त्यातून व्यक्ती व लेखनवृत्ती नीरक्षीरन्यायाने, समांतर पण समबुद्धीने खांडेकर कसे चित्रित करतात, हे पाहणे मनोज्ञ ठरते.

'साहित्यशिल्पी' केवळ व्यक्तिलेखसंग्रह नाही. यातून पूर्वसूरी व समकालीन साहित्यिकांच्या व्यक्ती, वाङ्मय व विचाराचा जो परामर्ष वि. स. खांडेकर घेतात, तो वाचताना खांडेकरांची साहित्यिकांविषयी असलेली आस्था व साहित्याविषयीची तळमळ एकाच वेळी समबुद्धीने व समांतरपणे पुढे येते. मराठी साहित्यात समकालीन व पूर्वसूरींबद्दल इतकं विपुल लिहिणारे वि. स. खांडेकर हे एकमेव साहित्यिक होत. या पुस्तकातून वि. स. खांडेकरांचं स्पष्ट होणारं साहित्यिक आकलन पाहिलं, की त्यांच्या साहित्यविषयक व्यापक व्यासंगाचं आश्चर्य वाटल्यावाचून राहत नाही. 'साहित्यशिल्पी' हा वि. स. खांडेकरांचा व्यक्तिचरित्रविषयक वाङ्मयीन

चिकित्सा करणारा असा लेखसंग्रह आहे, की त्यातून एकाच वेळी व्यक्ती, विचार, वृत्तींचं समग्र चित्र उभं राहतं. सन १९३० ते १९७३ या कालखंडातले हे लेख आज सुमारे नि सरासरी ५० वर्षांनी वाचताना तत्कालीन साहित्यिकांची एकमेकांविषयीची आस्था व आदर व्यक्त करणारे वाटतात. आजच्या काळासाठी तर हा अनुकरणीय वस्तुपाठ! भाषाविकासाच्या दृष्टीनेही हे पुस्तक उपयुक्त ठरते. भाषेतील लुप्त शब्द कळवित म्हणून कंसात प्रचलित शब्द दिले आहेत.

हे लेखन प्रकाशित करण्याची अनुमती दिल्याबद्दल श्रीमती मंदाकिनी खांडेकर व अन्य खांडेकरकुटुंबीयांचा मी ऋणी आहे. या लेखनाच्या प्रकाशनाबद्दल मी अनिलभाई व सुनीलभाई मेहता या पिता-पुत्रांचेही ऋण व्यक्त करतो. 'खांडेकर रजत स्मृतीपुष्प' प्रकल्पातले हे अठरावे पुष्प. वाचक याचेही स्वागत पूर्वकृतींच्या उत्साहाने व उत्सुकतेने करतील, असा मला विश्वास आहे.

११ जून, २०१३
सानेगुरुजी स्मृतिदिन
डॉ. सुनीलकुमार लवटे

अनुक्रम

१

अर्वाचीन मराठी वाङ्‌मयसेवक :
अण्णासाहेब किर्लोस्कर

किर्लोस्कर बळवंत पांडुरंग ऊर्फ अण्णासाहेब – (१८४३-१८८५) नाटककार, यांचा जन्म धारवाड जिल्ह्यातील गुर्लासूर या गावी झाला. प्राथमिक शिक्षण घरीच पंतोजींच्या देखरेखीखाली झाले. पुढे धारवाड येथे चार वर्षे राहून त्यांनी मुलकीची परीक्षा दिली. १८६३ साली त्यांच्या आजोबांनी त्यांस इंग्रजी शिक्षणासाठी पुणे येथील विश्रामबागेतील शाळेत ठेविले. या शाळेत त्या वेळच्या शिक्षणक्रमाप्रमाणे जुनिअर फर्स्टक्लासपर्यंतचा त्यांनी अभ्यास केला. पण पुढे नाटकाचा नाद लागल्यामुळे अभ्यासाकडे चित्त लागेना. वडीलमाणसांच्या धाकामुळे यांनी धारवाडास राहून वकिलीचा अभ्यास सुरू केला; पण परीक्षेत अपयश आल्यामुळे त्याला कायमची रजा देऊन, बेळगाव येथील इंग्रजी शाळेत २५ रुपये पगारावर नोकरी धरली. या शाळेत त्यांनी आठ वर्षे नोकरी केली. ''अण्णांच्या अनियमित वागण्याने त्यांचा शाळाखात्यात पगार वाढेना, म्हणून नोकरीला कंटाळून त्यांनी तिचा राजीनामा दिला. लगेच त्यांना तेथेच त्यांच्याशी बुद्धिबळे खेळणाऱ्या एका फौजदार स्नेह्याच्या वशिल्याने जमादाराची जागा मिळाली. परंतु खऱ्याचे खोटे व खोट्याचे खरे करण्याची कला त्यांच्यासारख्या सत्त्वशील माणसाला शक्य नसल्यामुळे त्या नोकरीसही त्यांना राम राम ठोकावा लागला. पुढे त्यांना एका स्नेह्याच्या वशिल्याने रेव्हेन्यू कमिशनरच्या ऑफिसात नोकरी मिळाली.

''१८८० मध्ये आपल्या कचेरीबरोबर अण्णा जेव्हा पुण्यास गेले, त्या वेळेस त्यांनी उर्दू भाषेत एका पारशी कंपनीचे, नाच आणि गाणे यांनी युक्त, असे एक नाटक पाहिले. ते इंग्रजी ऑपेराच्या पद्धतीचे सुधारलेले नाटक पाहताक्षणीच, अण्णांना आपल्या भाषेत असा प्रयोग करावा अशी इच्छा झाली व शाकुंतल

नाटकाचे मराठी भाषांतर करण्यास त्यांनी लगेच आरंभ केला. त्याबरोबरच आपल्या वशीकरण विद्येने मोरोबा वाघोलीकर आणि गवई पेशाचे बाळकोबा नाटेकर, नाना शेवडे इत्यादी मंडळी त्यांनी आपलीशी करून घेतली. सर्व योग उत्तम जुळून आला. आपल्या कचेरीतीलही काही मंडळी त्यांनी ओढली व लगेच शाकुंतल नाटकाच्या तीन अंकांची रंगीत तालीम त्यांनी १३ ऑक्टोबर १८८० या मुहूर्तावर सुरू केली. ती तालीम झाल्यापासून लोक त्यांचे नाटक पाहण्यास अत्यंत उत्सुक झाले. पुढे लवकरच त्या नाटकाचा थिएटरात सार्वजनिक रीतीने प्रयोग झाला. त्या वेळची शोभा, लोकांचा उत्साह व अनुपमेय आनंद वर्णन करणे अशक्य होय. पडदा उघडता क्षणीच अण्णांची सतेज व भव्य मूर्ती सूत्रधाराच्या वेषात दृग्गोचर झाली; त्यांनी आपला गंभीर आवाज, बाजूला उभे असलेल्या नाटेकर आणि शेवडे यांच्या गंधर्वतुल्य आवाजाशी मिळवून नान्दी म्हणण्यास आरंभ केला. ती ऐकून लोक स्वत:ला विसरून गेले व नाटकातल्या पात्रांशी तन्मय होऊन गेले. पुढे लवकरच काही दिवसांनी शेवटल्या चार अंकांचे भाषांतर करून सर्व नाटकाची तालीम करून दाखविण्यात आली.

"पुणे व मुंबई येथे सर्वत्र शाकुंतलाची फारच चहा प्रशंसा होऊ लागली. कमिशनरच्या स्वारीच्या दौऱ्याबरोबर अण्णा ज्या वेळी पुण्यास येत, त्या वेळी तेथे त्यांचे प्रयोग होत असत. पुढे त्यांनी नाटकाकरिता सहा महिन्यांची रजा घेतली. त्याच वेळी त्यांना भाऊराव कोल्हटकर हे नट मिळाले. पुढे त्यांनी 'सुभद्राहरण' हे कथानक घेऊन आपल्या कल्पनेने 'संगीत सौभद्र' हे नाटक बसविले. त्या नाटकात ते सूत्रधार आणि बलराम यांच्या भूमिका करीत असत. अण्णांची नाटकमंडळी नंतर इंदूर, देवास इत्यादी ठिकाणी जाऊन आली. श्रीमंत तुकोजीराव महाराज यांची त्या वेळेस कारकिर्द असून त्यांनी या मंडळीला चांगली मदत केली. श्रीमंत बाळासाहेब होळकर यांनी अण्णांना 'मालतीमाधव' नाटकाचे भाषांतर करण्यास सांगितले होते, परंतु अण्णांना ते बिलकूल आवडत नसे. पुढे त्यांनी 'रामराज्यवियोग' (१८८४) हे नाटक तीन अंकांपर्यंत लिहिले. १८८४ साली त्यांनी रेव्हेन्यू कमिशनरच्या कचेरीतील आपल्या नोकरीचा हक्क बदलून घेऊन ते इंदुरास कायमचे नोकर म्हणून राहू लागले. परंतु या सुमारास त्यांस मधुमेहाचा विकार जडला व तो अधिक होऊन त्याच सालच्या नोव्हेंबर महिन्यात त्यांचा अंत झाला.'' (रा. वि. किलोंस्कर, मनोरंजन, सप्टेंबर १९२२).

'मराठी नाट्याचे जनक' या गौरवपर पदवीवर किलोंस्करांचा पूर्ण हक्क पोचतो, याबद्दल केव्हाही दुमत होणार नाही. नाटकाची आवड त्यांना उपजत असल्यामुळे वयाच्या तेविसाव्या वर्षी 'भरतशास्त्रोत्तेजक' मंडळी काढून 'विक्रमचरित्र', 'बाजीराव यांचा फार्स' इत्यादी खेळ करण्यापर्यंत त्यांची मजल गेली होती, हे

स्वाभाविकच आहे. वयाच्या तिसाव्या वर्षी त्यांनी 'श्री शांकरदिग्विजय' हे गद्य नाटक लिहिले. पुढे उर्दू नाटके पाहून त्यांना संगीत नाटकाची कल्पना सुचली. त्या वेळची बहुतेक मराठी नाटके म्हणजे पौराणिक कथांची नाटकाच्या गावठी साच्यात घालून केलेली, ओबडधोबड रूपांतरे असत. किर्लोस्करांचा कलावंत हात या दगडाला लागला आणि लवकरच सुंदर नाट्यमूर्ती त्यातून बाहेर पडली. मराठी नाटकांना कलात्मक वळण देणाऱ्या अण्णासाहेबांच्या लेखणीतून शाकुंतल (१८८०), सौभद्र (१८८२) व रामराज्यवियोग (अपूर्ण, १८८४) अशी अडीच नाटके बाहेर पडली.

हिऱ्यांत कोहिनूर तसे संस्कृत नाटकांत 'शाकुंतल' मानले जाते. किर्लोस्करांनी त्याचे केलेले भाषांतर सरस असले तरी निर्दोष नाही. 'अथवा भवितव्यानां द्वाराणि भवन्ति सर्वत्र ' या चरणाचे 'अथवा भवितव्याद्वारे चहुकडे दैव फळफळते,' हे भाषांतर कुणाला आवडेल? 'सरसिजमनुविद्धं शैवलेनापि रम्यं' या सुंदर श्लोकातील 'अपि' या अव्ययाची खुमारी किर्लोस्करांच्या भाषांतरात नाही. शेवाळ चिकटले असले तरीदेखील कमळ सुंदर दिसते, असा कालिदासाच्या चरणाचा भावार्थ आहे. किर्लोस्कर म्हणतात, 'शैवले युक्त जैसे पंकज ते शोभते?' जणूकाय कमळ सुंदर दिसायला त्याला शेवाळाचीच जोड पाहिजे! 'काय बेट्या हरिणाचि मजा', 'आमुच्या गप्पा मनिं कोरड्या' असली शब्दरचनाही शाकुंतलात दुर्मीळ नाही. यतिभंगही विपुल आहेत. 'शशिकुळभूषण गुणवंता'. 'अभिनव मधुलोलुप' वगैरे पद्यांसारखी काही पदे सुंदर साधली आहेत; पण कालिदासाच्या मधुर प्रतिभेचे तितकेच मधुर प्रतिबिंब अण्णांच्या नाट्यादर्शात पडले आहे, असे म्हणवत नाही.

देवांना वार्धक्य कधीही येत नाही, अशी समजूत आहे. अशा देवकोटीला पोचलेल्या मराठी नाटकांची यादी करू लागल्यास तिच्यात श्रीकाराच्या खाली सौभद्राचेच नाव घालावे लागेल. आज पन्नास वर्षे बऱ्यावाईट नाटकमंडळ्या हे नाटक एकसारखे करीत आहेत; पण द्रौपदीची लहानशी स्थाली (थाळी) जशी दुर्वासाच्या हजारो शिष्यांची क्षुधा शांत करू शकली, त्याप्रमाणे किर्लोस्करांच्या प्रतिभेचे हे सुंदर अपत्य पिढ्यान् पिढ्या नाट्यलोलुप रसिकांचे मन रंजन करीत आहे.

तसं पाहिलं तर सुभद्राहरणाची कथा काही अगदी नवीन नाही. पण किर्लोस्करांनी तिला दिलेलं रूप इतक मोहक आहे की, त्याची छाप ज्याच्यावर पडली नाही असा प्रेक्षक विरळाच सापडेल. मानवी मनाला मोहिनी घालणारे सर्व गुण या नाटकात आहेत. यात प्रेमविवाहाचा विजय आहे, रमण-रमणीपैकी एखाद्याने वेषांतर केल्यामुळे उत्पन्न होणारी चमत्कृती आहे आणि सद्हेतूने कृष्णाने रचलेले कपट नाटकही आहे. व्यवहारात तरुण-तरुणींच्या विवाहांचा मक्ता रूढीने त्यांच्या आई-बापांकडे दिला असला, तरी कल्पनेच्या जगात तरुणतरुणींचा स्वयंवराचा हक्क प्रस्थापित झालेला

पाहूनच सर्वांना आनंद होत असतो. प्रणयकथेची रम्यता आणि हृदयंगमताही सौभद्रात सुंदर रीतीने प्रकट झाली आहे.

कालिदासाच्या शाकुंतलसारखे गोड पक्वान्न खाऊन कंटाळलेल्या रसिकांपुढे तोंडपालट म्हणून आपण हे तिखट खाद्य ठेवीत आहो, असे किर्लोस्करांनी सौभद्राच्या प्रारंभी म्हटले आहे. पण त्यांचे हे 'तिखट'ही गोडच आहे, यात शंका नाही. भारतातील सुभद्राहरणाची कथा व मोरोपंतांचे तद्विषयक आख्यान यांचे साहाय्य त्यांनी कथानकाची रचना करण्याच्या कामी घेतले आहे. पण नाटकातले रसात्मक प्रसंगच सुंदर साधले असल्यामुळे कथानकाच्या गुणदोषांकडे प्रेक्षकांचे तादृशही थोडेही लक्ष जात नाही. रचनेच्या दृष्टीने विशेष लक्षात ठेवण्याजोगी गोष्ट म्हणजे सौभद्राचा पहिला व चौथा अंक आधुनिक पाश्चात्त्य नाटकांप्रमाणे एकप्रवेशात्मक असून पाचवा जवळजवळ तसाच आहे. दुसरा व तिसरा हे दोन्ही अंकही थोडासा बदल केल्यास एकप्रवेशात्मक होऊ शकतात. कळीला फुलावे कसे हे कुणी शिकवीत नसले, तरी तिच्या उमलत्या पाकळ्यांत जशी सुंदर प्रमाणबद्धता असते, त्याप्रमाणे सौभद्रच्या रचनेतही आहे.

या नाटकात मुख्य भूमिका अवघ्या चार. अर्जुन, सुभद्रा, कृष्ण व बळिराम. किरकोळ भूमिकांची काटकसर करण्याकडे नाट्यकर्त्याने लक्ष दिले नसले, तरी रुक्मिणीखेरीज दुसऱ्या कुठल्याही पात्राला महत्त्वही दिलेले नाही. मुहूर्त चुकविण्याकरता आपण महालातून कुठेतरी गेलो असा कलंक लागण्याची भीती वाटताच मूर्च्छित होणारी, कुसुमावतीसारख्या प्रेमळ दासीपाशी आपले हृद्गत व्यक्त करणारी, 'वहिनी, तुझ्या भावाने तुला शिशुपाल राजाला देऊ केली होती. तो काय रूपाने, पराक्रमाने किंवा ऐश्वर्याने कमी होता, म्हणून तू चोरून ब्राह्मणाबरोबर पत्र पाठवून कृष्णाला वरलेस?' असा खोचदार प्रश्न करून रुक्मिणीचे तोंड बंद करणारी सुभद्रा पाहून कुणाच्याही मनात तिच्याविषयी सहानुभूती उत्पन्न होईल. प्रियकरिणीसाठी धनुष्यबाण टाकून दंडकमंडलू घेणाऱ्या अर्जुनाची भूमिका साहजिकच मनोरंजक झाली आहे. सुभद्रेबरोबर संसार करायला मिळावा म्हणून बिचाऱ्याने संन्यास घेतला! कृष्ण व बळिराम यांच्या स्वभावचित्रांतील विरोधाने नाट्यवस्तुप्रमाणे विनोदाचाही चांगला परिपोष झाला आहे. अर्जुनाचा शेला सुभद्रेकडे जाणे व सुभद्रेची माळ अर्जुनाकडे जाणे असल्या अदलाबदलीनेही नाटकाच्या चमत्कृतीत भर घातली आहे.

सौभद्रातील विदूषकाचा कृत्रिम व सामान्य विनोद सोडून दिला, तरी संभ्रमामुळे उत्पन्न होणारा प्रसंगात्मक विनोद त्यात बहारीचा साधला आहे. यति म्हणजे अर्जुन हे ठाऊक नसल्यामुळे बळिराम तुपात मीठ व खिरीत कढी घालण्याच्या त्याच्या कृतीचे भक्तिभावाने कौतुक करतो. वैराग्याप्रमाणे प्रेमही वेडं असते हे तत्त्व आणि यतिचे सत्यस्वरूप या दोन्ही गोष्टी जाणणारा कृष्ण त्याला विरोध करतो. भावाभावांतील

हा वाद, कृष्णाची भविष्यसूचक दुटप्पी विधाने, कृष्ण यतीविरुद्ध बोलत असल्यामुळेच बळरामाची गणितश्रेणीने वाढणारी श्रद्धा इत्यादिकांमुळे तिसऱ्या अंकाचा पहिला प्रवेश छान रंगतो. रुक्मिणी संन्यासी अर्जुनापुढे जाऊन सुभद्रेच्या लग्नाची ठिणगी सोडिते व त्याच्या अंगाचा भडका उडविते, हा प्रसंगही नाट्यदृष्ट्या सुंदर आहे. बळिरामाने 'संन्यासाचा तयारी करी' म्हणताच अर्जुनाचा यतिवेष घेऊन चाकराने येणे हा योगायोगही गमतीचा आहे. रहस्य व रसपरिपोष यांच्या मिश्रणाचे 'सौभद्र' हे एक नमुनेदार उदाहरण आहे.

नाट्यशास्त्राच्या निकषावर घासले असता मात्र हे नाटक तितकेसे निर्दोष ठरणार नाही. श्री. श्री. कृ. कोल्हटकर यांनी आपल्या विस्तृत टीकेत त्याचे सूक्ष्म दृष्टीने परीक्षण केलेच आहे; पण स्थूलदृष्टीनेदेखील पहिल्या अंकातील घटोत्कच व नारद यांची योजना सदोष व कृष्ण-रुक्मिणीचा शृंगारिक प्रवेश अनावश्यक वाटतो. नाटकाच्या शेवटी घटोत्कच अर्जुनाने आपल्या शरीरातून रक्त काढले याबद्दल आनंदच प्रदर्शित करतो! जणू काय तो अधिक रक्ताने फुगलेला एखादा संस्थानिकच होता! अर्जुनाने सुभद्राहरण करावे म्हणून चोरांकडून गाई चोरण्यापासून कृष्णाला खटाटोप करावा लागला, असं नाटकात दाखविलं आहे. नारद-गर्गासारखे ऋषी आणि घटोत्कचासारखा राक्षस इतके साथीदार जमवून तो जे कारस्थान करतो, ते बळरामाच्या दुराग्रही स्वभावामुळेच यशस्वी होते, हे लक्षात ठेवण्याजोगे आहे. 'आशाबद्ध होत्साहा'सारखे गद्यप्रयोग वगळले तर सौभद्राची भाषा साधी पण मधुर आहे. बायकांच्या तोंडातली भाषाही स्वाभाविक आहे. या नाटकातली बरीच पदे वरच्या दर्जाची आहेत. प्रसादामुळे आलेले सौंदर्य (१) झाली ज्याची उपवर दुहिता, (२) व्यर्थ मी जन्मले, (३) अरसिक किती हा शेला, (४) वसंती बघुनि मेनकेला, (५) नभ मेघांनी, (६) नच सुंदरि करू कोपा प्रभृति पदांत आढळते. राधाधर मधु मिलिंद, लाल शालजोडी वगैरे पद्यांत नादमाधुर्य व ठसकेबाजपणा आहे. कल्पनासौंदर्याच्या दृष्टीने (१) बलसागर तुम्ही, (२) सुवर्णकेतकिपरि जो दिसतो, (३) बघनि उपवना, (४) प्रिये पहा रात्रिचा समय सरुनि येत उष:काल हा, (५) गिरिवर हा सौदागर आणि इत्यादी पदांचा प्रामुख्याने उल्लेख केला पाहिजे.

स्वभाव विश्लेषण अगर विषय प्रतिपादन इत्यादी नवीन निकष क्षणभर बाजूला ठेवले तर सौभद्र हे नाटक चांगलं साधलं आहे, असं म्हणावयाला हरकत नाही. चमत्कृतिपूर्ण कथानकाची सुंदर मांडणी, मुख्य भूमिकांचा केलेला योग्य विकास, रसपरिपोष, कर्णमधुर कानडी व इतर चाली, सुबोध व सरस पद्ये इत्यादी चिरंतन गुणांमुळे या नाटकाचं स्थान रंगभूमीवर पुढेही अढळच राहील.

पेशवाईतल्या साडेतीन शहाण्यांप्रमाणे किर्लोस्करांच्या अडीच नाटकांनीही महाराष्ट्राला झुलविले. साडेतीन शहाण्यांत नाना फडणविसांचा जो मान, तोच या

अडीच नाटकांत रामराज्यवियोगाचा. सौभद्रप्रमाणे हे नाटही पौराणिक आहे. पण कृष्णाच्या गोड कपटामुळे सौभद्रात करुण रसाला फारसा अवसर मिळत नाही. रामराज्य वियोगात देवांच्या कटुकपटामुळे करुणाचेच राज्य होणार होते, असे दिसते.

रसोत्कर्षाला अनुकूल असे कथानक शोधण्याची किर्लोस्करांची रसिक दृष्टी रामराज्य वियोगातही आढळून येते. किर्लोस्करांच्या हातून या नाटकाचे तीनच अंक लिहून झाले. तिसऱ्या अंकाच्या शेवटी कैकेयी वर मागते, पण ते घोर शापासारखे वाटून दशरथ बेशुद्ध होतो, इतका कथाभाग आला आहे. यावरून चौथ्या व पाचव्या अंकांत रामाच्या उज्ज्वल त्यागाचे चित्र रेखाटून राम वनवासाला जायला निघाल्याबरोबर अयोध्येच्या जनतेप्रमाणे रंगभूमीही दु:खाने आपले तोंड झाकून घेते, अशी किर्लोस्करांची पुढील मांडणी असावी. याच कथानकावर लिहिलेल्या 'सवतीमत्सर'चा खाडिलकरांनी असाच शेवट केला आहे. प्रिय पुत्राच्या शिरोविहीन देहाला गजासुराचे धड लावणाऱ्या शंकराप्रमाणे कित्येकांनी अपुरे रामराज्य वियोग पुरे केले आहे; पण या प्रयत्नांत नाव घेण्याजोगा एकही नाही.

मंथरेला रामाच्या राज्यारोहणाविषयी वाटणाऱ्या मत्सराचे मूळ मानवी स्वभावात नसून देवांच्या कारस्थानात आहे, ही पौराणिक कल्पनाच किर्लोस्करांनी स्वीकारली आहे. त्यांच्या काळाला ती पटण्याजोगी होती. पण अशा रीतीने नाटकाचा आत्मा मानवी स्वभाव न होता चमत्कार हा झाल्यामुळे पहिले दोन अंक व्हावे तितके सरस झाले नाहीत. उत्तररामचरितात निषिद्ध तप करीत बसणाऱ्या शंबूक नावाच्या शूद्राचा राम शिरच्छेद करतो. त्या शंबूकाला दंडकारण्यातून अयोध्येत आणून किर्लोस्करांनी आपले कथानक मनोरंजक केले आहे. शंबूक, राम व वसिष्ठ यांच्यावर चिडलेला असतो. मंथरा रामाच्या राज्यारोहणाला विघ्न करील म्हणून तिला ज्या किल्ल्यात कोंडलेलं असतं तिथे शंबूक अन्न घेऊन जाणाऱ्या दासीच्या वेषाने जातो आणि तिची सुटका करतो.

कथानकातली ही गुंतागुंत व मंथरेचा स्पर्श होताच कलीचा कैकेयीच्या शरीरात प्रवेश होणे याच काय त्या पहिल्या दोन अंकांतील महत्त्वाच्या गोष्टी आहेत. दशरथ, राम वगैरे महत्त्वाच्या भूमिका, या दोन्ही अंकांत पडद्याआडच राहतात. कैकेयीचेही काम विशेष नाही. एकीकडे रामविरोधी मंथरा व दुसऱ्या बाजूला वसिष्ठ, सुमंत वगैरे राम-पक्षपाती मंडळी यांच्यातला हा झगडा आहे पण वसिष्ठाचे पात्र एखाद्या भिक्षुकासारखे व सुमंताचे पात्र खेडेगावातील खाष्ट म्हाताऱ्यासारखे भासत असल्यामुळे ह्या कलहाला रंग चढत नाही. मंथरेला देहान्त प्रायश्चित्त दिले पाहिजे असे सुमंताने म्हणताच वसिष्ठ उत्तरतात. "अहो, देवो दुर्बलघातक: ही म्हण खरी आहे. तुम्हाला सांगून ठेवितो तिने जर मनात आणले तर तुम्हालादेखील ती घरी बसायला लावील." वयोवृद्ध व तपोवृद्ध वसिष्ठ ऋषींच्या तोंडी हे दीनवाणे उद्गार मुळीच

शोभत नाहीत. मंथरा सुमंताला तोंड आटपून (सांभाळून) बोलायला सांगते, तेव्हा तो आवेशाने हुकूम सोडतो– 'लावा रे रांडेच्या कानाला चाप!' राजकारणापेक्षा गालिप्रदानातच तो बहुधा पारंगत असावा! वसिष्ठाच्या समोर 'राज्यलक्ष्मीला वारवधूप्रमाणे (वेश्या) जसा तरुण राजा प्रिय होतो, तसा वृद्ध आवडत नाही' हे उद्गार दशरथ काढतो. यावरून अयोध्येतला दशरथचा दरबार सध्याच्या एखाद्या क्लबसारखा असावा, असा भास होतो. तिसऱ्या अंकातील दशरथ-कैकेयी यांचाच प्रवेश काय तो सर्व दृष्टींनी बरा साधला आहे.

या प्रवेशात कैकेयी दशरथावर 'निर्बल्या, नपुंसका, षंढा' वगैरे संबोधनांचा मारा करते. दशरथ ही विशेषणे मुकाट्याने सोसतो; याचे कारण कामुकता, अग्नीच्या प्रसादाने पुत्रप्राप्ती झाल्याची जाणीव आणि गालिप्रदानशास्त्राची रामायणकालीन पूर्ण वाढ यांपैकी कोणते असावे, हे नक्की सांगता येत नाही. पहिल्या अंकातील विष्कंभकात (दोन अंकांच्यामध्ये पुढील कथा भागाची सूचना देणारा प्रवेश) विनत मंथरेची वार्ता वसिष्ठांना कळविण्याकरता जातो. त्याच्या पाठोपाठ वसिष्ठ रंगभूमीवर प्रवेश करीत असूनही त्याला मंथरा खवळून गेल्याची बातमी कळलेली असते, हा बहुधा महर्षींच्या अंतर्ज्ञानाचा प्रभाव असावा! मंथरेचे 'धेनुमुखी हा व्याघ्रचि' हे पद नगररक्षक विनत एकदाच ऐकतो. पण वसिष्ठासमोर तो ते तोंडपाठ म्हणून दाखवितो. अशा एकपाठी तैलबुद्धीच्या मनुष्याला रक्षकाऐवजी शिक्षक करणे अधिक योग्य झाले असते.

नाटकाची भाषा सुबोध असली तरी विशेष सुंदर नाही. पद्यांपैकी 'सुटला पितृदिशेचा वारा', 'जो मम नयनचकोरा इंदु', 'सोडुनि मज रामराय', 'सफलेच्छा ती करिन सुरांची', 'कटु तव शब्दांहुनी' वगैर पद्ये सुंदर आहेत. पण ऱ्हस्व-दीर्घाची ओढाताण, मात्रादोष, पद्यबद्ध गद्य इत्यादी दोष या नाटकातील कवितेत विपुल आहेत. वर्षाकालाचे वर्णन करताना नटी 'घन गर्जत तोफेपरी' असे म्हणते. रामाचे ज्ञान त्याच्या राज्यातल्या या नटीपेक्षाही कमी असावे असे दिसते. नाहीतर पुढे लंकेवर स्वारी करताना धनुष्यबाणांवर भिस्त न ठेवता तोफखाना बरोबर नेण्याची व्यवस्था त्याने खास केली असती! दत्ताचे नाव ऐकून भूतं पळून जातात ही माहिती रामाच्या वेळच्या नगररक्षकाला आहे. दत्ताचा अवतार रामापूर्वी झाला की, नंतर झाला ही गोष्ट इतरांपेक्षा स्वतः एकतृतीयांश दत्त असलेल्या रामालाच अधिक माहीत असण्याचा संभव असल्यामुळे या उल्लेखाबद्दल अधिक लिहायलाच नको. 'नारि', 'छाति', 'किं', 'जानकी' वगैरे जखमी शब्दांची यादी केल्यास ती बरीच लांबलचक होईल. 'रुचती का तीर्थयात्रा' या चालीवर 'ओळखते लहान होता मी तेव्हापासुनी' ही ओळ म्हणायला लागले की, 'लहान' शब्द 'लहन' होतो! नाटकारंभी ईशस्तवन करणाऱ्या सूत्रधाराची पत्नीच मंथरा आहे असा प्रस्तावना व नाटक यांचा

सांधा जोडलेला आहे. ही युक्ती कौशल्यदर्शक आहे. 'शापसंभ्रम' व 'मानापमान' यांच्यांतही (या नाटकांत) हिचाच अवलंब करण्यात आला आहे. पण नटीने कलिसंचार झालेल्या मंथरेचे भाषण सुरू केल्यानंतर सूत्रधाराने 'मलाही पण दशरथ झालेच पाहिजे', असे म्हणून निघून जाणे रसभंगकारक होते. या सर्व गोष्टींवरून 'रामराज्यवियोग' किर्लोस्करांच्या हातून पुरे झाले असते, तरी ते 'सौभद्रा' इतके सुंदर व सरस वठले नसते, असे म्हणणे चुकीचे होणार नाही.

गंगेचा उगम या दृष्टीने गंगोत्रीचे जे महत्त्व, तेच मराठी नाटकांच्या दृष्टीने किर्लोस्करांचे. नाट्यकलेला गायनकलेची जोड देऊन किर्लोस्करांनी संगीत नाटकांची जी प्रथा पाडली, ती आज अर्धशतक होऊन गेले तरी जोमाने सुरू आहे. 'शाकुंतला'च्या सुरस भाषांतराप्रमाणे 'सौभद्र' व 'रामराज्यवियोग' ही त्यांची स्वतंत्र नाटकंही नाट्यवाङ्मयात अढळ स्थान पटकावून बसली आहेत. नादमधुर व प्रसादपूर्ण शब्दरचना, अल्पविस्तर (संक्षिप्त) पण चटकदार संभाषणं, रसपरिपोषक प्रसंगांची निवड, रंगभूमीचे मार्मिक ज्ञान इत्यादी गुणांच्या संगमामुळे त्यांचे 'सौभद्र' नेहमीच लोकप्रिय राहील. शृंगाराचा उठाव करण्यात किर्लोस्कर कुशल होते. स्त्रियांचे संवाद हुबेहूब वठविण्यातही त्यांनी चातुर्य प्रकट केलं आहे. सौभद्र नाटकाचा पहिला अंक एकप्रवेशात्मक असून इतर अंकांनाही तसं स्वरूप देणं फारसं कठीण नाही हे लक्षात घेतलं म्हणजे आधुनिक नाट्यरचनेचे नियम ठाऊक नसताही त्यांनी दाखविलेल्या रचनाचातुर्याचे कौतुक वाटू लागते.

✯ ✯ ✯

देवल ते देवलचि :
नाटककार गो. ब. देवल

गतवर्षी दिल्लीला झालेल्या अखिल भारतीय नाट्यमहोत्सवाकरिता 'शारदा' व 'भाऊबंदकी' या दोन मराठी नाटकांची निवड झाली, तेव्हा कित्येकांनी नाकं मुरडली! 'भाऊबंदकी'चा विषय जुन्या स्वराज्यातील कलहाचा! त्याचे प्रदर्शन नव्या स्वराज्याच्या राजधानीत आज करणं अनुचित होईल, हे त्या नाटकावर आक्षेप घेणाऱ्या विद्वानांचं म्हणणं! 'शारदे'चा विषय बालावृद्धविवाहाचा. तो फार जुना झाला! पोरींची पंचविशी उलटली तरी त्यांच लग्न होण कठीण होऊन बसलं आहे. तरुण, प्रौढ, बिजवर, परजातीतला, काळा, हडकुळा – कसला का होईना – पण मुलीला नवरा कसा मिळेल, या विवंचनेनं मध्यम वर्गातले अनेक आईबाप आज ग्रस्त झाले आहेत. अशा स्थितीत 'मूर्तिमंत भीती उभी मजसमोर राहिली' या चौदा वर्षांच्या शारदेच्या पदातील कारुण्य कुणाच्या काळजाला जाऊन भिडणे शक्य आहे काय? हे 'शारदा' नाटकावर आक्षेप घेणाऱ्या पंडितांचं प्रतिपादन!

नाक मुरडण्याच्या क्रियेच्या मुळाशी कित्येकदा रसिकता असू शकते; नाही असे नाही. पण या दोन्ही नाटकांवर जे आक्षेप घेण्यात आले होते, ते सर्वस्वी अरसिकपणाचे होते. या पद्धतीने विचार केला तर हॅम्लेटच्या आईच्या व्यभिचारामुळे त्या नाटकाच्या प्रयोगाला 'फक्त प्रौढांसाठी' अशी अट घालून परवानगी द्यावी लागेल; आणि 'मॅकबेथ' मध्ये चेटकिणी, भुतेखेते आणि भविष्ये यांची रेलचेल असल्यामुळे आपल्या देशातल्या लोकसंख्येत भर पडू नये म्हणून या जुनाट नाटकाला अजिबात बंदी करण्याची पाळी येईल!

'शारदा' व 'भाऊबंदकी' यांच्या आक्षेपकांनी घटकाभर अंतर्मुख होऊन विचार केला असता, तर अभावितपणे झालेली ही निवड अतिशय उचित होती हे त्यांना

सहज कळू शकले असते. नाट्य हा नाटकाचा खराखुरा आत्मा होय. नाटकाचा विषय हे त्या नाट्याच्या आविष्काराचे एक साधन आहे. नाट्याची रंगत ज्या नाटकात उत्कृष्ट रीतीने साधलेली असते, त्याचा विषय शिळा झाला तरी त्यातील नाट्य ताजेच राहते. 'शारदा' व 'भाऊबंदकी' ही अशीच नाटके आहेत. इतकेच नव्हे तर किर्लोस्कर, गडकरी, वरेरकर, वीर वामनराव जोशी, शं. प. जोशी, औंधकर, अत्रे वगैरे अनेक नाटककारांना रंगभूमीची रंगत साधण्याची कला साध्य झाली होती हे खरं असलं तरी जिला शुद्ध व उत्कट नाट्यदृष्टी म्हणता येईल, तिचा विकास प्रामुख्याने देवल व खाडिलकर यांच्याच नाटकांत प्रत्ययाला येतो. म्हणून गतवर्षी या दोन नाटकांची झालेली निवड नि:संशय अर्थपूर्ण व प्रातिनिधिक होती.

देवलांच्या जन्माला १३ नोव्हेंबर, १९५५ रोजी शंभर वर्षे पूर्ण होतात. त्यांना दिवंगत होऊन (मृत्यू १९१६) चाळीस वर्षे होत आली. या चाळीस वर्षांपैकी गेली वीस वर्षे मराठी रंगभूमी वनवासी झाल्यासारखीच आहे. प्रयोग करायला नाट्यगृहे नाहीत, ती नाहीत म्हणून नाटकमंडळी नाहीत! त्या नाहीत म्हणून नट व नाटककार यांच्या परंपरा भंग पावल्या. मग कलावंतांच्या सात्त्विक स्पर्धा, त्यांची सोनेरी स्वप्नं आणि कलेच्या उन्मादाचे व आविष्काराचे नवेनवे उन्मेष कुठून दृष्टीला पडणार? दुष्काळाच्या तडाख्यात सापडून एखाद्या सुखवस्तू कुटुंबाची वाताहत आणि पांगापांग व्हावी, त्यातली सारी माणसे देशोधडीला लागावीत, पोट नेईल तिकडे ज्याने त्याने अश्रू आणि हुंदके आतल्या आत गिळीत मुकाट्याने जावे, तशी मराठी रंगभूमीची स्थिती झाली आहे.

अशा स्थितीतही अधूनमधून जे नाट्यप्रयोग होत असतात त्यामुळे - पुसटपणे का होईना - तिच्या पूर्ववैभवाची कल्पना निश्चितपणे येऊ शकते. चार ठिकाणांहून दोन दिवसांकरिता एकत्र आलेल्या पाच-दहा नटनटींनी गडबडीत बसविलेल्या आणि घाईत केलेल्या नाट्यप्रयोगाला मधुकरी मागणाऱ्या मुलाच्या चौपदरीतील अन्नापेक्षा अधिक रुची असणे शक्य नाही, असे कुणाला वाटले तर त्यात त्याचा दोष नाही. पण इतक्या प्रतिकूल परिस्थितीतही हे प्रयोग थोडेफार रंगतात आणि प्रेक्षकांना जिवंत नाट्याची, प्रभावी अभिनयाची व सुंदर संवादांची जाणीव त्यांच्याद्वारे होते, याचे मुख्य श्रेय देवल, खाडिलकर, गडकरी प्रभृती नाटककारांच्या प्रतिभेलाच आहे. तरवारीची मूठ रत्नजडित असो, ती कुशल कारागिराने केलेली असो, नाहीतर ती खेड्यातल्या सुताराने बनविलेली अगदी साधी मूठ असो : तिचे पाणी जसे चमकत राहते, तसेच या नाटकांचे आहे.

मृत्यूनंतरही गेली चाळीस वर्षे देवल नाटककार या नात्याने मराठी रंगभूमीवर चमकत राहिले आहेत. त्यांनी अवघी सात नाटके लिहिली. त्यांतील चार– 'शारदा', 'संशयकल्लोळ', 'मृच्छकटिक' व 'झुंझारराव' आज रंगभूमीच्या या

दुःस्थितीतही प्रेक्षकांना रंजवीत आहेत. देवलांची शारदा मुळात अवघी चौदा वर्षांची असली आणि आजच्या रंगभूमीवर ती वीस-बावीस वर्षांची दिसली (प्रसंगी, शारदेचे काम करणाऱ्या नटीने इंदिराकाकूंचे काम करायला हवे होते, असे जरी वाटले) तरी रसिक त्या गोष्टीकडे काणाडोळा करीत आहेत. 'मृच्छकटिका'तली कलावती रमणीची मूर्तिमंत प्रतिमा, अशी वसंतसेना समोर दिसणे दुर्लभ झाले असले तरी प्रेक्षक त्यातील नाट्यपूर्ण प्रेमकथेत रमत आहेत. कमळजेची भूमिका करणारे बाळाभाऊ जोग किंवा रेवतीची भूमिका करणारे बालगंधर्व यांचा अभिनय हा एक स्मृतिविषय झाला असला, तरी 'झुंझाररावा'तले कारुण्य आणि 'संशयकल्लोळा'तले हास्य यांची कलात्मक उत्कटता अजून रसिकांना सुखावीत आहे.

देवलांच्या नाटकांना हे जे अपूर्व यश मिळाले, त्याचे कारण त्यांची सूक्ष्म व सामाजिक नाट्यदृष्टी हेच आहे. मागे पडलेल्या 'दुर्गा' व 'शापसंभ्रम' या त्यांच्या नाटकांतसुद्धा ही दृष्टी दिसून येते. नाट्याला आवश्यक असणारा भावनासंघर्ष 'ईझाबेला' या इंग्रजी नाटकावरून लिहिलेल्या 'दुर्गा' नाटकात भरपूर आहे. त्याची सर्व ठेवण शेक्सपीअरच्या शोकान्तिकेसारखी आहे. पण ज्या काव्यात्मतेमुळे आणि तत्त्वचिंतनामुळे शेक्सपीअरची शोकान्त नाटकं कलेची अत्युच्च पातळी गाठतात, त्यांचा मूळ नाटकातच अभाव आहे. शिवाय मूळ कथानकाला महाराष्ट्रीय पेहराव चढविण्यात देवलांनी पुढे 'संशयकल्लोळ'सारख्या नाटकात दाखविलेले कौशल्य या कृतीतही आढळत असले, तरी तिचे कथानक – पतीवर उत्कट प्रेम करणारी नायिका, तिचा दुष्ट दीर, तिच्यावर अंतःकरणपूर्वक प्रेम करणारा एक उदार पुरुष, वर्षनुवर्षे वाट पाहून पतीच्या मृत्यूची खात्री झाल्यावर नाइलाजाने या पुरुषाला तिने केलेले आत्मदान आणि याच वेळी सात वर्षांनी परत येणारा तिचा अभागी पती – सुखासुखी सत्तर वर्षापूर्वीच्या समाजाच्या पचनी पडणारे नव्हते. त्यामुळे या नाटकाची मांडणी सुटसुटीत व प्रमाणबद्ध असूनही ते फारसं यशस्वी होऊ शकलं नाही. हे संगीत नाटक न करण्यात देवलांची कलात्मकता दिसून येते. कदाचित हेच वैगुण्य त्याला नडले असेल.

'शापसंभ्रम' हे बाणाच्या कादंबरीच्या आधारे लिहिलेलं नाटक. एखाद्या भव्य, विशाल अरण्याला सुंदर उद्यानाचं स्वरूप देण्याइतकंच हे काम बिकट होतं. मूळची कथा दोन प्रेमिकांची नि ते प्रेमही काही त्यांच्या एका जन्मापुरतंच मर्यादित नाही. तीन जन्मांतले प्रसंग वर्णन करणाऱ्या आणि अनेक पात्रांनी व अद्भुत चमत्कारांनी भरलेल्या या काव्यमय प्रदीर्घ कथेचे नाटकात रूपांतर करणे ही एक प्रकारची देवलांच्या नाट्यचातुर्याची कसोटीच होती. रंगभूमीच्या दृष्टीने आवश्यक, नाट्यपूर्ण आणि रसोत्कर्षकारक प्रसंग कोणते आणि अनावश्यक, नाट्यशून्य व पडद्याआड ठेवण्याजोगे प्रसंग कोणते, याचे उत्कृष्ट तारतम्य देवलांनी या नाटकात दाखविले

आहे. एखादी नदी दोन पात्रांनी वाहू लागावी तशी मूळ कथानकाची स्थिती असल्यामुळे 'शापसंभ्रमा'चा उत्तरार्ध पूर्वार्धासारखा नाट्ययुक्त व रंगतदार झाला नाही; पण पूर्वार्धातील पुंडरीक व महाश्वेता यांच्या प्रेमकथेची देवलांनी केलेली सुंदर मांडणी अभ्यासण्याजोगी आहे. या प्रेमकथेच्या मूळच्या काव्यात्म स्वरूपाला काडीमात्र धक्का न लावता त्यांनी त्याला नाट्यरूप दिले आहे.

देवलांचे सर्व नाट्यगुण प्रतिभेच्या या एका विशेषातून विकसित झाले आहेत असं म्हटलं, तरी अतिशयोक्ती होणार नाही. कृती हा नाट्याचा आत्मा व गती हे त्याचं शरीर आहे, हे सूत्र त्यांना स्वभावत:च अवगत होतं. कोल्हटकरांसारख्या तरल किंवा गडकऱ्यांसारख्या उद्दाम कल्पकतेची देणगी त्यांना मिळाली नव्हती. पण जीवनात काय किंवा वाङ्मयात काय, अनेकदा गुण-अवगुण होतात आणि एखादा अभावच प्रभावी ठरतो. देवलांच्या बाबतीत हे दुसरं सत्य स्पष्टपणे प्रतीत होतं. त्यांच्या प्रतिभेची जात कोल्हटकर-गडकऱ्यांप्रमाणे मूलत: कल्पनारम्य नव्हती हे तर खरंच! तिचं साम्य हरिभाऊ आपटे यांच्या प्रतिभेशीच अधिक होते. मात्र हरिभाऊंची प्रतिभा पल्लेदार, सृजनशील आणि सहज फुलणारी. पण हे तिन्ही गुण देवलांच्या प्रतिभेत फार मर्यादित प्रमाणात होते. पण एखाद्या कथावस्तुतील किंवा प्रसंगातील नाट्यबीज अचूक जाणणे आणि ते बीज नाजूकपणाने व अत्यंत कलापूर्ण रीतीने विकसित करणे या बाबतीत तिचे सामर्थ्य अद्वितीय होते. त्यामुळेच कथानकाची नाट्ययुक्त व प्रमाणबद्ध मांडणी, स्वाभाविक व खोचदार संवाद, रंगांच्या लहान-लहान छटांनी चित्रकाराने चित्र रंगवावे त्याप्रमाणे साध्या, सौम्य पण निवडक गोष्टींनी रसपरिपोष करण्याचं कौशल्य, प्रसन्न पद्यरचना आणि भूमिका अगदी चालत्याबोलत्या वाटतील असं स्वभाव रेखाटन या गोष्टी त्यांच्या 'झुंझारराव', 'मृच्छकटिक', 'संशयकल्लोळ' व 'शारदा' या नाटकांत आढळतात. 'झुंझारराव' व 'संशयकल्लोळ' या दोन्ही नाटकांचा विषय एकच – तो म्हणजे पुरुषाला आपल्या प्रियतमेच्या प्रेमाच्या कष्टिपणाविषयी येणारा संशय. पण पहिलं नाटक जितकं उग्र व कारुण्यप्रधान आहे, तितकंच दुसरं खेळकर व हास्यप्रधान आहे. स्वभाव रेखाटनापासून संवादापर्यंत देवलांनी प्रत्येक नाटकाचा हा प्रकृतिधर्म किती चातुर्याने सांभाळला आहे, हे पाहण्याजोगे आहे.

पाश्चात्त्य जीवनातील कथेला भारतीय रूप देण्यात तर ते सिद्धहस्त आहेत. आगरकरांनी केलेले 'हॅम्लेट'चे 'विकार विलसित' हे रूपांतर व देवलांनी केलेले 'ऑथेल्लो'चे 'झुंझारराव' हे रूपांतर ही दोन्ही या दृष्टीने तुलून (तोलून) पाहावीत. कमळजेची साडी डेस्डिमोनाच्या झग्यातून बनविली आहे, असा पुसट संशयसुद्धा प्रेक्षकांना कुठे येत नाही.

रूपांतराच्या या कौशल्यामुळे झुंझारराव व त्यापेक्षाही संशयकल्लोळ ही

अस्सल मराठी नाटके वाटतात. 'Rome was not built in a day' या वाक्याचे 'शिवाजीच्या हाती सिंहगड काही एका दिवसात नाही आला!' हे 'दुर्गा' नाटकातले रूपांतर पाहिले म्हणजे देवलांचा या बाबतीतला सुग्रणपणा सहज लक्षात येईल. 'सद्‌गुण आणि वैभव ही फार दिवस एके ठिकाणी राहत नाहीत', 'नासक्या तळ्यातच पुष्कळ पाणी असते', 'या वेश्या म्हणजे जोड्यांतल्या खड्यांसारख्या आहेत; लवकर निघत नाहीत नि खुपल्यावाचून राहत नाहीत–' अशी वाक्ये मृच्छकटिकात सर्वत्र आढळतात. त्यांना मुळात आधार असला, तरी त्या ठिकाणी त्यांचे मराठीपण किती सुरेख वाटते, हे पाहण्यासारखे आहे.

'मृच्छकटिक', 'शारदा' व 'संशयकल्लोळ' या नाटकांच्या लोकप्रियतेत देवलांच्या प्रसन्न पद्यरचनेचाही मोठा वाटा आहे. तोंडात टाकलेले द्राक्ष जसं सहज विरघळावं, तशी त्यांची पदं वाटतात. 'मृच्छकटिक' व 'शापसंभ्रम' या दोन नाटकांत मूळच्या सुंदर कल्पनांचा आधार असल्यामुळे 'रजनिनाथ हा नभी उगवला', 'फुले वेलींची! भूषणे तशी युवतीची', 'लक्ष्मीसम चंचल ह्या वारकामिनी', 'मधुर किती कुसुमगंध सुटला', 'हे तरु कां वीजन असती', 'सज्ज करुनि चाप मदन येत मागुनी' इत्यादी अवीट गोडी असलेली पदे त्यांच्या लेखणीतून निर्माण झाली. 'शारदा' व 'संशयकल्लोळ' या नाटकांतल्या पदांत कल्पकता हा गुण कमी आहे; पण औचित्य, माधुर्य व प्रसन्नता यांचा अभाव त्यांत सहसा कुठेही आढळणार नाही.

देवलांच्या या गुणांपैकी एखाद-दुसराच ज्यांच्यापाशी आहे असा नाटककारसुद्धा थोडीफार लोकप्रियता मिळवू शकतो; मग पिढ्यान् पिढ्या मराठी प्रेक्षकांचे सात्त्विक रंजन करण्याचा मान देवलांच्या अनेक नाटकांना मिळाला आहे, यात नवल कसलं! हे सर्व गुण यशस्वी नाटककाराला आवश्यक असेच आहेत. त्यामुळे त्यांच्या प्रमुख नाटकांचा अभ्यास आज-उद्याच्या नाटककारांना उपकारक झाल्याशिवाय राहणार नाही.

या नाटकांपैकी सर्वश्रेष्ठ कोणतं असं मला विचारलं, तर मी क्षणाचाही विलंब न लावता 'शारदा' असं उत्तर देईन. अनेकांना 'संशयकल्लोळ' शारदेपेक्षा श्रेष्ठ वाटतं (कारण पतिपत्नींना परस्परांविषयी वाटणारा संशय हा विषय सनातन आणि बाला-वृद्धविवाहाचे दुःख हा विषय पन्नास वर्षांतच जुना होऊन गेलेला!) हे मला ठाऊक आहे. केवळ कलेच्या दृष्टीने पाहिले तरी 'संशयकल्लोळ' पूर्वार्धात विनोदाच्या ज्या उच्च पातळीवर उभे आहे, ती त्याच्या उत्तरार्धात टिकत नाही. उत्तरार्धात ते निव्वळ जुळवाजुळवीचे व बनवाबनवीचे प्रहसन वाटू लागते. त्याच्या पहिल्या दोन-तीन अंकांतील स्वभावनिष्ठ विनोदाचा नाजूकपणा चौथ्या-पाचव्या अंकांत बिलकूल नाही. तिथे प्रहसनात प्रचलित असलेल्या सर्व क्लृप्त्यांचे साम्राज्य व त्याच्या अनुषंगाने येणारा धांगडधिंगा आहे. हे वैगुण्य मूळ नाटकातलंच असावं; पण रूपांतरात देवल ते दूर करू शकले नाहीत.

गो. ब. देवल । १३

पण वादाकरिता 'संशयकल्लोळ' हे नाट्यदृष्ट्या 'शारदे'पेक्षा श्रेष्ठ मानले तरी ('मृच्छकटिक' व 'झुंझारराव' ही नि:संशय तशी आहेतच) देवलांच्या कर्तृत्वाचं संपूर्ण मूल्यमापन करताना ते त्यांच्या स्वतंत्र कृतीवरूनच करणं न्याय्य व रसिकता यांना धरून होणार नाही काय? देवल किर्लोस्करांचे शिष्य. त्यांच्या परंपरेत ते वाढले. त्यामुळे 'शापसंभ्रम' किंवा 'मृच्छकटिक' यांच्या रचनेत त्यांच्यापुढे, अंशत: का होईना, गुरूचा कित्ता होता. 'शारदा' ही त्यांच्या प्रतिभेची खरीखुरी परीक्षा होती. 'सामाजिक' हे विशेषण लावून रंगभूमीवर येणारी नाटकं 'शारदे'पूर्वी झाली नव्हती असे नाही; पण नाट्यगुण, साहित्यगुण, प्रयोगमूल्यं वगैरे दृष्टींनी त्यांपैकी बहुतेक फार निस्तेज होती. ती कागदी फुलं होती. मराठी कादंबरीची कला 'पण लक्षात कोण घेतो' आणि 'मी' अशा सुंदर सामाजिक कादंबऱ्यांची लेणी मिरवू लागली होती. पण मराठी नाटकातल्या कलाकृती मात्र पौराणिक, ऐतिहासिक व कल्पनारम्य वातावरणातच घोटाळत होत्या. ही कोंडी 'शारदे'ने फोडली. तिच्याबरोबरच कलात्मक सामाजिक नाटकाचा जन्म मराठी रंगभूमीवर झाला. लोकमत जागृत करण्याचं रंगभूमीचं सामर्थ्य तीव्रतेनं सर्वांच्या प्रत्ययाला आलं. मेनकेची कन्या असलेली शकुंतला, राजकन्या असलेल्या सुभद्रा आणि शालिनी, गंधर्वकन्या महाश्वेता आणि कादंबरी – या रूपसुंदर आणि वैभवसंपन्न रमणींची जागा कृष्णाकाठच्या एका चौदा वर्षांच्या भिक्षुकाच्या मुलीने घेतली.

या सामान्य कुळात जन्मलेल्या, अप्सरेचे असामान्य रूप नसलेल्या, सामान्य आशाआकांक्षा बाळगणाऱ्या अल्लड कुमारिकेच्या सुखदु:खाशी मराठी बोलणारी सर्व जनता – सुशिक्षित-अशिक्षित, लहानथोर, स्त्रीपुरुष, अगदी तळापासून शिखरापर्यंतचे सर्व लोक समरस झाले. 'तू टाक चिरुनि ही मान' असं स्फुंदत म्हणत शारदेनं आईच्या गळ्याला मिठी मारताच प्रौढ पुरुषांनाही अश्रू आवरणं मुश्कील होऊन बसलं. देवलांच्या प्रतिभेचा हा फार मोठा विजय होता.

जन मनाला जिव्हाळ्याच्या वाटणाऱ्या विषयाला देवलांनी हात घातल्यामुळे त्यांना हे अपूर्व यश संपादन करता आलं, या म्हणण्यात फार-फार तर अर्धसत्य आहे. पन्नास वर्षांपूर्वी या विषयाचं लोकांना आकर्षण होतं हे तर खरंच; पण शारदेला जे यश मिळालं त्यात या विषयापेक्षाही देवलांच्या नाट्यगुणांचा वाटा फार मोठ्या प्रमाणात होता. खुद्द शारदेचा विषय देवलांच्या पूर्वी एक-दोन नाटककारांनी हाताळला होता. इतर सामाजिक विषयही अधूनमधून रंगभूमीवर डोकावून जात होते. पण ते नुसते विषय होते. ती नाट्यगुणसंपन्न नाटकं नव्हती. 'सौभद्र', 'शाकुंतल', 'मृच्छकटिक' किंवा 'हॅम्लेट' आणि 'त्राटिका' यांची उंची ज्या मापाने मोजली जात होती, त्या मापाने ती फार-फार थिटी वाटत होती. अशा वेळी व्यवहारातली साधीसुधी कथा – जिच्यात काव्य नाही, नाट्य नाही, रंगभूमीवर रंगणारे प्रसंग

नाहीत, सुंदर काव्यपूर्ण पदांना अवसर नाही, असे वरवर पाहणाऱ्या कुणाही मनुष्याला वाटले असते – अशी कथा घेऊन देवलांनी तिच्यातून 'सौभद्र', 'मृच्छकटिकां'इतकी लोकप्रिय होणारी कलाकृती निर्माण केल्या.

'शारदे'त दोष नाहीत असं नाही. 'दुरून डोंगर साजरे' ही म्हण व्यवहारात खरी असेल; पण वाङ्मयात काळाच्या किंवा अन्य प्रकारच्या दूरत्वामुळे अनेक लहान-मोठे दोष दिसू लागतात, असा अनुभव आहे. त्यामुळे शारदेच्या मांडणीतील अनेक वैगुण्ये आज-उद्याच्या वाचक-प्रेक्षकांना खटकत राहतील. पण हे सर्वच कलाकृतींच्या बाबतीत घडतं. 'शारदे'चं खरं सामर्थ्य तिच्या नाट्यगुणांत आहे. १८९९ साली या नाटकाला हरिभाऊ आपट्यांनी लिहिलेल्या प्रस्तावनेत सौंदर्याची परिसीमा उदात्तपणात मात्र होते आणि सौम्यपणात होत नाही, उदात्त रूप तेवढेच. मात्र रमणीयतेचे स्वरूप आणि सौम्य रूप ते रमणीयतेचे रूप नव्हे असं कोण म्हणेल?' असे मार्मिक उद्गार काढले आहेत. त्यांना मी एवढीच पुस्ती जोडीन – 'सौम्यतेतून रमणीयता निर्माण करणे हे उदात्तपणातून किंवा अद्भुतरम्यतेतून रमणीयता निर्माण करण्यापेक्षा अधिक अवघड काम आहे. हे अवघड काम देवलांनी अंगावर घेतलं. प्रचारासाठी नव्हे तर भरून आलेल्या डोळ्यांतील अश्रूंना नाट्यरूप देण्यासाठी.' शारदेच्या जन्माची कथा अशी आहे–

देवल हरिपूरच्या संगमनाथाच्या मागच्या कट्ट्यावर संध्याकाळी हवा खात बसले होते. तिथे कुणीतरी येऊन त्यांना बातमी सांगितली की, साठी उलटलेला एक संस्थानिक चौदा वर्षांच्या एका मुलीशी लवकरच लग्न करणार आहे. त्या वार्तेनं देवलांचे कविमन हालले. ते बेचैन झाले आणि त्या अज्ञात कुमारिकेच्या दुःखाचा विचार करू लागले. या लग्नाची बातमी कळताच ती मुलगी आपल्या आईला काय म्हणेल या प्रश्नाचे उत्तर त्यांना अचानक मिळालं, 'तू टाक चिरुनि ही मान । नको अनमान । नवमास वाहिले उदरि । तयाचा धरि काहीतरी अभिमान ।'

शारदेचा पहिला अंक नाटकाचा प्रारंभ कसा करावा याचा मूर्तिमंत आदर्श आहे. नाट्यतंत्रावरली शंभर पुस्तके वाचून जे नवशिक्या नाटककाराला कळणार नाही, ते या एका अंकाच्या अभ्यासाने त्याला आत्मसात करता येईल. शारदेच्या तिसऱ्या अंकातील हळदीकुंकवाचा पहिला प्रवेश आणि कांचनभट व इंदिराकाकू यांच्यातील संघर्षाचा शेवटचा प्रवेश हे असेच उदयोन्मुख नाटककारांना सदैव अभ्यसनीय वाटत राहतील.

म्हणूनच गडकऱ्यांनी जवळजवळ पन्नास वर्षांपूर्वी काढलेले 'देवल ते देवलचि' हे उद्गार आजही तितकेच सार्थ आहेत.

✩✩✩

गो. ब. देवल । १५

३

माझे लेखनगुरू :
श्रीपाद कृष्ण कोल्हटकर

अलीकडच्या काळात 'गुरू' या शब्दाचा भाव फार घसरला आहे. अजून संगीतक्षेत्रात या शब्दामागील भावनेला थोडीफार किंमत आहे. आध्यात्मिक आभासाच्या मखमली पडद्याआड समाजात जी नाना प्रकारची भोळी खुळं फोफावत आहेत, त्यांतही 'गुरू' या शब्दाचं पुष्कळ कौतुक केलं जातं. पण १९४०–४५नंतर साहित्यात मूर्तिभंजनाचा जो नवा जमाना सुरू झाला (या जमान्यातील काही मूर्तिभंजक खरेखुरे बंडखोर होते व आहेत. त्यांच्याबद्दल मला नेहमीच आदर वाटतो. मात्र मूर्तिपूजकांप्रमाणे मूर्तिभंजकांतही खरी नाणी थोडी; खोटी फार!), त्यात 'गुरू' या शब्दाने आदराची भावना निर्माण होण्याऐवजी हे काहीतरी थोतांड आहे, असं साहित्यप्रेमी मंडळींना वाटणं स्वाभाविक आहे.

पण मी ज्या काळात लहानाचा मोठा झालो, तो विविध श्रद्धांना पोषक होता. त्यांतल्या अनेक श्रद्धा आंधळ्या असतील! पण त्या श्रद्धांची त्या काळी नाटकं केली जात नसत! या श्रद्धा सर्व क्षेत्रांत प्रचलित होत्या. गडकऱ्यांसारख्या प्रतिभाशाली साहित्यिकाने आपले लेखनगुरू म्हणून श्रीपाद कृष्ण कोल्हटकरांना 'प्रेमसंन्यास' अर्पण करताना जे उद्गार काढले आहेत, त्यांत केवळ कल्पनेचा फुलोरा नाही, भावनेचा उमाळाही आहे. आठव्या-नवव्या वर्षी मला चांगले वाचता येऊ लागले. शब्दांचे सौंदर्य आणि कल्पनांचे माधुर्य जाणवू लागले. त्या वेळी मी जे-जे लेखक वाचले, त्यांपैकी श्रीपाद कृष्णांच्या शैलीने माझं मन प्रभावित केलं. त्यांचा प्रसिद्ध होणारा शब्द नि शब्द मी वाचू लागलो. अगदी लहान वयात त्यांच्या शैलीचं इतकं जबरदस्त आकर्षण मला का वाटलं, याची चिकित्सा करणं कठीण आहे. त्या काळी लेखक म्हणून कोल्हटकरांचा मोठा दबदबा असला तरी सर्वसामान्य वाचकापर्यंत

ते पोचले नव्हते. देवल व खाडिलकर यांना नाटककार म्हणून मिळालेली लोकप्रियताही त्यांना लाभली नव्हती. सामाजिक सुधारणेचा पुरस्कार करणाऱ्या सुशिक्षितांच्या वर्तुळात 'सुदाम्याच्या पोह्यां'चं कौतुक केलं जाई. पण ते वर्तुळ लहान होतं. ज्या सांगलीत मी लहानाचा मोठा झालो तिथे सुधारणाप्रेमी मंडळी फारशी नव्हती, असे असून एखाद्या दशग्रंथी ब्राह्मणाच्या निष्ठेनं आणि चिकाटीनं श्रीपाद कृष्णांच्या उपलब्ध लेखनाची पारायणं मी करित होतो; त्यातले शब्दांचे सुंदर खेळ, कल्पनेच्या लहानमोठ्या भराऱ्या आणि चमत्कृतींची इंद्रधनुष्यं यांनी मोहून जात होतो.

१९२० साली मी शिरोड्याला शिक्षक म्हणून गेलो तेव्हा माझ्या कविता व विनोदी लेख मासिकांतून प्रकाशित होऊ लागले होते. पांढऱ्यावर काळे करणाऱ्या तरुण लेखकाची प्राथमिक महत्त्वाकांक्षा माझ्यापुरती सफल झाली होती. लिखाणाच्या मोबदल्याचा प्रश्नच नव्हता! त्या काळी नाटकांना चार पैसे मिळतात, एवढीच गोष्ट मला ठाऊक होती. पण इतर प्रकारच्या लिखाणाबद्दल कुणी कुणाला काही देतं किंवा द्यावं, अशा प्रकारच्या कल्पना मनात येण्याचा तो काळ नव्हता. लेखन हा लेखकाचा आवडता छंद; धंदा नव्हे अशी समजूत सर्वत्र प्रचलित होती. कोकणातील जबरदस्त हिवतापाने दुर्बळ बनवून टाकलेल्या माझ्या प्रकृतीला या छंदाने फार मोठा दिलासा दिला. माझे लिखाण विनासायास छापून येऊ लागले आणि भोवतालचे मूठभर वाचक व मुंबई-पुण्यातील चार समवयस्क लेखक ह्यांनी त्याचं थोडं कौतुक केलं तरी त्या लेखनानं माझं समाधान होत नव्हतं. पंखात फारसे बळ नव्हतं; पण खूप उंच उडण्याची इच्छा होती. कवी विनायक यांची 'सुवास' नावाची एक कविता आहे. त्या काळी ती मला फार आवडत असे. कारण त्या कवितेच्या नायकाप्रमाणे मलाही साहित्याचा दिव्य सुगंध जाणवत होता. पण त्याचे उगमस्थान असलेलं फूल मात्र शोधूनही सापडत नव्हतं.

अशा अस्वस्थ आणि अविकसित स्थितीत मी असताना दहाव्या-बाराव्या वर्षापासून ज्यांच्या लेखनाची मी मनोभावाने पूजा केली होती, ते श्रीपाद कृष्ण कोल्हटकर माझ्या आयुष्यात आले. हा योग त्यांचे साहित्यप्रेम, उदारमनस्कता आणि उद्योन्मुख लेखकांविषयीचे वात्सल्य यांनीच घडवून आणला. ते झालं असं : गडकऱ्यांच्या पहिल्या स्मृतिदिनाच्या निमित्ताने १९२० साली 'नवयुग' मासिकात 'हा हन्त हन्त' या नावाचा गडकऱ्यांविषयीचा माझा चरित्रलेख प्रसिद्ध झाला. तो कोल्हटकरांच्या वाचनात आला. त्यांना आवडला. त्यांनी माझी चौकशी केली. मी कोकणात एक खेड्यात बसून जमेल ते लिहीत होतो. माझा लेखनाकडील लहानपणापासूनचा ओढा माझ्या आप्तेष्टांना पसंत नव्हता. चांगले शिकूनसवरून वकिली, मुन्सफी, प्रोफेसरकी, मामलेदारी असा काही पैसे मिळवून देणारा व्यवसाय करायचा सोडून तुटपुंज्या शिक्षणाच्या आधारावर मी एका खेड्यात मास्तरकी

करायला सुरुवात केली होती. लेखनाच्या मूर्खपणाच्या नादाने मी हा आत्मघात करून घेतला अशी माझ्या बहुतेक नातेवाइकांची ठाम समजूत झाली होती. त्यांनी माझा नादच नव्हे तर नावही सोडून दिलं होतं. कोकणात ज्यांना मी दत्तक गेलो होतो, त्यांच्याशी पटवून घेणं न जमल्यामुळे मी घर सोडून बाहेर पडलो होतो. दत्तक बहिणीच्या सावलीखेरीज कोणत्याही प्रकारचं संरक्षण मला नव्हतं. दुबळी प्रकृती बरोबर घेऊन आपली शाळा आणि आपले लेखन ही दोन्ही फुलावीत म्हणून मी धडपडत होतो. श्रीपाद कृष्णांना माझा लेख आवडल्यामुळे आमचा पत्रव्यवहार सुरू झाला, तो पुढे सतत दहा-बारा वर्षें नियमितपणे चालला. त्यांच्या पत्रांतून मला माझ्यातला मी सापडलो. लेखनातील लहानसहान दोष चटकन दूर झाले. १९२० ते ३० या दशकात लेखक या नात्यानं माझी जी काही थोडीशी प्रगती झाली, तिचे सारं श्रेय श्रीपाद कृष्णांच्या पत्रांतल्या उत्तेजनाला, दोषदर्शनाला आणि पितृतुल्य आपुलकीला आहे.

या मार्गदर्शनाचं स्वरूप त्यांच्या पत्रातील पुढील त्रोटक उताऱ्यांवरून लक्षात येईल. त्या वेळी मी चांगला विनोदी लेखक होण्याची धडपड करीत होतो. त्या दृष्टीने मी काय-काय वाचलं आहे, हे त्यांना कळवून आणखी काय-काय वाचलं पाहिजे, हे मी त्यांना विचारलं होत. त्यांच्या उत्तरात पुढील सूचना आहेत –

"विनोदी ग्रंथकारांत मला मार्गदर्शक झालेल्या ग्रंथकारांपैकी बहुतेकांची नावं आपण दिलीच आहेत. जेरोम के जेरोम या ग्रंथकाराचीही पुस्तकं आपण जरूर वाचावीत. आंग्लेतर ग्रंथकारांत सरव्हॅंटीस (डॉन क्विक्झोटचा कर्ता), व्हॉल्टेअर, रॅवेले, पास्कल यांचे ग्रंथही अवलोकनात आणावेत. मार्क ट्वेनचं 'लायब्ररी ऑफ ह्यूमर' हे पुस्तकही वाचनीय आहे. इंग्रजी ग्रंथकारांपैकी स्टर्न व फील्डिंग यांच्या कादंबऱ्याही वाचाव्यात."

'जुन्याची ढाल' या 'नवयुग' मासिकातील माझ्या विनोदी लेखाविषयी ता. २८.१०.१९२१च्या पत्रात त्यांनी लिहिलं आहे – "'जुन्याची ढाल' हा लेख 'नवयुगा'च्या वाचकांस आवडल्याचं वाचून आनंद झाला. त्या लेखातील दोष आपल्या पूर्वीच्या लेखात असलेलेच असून मी ते यापूर्वी दाखविलेलेच आहेत. पण ते या लेखात फार कमी प्रमाणात आहेत. ते दोष म्हणजे शाब्दिक कोट्या व सामान्य आणि बहारीच्या कल्पना यांची मिसळ हे होत. हे दोष उत्तरोत्तर याहूनही कमी होत जातील, अशी खात्री आहे. आपणांस इतक्या कल्पना सुचतात की, त्यांतून बहारीच्या कल्पनांचीच निवड केली तरी त्यांची संख्या मोठीच भरेल."

भालेरावांनी काढलेल्या 'अरविंद' मासिकाच्या डिसेंबर १९२१च्या अंकात 'गाण्याचे गाणे' या नावाने विनायकांच्या कवितेवर मी एक लांबलचक लेख लिहिला होता. त्याचा त्या वेळी बोलबालाही झाला. पण ता. ११.२.२२च्या पत्रात

कोल्हटकरांनी या लेखाविषयी जे लिहिलं, ते वाचून मी स्वत:च्या लेखनाकडे थोडाफार अलिप्तपणे पाहू लागलो. त्या पत्रातील महत्त्वाचा मजकूर असा – '' 'गाण्याचे गाणे' हा लेख वाचला. मला त्यात जे दोष असावेत असे वाटतात ते येणेप्रमाणे...(१) अनुप्रास पद्यात शोभतात. गद्यात बरे दिसत नाहीत शिवाय अनुप्रासांच्या हौसेने अनेकदा निरुपयोगी विशेषणं घालण्याचा मोह अनावर होतो. अनुप्रासांमुळे भाषेस कृत्रिमता व काठिण्य येते. आपल्या गद्य भाषेत कै. गडकरी यांच्या भाषेतल्याप्रमाणे अनुप्रासांची गर्दी असते. राजश्री माडखोलकरांच्या भाषेतही प्रथम बरेच अनुप्रास असत. हल्ली मुळीच दिसत नाहीत. (२) विनायकाची कविता अत्यंत साध्या भाषेत असून आपण केलेलं तिचं स्पष्टीकरण बऱ्याच कृत्रिम, कठीण व घोटाळ्याच्या भाषेत आहे. (३) आपल्या लेखातील कोणते विचार आपले व कोणते विनायकाचे हे कळत नाही. पुष्कळ कल्पना आपल्या असताना त्यांचं श्रेय विनायकाकडे जातं.''

१९२० साली कोल्हटकरांचा आणि माझा पत्रव्यवहार सुरू झाल्यापासून निरनिराळ्या मासिकांत – इतकेच नव्हे तर सावंतवाडीच्या 'वैनतेय' साप्ताहिकात देखील – मी जे-जे लिहीत होतो, ते-ते सारं वाचून ते आपला अभिप्राय मला कळवीत होते. त्या मार्गदर्शनानं माझ्या लेखनाला पुष्कळच सफाई आली. मात्र काव्य किंवा विनोद या दोन क्षेत्रांत माझी प्रगती बेताचीच होती. ३३ टक्के गुण मिळवून उत्तीर्ण होणाऱ्या विद्यार्थ्यांसारखी! बुद्धिचातुर्य आणि कल्पनाविलास यांची कुंपणे ओलांडून मी पलीकडे जाऊ शकत नव्हतो. अशा स्थितीत १९२३ साली चार वर्षांपूर्वी लिहिलेली आणि कुणालाही न दाखविलेली माझी एक गोष्ट प्रसिद्ध झाली. कथा लेखनासंबंधी माझा मला इतका अविश्वास वाटत होता की, त्या गोष्टीविषयी आपणहून त्यांचा अभिप्राय विचारण्याचा धीर मला झाला नाही पण कोल्हटकरांच्या वाचनात ती आली. त्यांनी दि. ७.१०.२३च्या पत्रात तिच्याविषयीचं आपलं मत मला कळविलं. ते पत्र असं आहे– '' 'साहित्य'च्या ऑगस्टच्या अंकातील 'घर कुणाचं?' ही गोष्ट आपली असल्याचं दिसून आल्यावर ती वाचावयास लागलो व ती अत्यंत चित्तवेधक वाटल्यामुळे लवकरच वाचून संपविली. मला ती फार आवडली हे कळविण्यास संतोष वाटतो. अथपासून अखेरपर्यंत भरून राहिलेला शोकरस अधूनमधून दृग्गोचर होणाऱ्या हास्यतुषारांमुळे फारच खुलून दिसतो. मेघ समुद्रातीत विजेस जलमाशाची उपमा अत्यंत समर्पक वाटली. दुसऱ्याही चांगल्या कल्पना व उपमा आल्या आहेत. सरस्वती व लक्ष्मीबाई यांच्या आरंभीच्या संभाषणात काही शाब्दिक कोट्या आहेत. त्या नसत्या, तर बरं झालं असतं. सरस्वतीचा नवरा जिवंत होता की, मरण पावला होता याबद्दलची वाचकाची जिज्ञासा अतृप्त राहून असमाधान उत्पन्न होते. दोनशे रुपयांचं न नोंदलेलं खरेदीखत कायदेशीर कसं झालं

व ते नोंदवून घेण्यापूर्वींच पंतांनी सरस्वतीला हाकलून कसं दिलं, या शंका शिल्लक राहतात. ही वैगुण्यं असतानाही गोष्ट अत्यंत परिणामकारक झाली आहे यात शंका नाही.''

या पत्राच्या पाठोपाठ ता. १२.१०.२३ला त्यांनी मला दुसरं पत्र पाठवून कळविलं, 'आपलं कार्ड मिळण्यापूर्वी मी आपणास एक कार्ड पाठविलं होतं. त्यात मी आपल्या गोष्टीबद्दल लिहिलं आहे. आपल्या कल्पनाचातुर्याबद्दल मी यापूर्वी अनेकदा लिहिलं आहेच. आपली विनोदाकडे असलेली प्रवृत्तीही प्रथमपासूनच आहे. आपल्या गोष्टीत कल्पना व विनोद ही दोन्ही बहारीची साधली असून आपलं रसोत्पादनसामर्थ्यही चांगलं प्रत्ययाला येत आहे. कविता व विनोदी लेख हे स्वतंत्रपणे लिहिण्यापेक्षा दोहोंचं मिश्रण असलेल्या गोष्टी लिहिण्याचा प्रघात आपण सुरू ठेवल्यास त्यात आपल्याला मोठं यश येईल, असं मला वाटतं. गोष्टीत मोठ्या कादंबऱ्यांचाही अंतर्भाव होतो. आपणास कोणत्या प्रकारचं लेखन सर्वांत उत्तम साधेल, याचा या गोष्टीनं निर्णय केला आहे.'

कोल्हटकरांच्या या पत्रानं ज्या सुवासाचा मी शोध करीत होतो, त्याचं उगमस्थान मला सापडलं. मी कथेकडे वळलो. हा-हा म्हणता कथालेखनात रमून गेलो. १९२५ ते ३० या पाच वर्षांत पन्नास-पाऊणशे कथा मी लिहिल्या. त्यांतल्या बऱ्याच लोकप्रिय झाल्या. कविता व विनोदी लेख यांच्या बीजांपेक्षा कथेचं बीज आपल्या मनात अधिक सहजतेनं पडतं, इतकंच नव्हे तर ते तिथे झर्कन फुलतं हा सुखद अनुभव माझ्या १९२५नंतरच्या लेखनाला प्रेरक झाला. रचणं आणि स्फुरणं यांत केवढं मोठं अंतर असतं हे लक्षात आलं. बुद्धिचातुर्य आणि कल्पनाविलास यांच्या चमकदारपणापेक्षा संवेदना आणि भावना वाचकाच्या अंत:करणाला अधिक सहजतेनं व अधिक उत्कटतेनं मोहिनी घालतात, याचीही जाणीव झाली. १९३० साली मी कादंबरीकडे वळलो तो मधल्या पाच वर्षांतल्या विपुल आणि यशस्वी कथालेखनानं निर्माण केलेल्या आत्मविश्वासामुळे. कोल्हटकरांनी कथालेखनाच्या वाटेकडे माझं लक्ष वेधलं नसतं, तर एक सामान्य कवी आणि सामान्य विनोदी लेखक म्हणून काही काळ मी लिहीत राहिलो असतो आणि पुढे वाढत्या वयाबरोबर 'उणीव रसिकांचीच परी' असं पुटपुटत लेखनाला रामराम ठोकला असता.

१९२० साली आमचा पत्रव्यवहार सुरू झाला पण १९२६पर्यंत आमची गाठभेट होण्याचा योग आला नाही. ते वऱ्हाडातील एका तालुक्याच्या गावी, मी कोकणातील एका खेड्यात! उन्हाळ्याच्या सुट्टीत व नाताळात मुंबई-पुण्याकडे येण्याचा त्यांचा शिरस्ता होता. पण १९२५ अखेर मी शाळेच्या इमारतीसाठी निधी जमविण्याच्या कामात गुंतलो होतो. शेवटी १९२६च्या मे महिन्यात आमची पहिली भेट झाली. त्या वर्षी त्यांच्याबरोबर मुंबई, पुणे, नाशिक, माथेरान इत्यादी ठिकाणी

फिरलो. त्यांच्या कुटुंबीयांचा परिचय झाला. तात्यासाहेब केळकरांच्या घरी तीन आठवड्यांहून अधिक काळ घरच्यासारखा राहिलो. १९२७ सालची उन्हाळ्याची सुट्टीही त्यांच्या सहवासात घालविण्याची संधी मला मिळाली.

केवड्याचे कणीस ठेवलेल्या कपड्यांना त्याचा मंद सुगंध दीर्घकाळ येत राहतो. माझ्या आयुष्यातल्या त्या दिवसांतल्या आठवणी अशाच अजूनही सुगंधित वाटतात. १९२६-२७मधील हे दोन-तीन महिने साहित्याच्या धुंदीने भरलेले होते. केळकरांच्या घरी रात्री अकरा-बारा वाजेपर्यंत रंगणारी गप्पांची बैठक, त्या बैठकीत चालणाऱ्या केळकर-कोल्हटकरांच्या कोट्या-प्रतिकोट्या, त्यांच्या कॉलेज जीवनातील नानाविध आठवणी, साहित्य आणि साहित्यिक याविषयीची त्यांची मतं व माहिती हे सारं-सारं त्या वेळी मला मनसोक्त चाखायला मिळालं. कोल्हटकरांमुळे अनेक विख्यात व्यक्तींचा परिचय तर झालाच; पण अधिक मोलाची गोष्ट म्हणजे मामा वरेरकर, वामन मल्हार जोशी, वासुदेव गोविंद आपटे असे अनेक साहित्यिक जवळून पाहता आले. त्यांच्यातील काहींशी जन्माचे स्नेहसंबंध जुळले. त्या वडिलधाऱ्या मंडळींचं कौतुकही माझ्या वाट्याला आले. लेखक म्हणून माझा आत्मविश्वास वाढवायला या साऱ्या गोष्टींचा फार उपयोग झाला.

मी वक्ता झालो त्याचं श्रेयही कोल्हटकरांच्या वात्सल्याला आणि विनोदबुद्धीला आहे. मी स्वभावत: मुळीच सभाधीट नाही. थोडाफार भित्रा, बुजरा आहे असं म्हटले तरी चालेल. शिरोड्याला गेल्यावर शाळा हे खेड्याच्या सांस्कृतिक परिवर्तनाचं केंद्र बनविण्याची ईर्ष्या मी धरली. साहजिकच निरनिराळ्या सभांतून बोलण्याची पाळी माझ्यावर येऊ लागली. आपल्या गल्लीतल्या तालमीत रोजच्या सरावासाठी कुस्ती खेळावी तसा शिरोडे, सावंतवाडी, पणजी, मडगाव या पाच-पन्नास मैलांच्या टापूत जाहीर सभांमध्ये मी बोलू लागलो. पण १९२६च्या मे महिन्यात कोल्हटकरांबरोबर मी नाशिकला गेलो. तिथे 'वसंत व्याख्यानमाला' सुरू होती. 'माले'चे चालक व्याख्यानासाठी कोल्हटकरांना गळ घालायला आले होते. तात्यासाहेबांनी माझ्याकडे बोट दाखवून म्हटले, 'हे खांडेकर फार चांगले वक्ते आहेत. यांचंच व्याख्यान तुम्ही ठेवा. मी फार थकलो आहे. मला त्रास देऊ नका.' मालेच्या चालकांनी माझं नाव कधी ऐकलं होतं की नाही देव जाणे! नगाला नग म्हणून त्यांनी कोल्हटकरांची सूचना मान्य केली. मी मनातून चांगलाच हबकलो पण कोल्हटकरांचा शब्द मला मोडता येईना. गोदेच्या घाटावरले हे माझे व्याख्यान – व्याख्यान म्हणण्यापेक्षा वाऱ्यावरील बडबड म्हणणेच योग्य होईल. अधूनमधून नवे श्रोते येत होते; जुने उठून जात होते. शिवाय वाऱ्याच्या बदलत्या दिशेमुळे माझे सारे शब्द श्रोत्यांपर्यंत पोचतही नसावेत! – अजून माझ्या स्मरणात राहिलं आहे. त्या प्रसंगाने मला, कामापुरता का होईना, सभाधीट बनविले.

१९३०-३२ सालापर्यंत कोल्हटकरांचा आणि माझा पत्रव्यवहार अखंडित चालु होता. माझं जे काही लेखन छापून येई, त्याच्यावर त्यांचा स्पष्ट असा अभिप्राय आला नाही असं क्वचितच घडलं असेल! माझ्या दुबळ्या प्रकृतीच्या मानाने मी फार काम करतो हे लक्षात आल्यापासून वडीलकीच्या नात्याने ते वारंवार मला प्रकृती सांभाळून सारी कामं करण्याविषयी सुचवीत. आपल्या एका मुलाच्या लग्नाबरोबर माझं लग्नही तिकडच्या बाजूला व्हावं असं त्यांनी अत्यंत प्रेमानं लिहिलं होतं; ते शक्य नव्हते हा भाग निराळा! १९३० साली मडगाव येथे झालेल्या साहित्य संमेलनाला ते आले होते. तिथून शिरोडे व सावंतवाडी येथे येऊन दोन दिवस राहून ते परत गेले. पुढे लवकरच त्यांना 'फेशल पॅरॅलिसिस'चा झटका आला. त्यांच्या त्या आजारात मी व माझी पत्नी खामगाव व नागपूर येथे सुमारे महिनाभर त्यांच्याबरोबर होतो. त्यांचं माझं नातं केवळ साहित्यातील गुरुशिष्यसंबंधापुरतं मर्यादित राहिलं नव्हतं. ते पितापुत्रांसारखंच झालं होतं. माझ्या लेखनाला वळण लावण्यासाठी त्यांनी जे कष्ट घेतले ते पित्याला पुत्राविषयी वाटणाऱ्या वात्सल्याला शोभतील असेच होते.

देहावसानापूर्वीची त्यांची दोन-तीन वर्षं या आजारात थोड्याफार परावलंबी स्थितीतच गेली. १९३२ साली माझी पत्नी पुष्कळ आजारी होती म्हणून आणि १९३३ साली मला स्वतःलाच फुरसं चावलं म्हणून मी त्यांना भेटायला जाऊ शकलो नाही. त्यांचा विलक्षण हळवा स्वभाव लक्षात घेऊन आमच्याकडील आजारांची बातमीही मी त्यांना कळविली नाही. ज्या काळात त्यांना प्रिय असणाऱ्या व्यक्ती अवतीभवती असणं आवश्यक होतं, त्यात मी त्यांच्याकडे जाऊन राहू शकलो नाही, याचं अद्यापिही मला वाईट वाटतं. पण मीही एका दृष्टीनं अगतिक झालो होतो. शाळा, लेखन, माझं आजारपण, पत्नीची प्रकृती या सर्वांनी माझे हातपाय बांधून टाकले होते.

लेखक म्हणून मी पहिली पावलं टाकीत असताना कोल्हटकरांचा व माझा निकट संबंध यावा, त्यांच्यासारख्या तत्कालीन अग्रगण्य टीकाकाराचं मला मार्गदर्शन मिळावे, इतकेच नव्हे तर त्यांच्या आपुलकीची छाया माझ्या वाट्याला यावी, हा माझ्या आयुष्यातील एक मोठा सुयोग. तो आला नसता तर निरनिराळ्या कारणांनी न्यूनगंडाने पछाडलेल्या माझ्यासारख्या माणसाच्या ठिकाणी आयुष्यभर साहित्यसाधना करण्याची हिंमत निर्माण होणं कठीण होतं. तरुण मनं नेहमीच आपल्या वडील पिढीतल्या पराक्रमी व्यक्तींच्या पावलावर पाऊल टाकून चालण्याचा प्रयत्न करतात. त्या पुढल्या पावलांच्या गुरुत्वापुढे ती आपोआपच नम्र होतात. जीवनाच्या सर्व क्षेत्रांत असे गुरुत्व – शब्दांनी नसले तरी भावनेने – आपण शोधीत असतो. दत्ताने केलेल्या चोवीस गुरूंच्या मुळाशी हेच मर्म आहे. साहित्यक्षेत्रात माझी प्राथमिक

जडणघडण झाली ती मुख्यत: कोल्हटकरांच्या मार्गदर्शनामुळे. गडकरी, हरिभाऊ, केशवसुत व आगरकर हे असेच आणखी काही गुरू. त्यांतले आगरकर तर माझ्या जन्मापूर्वींच मृत्यू पावलेले; केशवसुत मी सात-आठ वर्षांचा असताना दिवंगत झालेले. मी कॉलेजात गेलो तेव्हा हरिभाऊ विद्यमान होते पण त्यांचा परिचय होण्याचा योग आला नाही. गडकऱ्यांच्या मात्र मी जवळ जाऊ शकलो. त्यांच्यामुळे कोल्हटकरांविषयीचं कुतूहल आणि आकर्षण द्विगुणित झालं. पण दुर्दैवानं गडकरी अल्पायुषी झाले. कोल्हटकर मात्र एका तपापेक्षा अधिक काळ मला मिळाले; तेही केवळ लेखनाच्या द्वारे नव्हे, तर परिचय, सहवास, वात्सल्य अशा चढत्या पायऱ्यांनी. १९२० ते १९३० या दशकातील माझ्या साहित्यातील धडपडीचे सर्व श्रेय त्यांनाच आहे.

✰ ✰ ✰

४

तपस्वी साहित्यसेवक :
वा. गो. आपटे

साहित्यिक हा शब्द सध्या सगळीकडे रूढ झाला आहे. तसा तो भारदस्त आहे हे कबूल केलंच पाहिजे. लेखक हा शब्द उच्चारला की, प्रतिभा वगैरे मंडळींची फारशी आठवण होत नाही! काव्यावर पांढरं करणारा, वाचकांचं मनोरंजन करणारा, पण एकंदरीत बेताबाताचंच सामर्थ्य असलेला मनुष्य डोळ्यांपुढं उभा राहतो. 'हे मोठे लेखक आहेत' असं म्हटल्यानं जो परिणाम ऐकणाऱ्याच्या मनावर होत नाही, तो हे 'प्रतिथयश साहित्यिक आहेत' या शब्दांनी निश्चित होतो. अभ्यासक्रमातून संस्कृत भाषेला हळूहळू अर्धचंद्र मिळत असला, तरी जाड्या-जाड्या शब्दांचं महत्त्व अजून फारसं कमी झालेलं नाही, हेच खरं!

पण 'साहित्यिक' हा शब्द आजच्या पिढीला अगदी घरचा वाटत असला, तरी १९२५–१९३० पूर्वी तो प्रचारात नव्हता; फार झालं तर बडा लेखक 'ग्रंथकार' म्हणून संबोधला जाई; पण सामान्यत: लेखक या अर्थी 'साहित्य- सेवक' हा शब्द त्या काळी वापरला जात असे. १९२०–१९२५ पूर्वीच्या पुष्कळशा लेखकांना तो शोभूनही दिसे. कारण १८७४ ते १९२० हा काळ, चातुर्मास सुरू झाला की, दिवाळी अंकाकरिता किती गोष्टी पाडायच्या, आपल्याच एखाद्या दहा पानांच्या कथेत अवांतर मालमसाला घालून तिची कादंबरी कशी करायची, स्त्री-पुरुष संबंध ही अत्यंत नाजूक गोष्ट असली तरी आपली कथा-कादंबरी चटकदार करण्याकरिता तिचा भडक उपयोग कसा करायचा इत्यादी विवंचना त्या वेळच्या लेखकांना सतावत नसत. त्या काळी पैसा, कीर्ती, प्रतिष्ठा, मानधन, सरकारी मानसन्मान यातलं फारसं काही कुणाच्या वाट्याला येण्याची शक्यताच नव्हती. लेखकाला चार चांगले पैसे मिळाले, तर ते नाटकावर मिळायचे. बाकी बहुतेक मामला मोफत असे.

हरिभाऊ आपट्यांसारख्या प्रतिभावंताला आपल्या कादंबरीलेखनाचा व्हावा तसा उपयोग झाला नाही! आयुष्याच्या शेवटच्या दिवसांत, प्रकृती बरी नसताना कुठल्या तरी रेल्वेचे शेअर्स विकण्याकरिता त्यांना वणवण करावी लागली, ही गोष्ट सर्वश्रुत आहे. जिथं त्या काळातल्या ललित लेखकांच्या मुकुटमणीची ही कथा, तिथं इतरांच्या जमाखर्चाविषयी बोलण्यात काय अर्थ आहे? निबंध, टीका, इत्यादी बहुतेक लेखन लेखक हौसेनं करीत आणि संपादक हौसेनं छापत.

आपला देश जगाच्या फार मागे पडला आहे, ज्ञान-विज्ञानात, साहित्य-कलात आणि यंत्र-तंत्रात आपल्याला या पुढं गेलेल्या जगाला गाठायचं आहे म्हणून आपण आता वेगानं धावलं पाहिजे; स्वार्थाचा विचार बाजूला ठेवून आपल्या आवडत्या क्षेत्रात सतत काम करत राहिलं पाहिजे, या भावनेनं झपाटलेल्या व्यक्तींचं ते जग होतं. लेखकही या गोष्टीला अपवाद नव्हते. हरिभाऊ आणि केशवसुत यांच्यासारख्या प्रतिभावंतांपासून ज्यांची नावे कालोदरात गडप झाली आहेत, अशा अनेक लेखकांपर्यंत सर्वांनी 'साहित्यनिर्मिती' ही एक प्रकारची समाजसेवा मानली होती. साहित्य जसं रंजनाचं आणि कलात्मक आविष्काराचं, तसंच उद्बोधनाचं आणि समाजशिक्षणाचं साधन मानलं जात होतं. आयुष्यभर या साधनाचा उपयोग अत्यंत तळमळीनं करणारे कितीतरी लेखक त्या काळात होऊन गेले. लहानपणापासून मला परिचित झालेली अशी दोन नावं अजूनही आठवतात – विनायक कोंडदेव ओक आणि वासुदेव गोविंद आपटे. ओक निर्णयसागराच्या 'बालबोध' मासिकाचे संपादक होते. मासिक छोटंच असे; पण विद्यार्थ्यांच्या कोवळ्या मनावर संस्कार करण्याची त्याची जिद्द मोठी होती. या मासिकात प्रारंभीच एखाद्या मोठ्या मनुष्याचं चरित्र दिलेलं असे. ते मी अगदी अधाशीपणानं वाचायचो. विविध क्षेत्रांतल्या कर्तबगार व्यक्तींची चरित्रं बालबोधात येत. ती वाचली म्हणजे आपण असं काहीतरी केलं पाहिजे, मोठेपण काही कुणाला फुकट मिळत नाही, असं काही क्षण मनात येई. हुरूप वाटे. बालबोधातल्या त्या चरित्रांच्या वाचनानं दिलेली प्रेरणा उपेक्षणीय होती, असं मला वाटत नाही.

पण 'बालबोध' मासिकाचं स्वरूप होतं पुष्कळसं प्रौढ. पागोटं घातलेल्या आजोबांसारखं ते भासे. कुमारमनाला रंजविणारं, गुदगुल्या करणारं, अद्भुत जगात नेऊन आणणारं, खळखळून हसायला लावणारं, असं काही त्यात नसे. पण वासुदेव गोविंद आपट्यांचं 'आनंद' मासिक निघालं आणि त्याच्या प्रत्येक अंकावर कुमारसेना तुटून पडू लागली. सोप्या कविता, मजेदार गोष्टी, गमतीदार कोडी, हास्यविनोद वगैरे अनेक गोष्टी त्यात असत. 'सकाळचा अभ्यास' या गडकऱ्यांच्या अजोड छोट्या प्रहसनासारखं चांगलं खाद्य 'आनंद'द्वारेच त्या वेळच्या मुलांना मिळालं. ते प्रहसन कितीदा वाचलं, तरी मनाची तृप्ती होत नसे. त्या काळी

माध्यमिक शाळेत जाऊ लागलेल्या बालगोपालांत इंग्रजी शब्दांचा सर्रास वापर करून विनोद चाले. त्याचं प्रतिबिंब आनंदातही पाह्यला मिळे. अशी एक धेडगुजरी आर्या अजूनही आठवते, ती अशी–

‘मिस्टर दादाभाई, तुम्ही जो पाठवलात सर्व्हंट गुड फॉर नथिंग आहे, त्याची आम्हा मुळी नसे वॉट’

मी आनंद वाचू लागलो, तेव्हा वासुदेव गोविंद आपटे या नावाचा मला प्रथम परिचय झाला; तो पुढे लवकरच वाढला. वाचनालयातून दररोज नवं पुस्तक आणून ते त्याच दिवशी संपवण्याचा माझा खाक्या त्या वेळी सुरू होता. या दररोजच्या स्वारीत ‘माणिक बाग’ आणि ‘दुःखाअंती सुख’ या दोन कादंबऱ्या माझ्या हाती लागल्या. ‘मिसेस हेन्री वुड’ या इंग्रजी कादंबरीकर्तीच्या कादंबऱ्यांच्या आधारे त्या लिहिलेल्या आहेत, या गोष्टीशी मला काही कर्तव्य नव्हतं. त्या दोन कादंबऱ्यांनी मला चटका लावला. सांगलीत माझ्याभोवती मी जो गरीब पांढरपेशा वर्ग पाहत होतो, त्याचं प्रतिबिंब मला ‘दुःखाअंती सुख’ या कादंबरीत दिसलं. या दोन्ही कादंबऱ्यांतल्या पात्रांविषयी पुढे कितीतरी दिवस मी विचार करीत राहिलो. या कादंबऱ्यांमुळं वासुदेवराव आपट्यांचं नाव मला प्रिय झालं. लेखक म्हणून हे नाव ज्या ज्या पुस्तकावर असेल, ते ते मी वाचून काढू लागलो; एकीकडून क्रिकेट व दुसरीकडून वाङ्मय यांच्यावर प्रेम करणाऱ्या माझ्या मनाला वासुदेवरावांच्या अष्टपैलू लेखनाविषयी आदर वाटू लागला. क्रिकेटमध्ये फलंदाजी, गोलंदाजी, यष्टिरक्षण, क्षेत्ररक्षण वगैरे सर्व अंगांत वाकबगार असलेली मंडळी क्वचितच आढळतात. साहित्यातही तसंच असतं. पुष्कळसे लेखक आपल्या आवडत्या अशा एखाद-दुसऱ्या वाङ्मय प्रकारातच चमकत राहतात. वासुदेवरावांच्या लेखनाचं मला मोठं आश्चर्य वाटे ते हे की, ते लहान मुलांसाठी जशी नाटुकली लिहीत, तशीच प्रौढ वाचकांसाठी चांगल्या-चांगल्या कादंबऱ्यांची भाषांतरेही करीत. बंकिमचंद्रांच्या लेखनगुणांचा मला उत्कृष्ट परिचय झाला तो भारत गौरव ग्रंथमालेनं प्रसिद्ध केलेल्या त्यांच्या सरस अनुवादांमुळंच!

पुढं मी कॉलेजात गेलो. कॉलेज सुटल्यावर काही दिवसांनी शिक्षक झालो; हौस म्हणून पांढऱ्यावर काळं करू लागलो. या वेळीही वासुदेवराव आपटे साहित्य क्षेत्रात निरलसपणे काम करीतच होते. त्या क्षेत्राच्या एका कोपऱ्यात मला नुकता कोठे प्रवेश मिळाला होता. सतत लेखन करीत राहणं किती अवघड काम आहे, हे जाणवू लागलं होतं. त्यामुळं वासुदेवरावांच्या साहित्यातल्या बहुविध निर्मितीचं मला अधिकच कौतुक वाटू लागलं. एकीकडं ‘आनंदा’च्या बालगोपालांशी मिळूनमिसळून त्यांचं रंजन करायचं, दुसरीकडे बंकिमचंद्र, रवींद्रनाथ यांच्यासारख्या प्रतिभावंतांना सरस मराठी पेहराव चढवायचा, तिसरीकडे किचकट आणि कष्टप्रद असं कोशरचनेचं

काम अंगावर घ्यायचं, चौथीकडे ललितकलेसारखा सौंदर्यशास्त्राच्या अभ्यासाला आवश्यक असलेला विषय हाती घ्यायचा, हे सारं त्यांना कसं साधत असेल याचं मला नेहमी कोडं पडे. पुढे ते आजारी असताना श्रीपाद कृष्ण कोल्हटकरांच्या बरोबर मी त्यांच्या समाचाराला गेलो होतो. त्या वेळी त्यांच्या दुर्बळ प्रकृतीची मला कल्पना आली. तिच्याविषयी ज्या गोष्टी मी ऐकल्या, त्यामुळे त्यांच्या विशाल लेखन-संसाराविषयी मला वाटणारा आदर दुणावला. आरोग्यदेवतेची कृपादृष्टी त्यांना फारशी कधी लाभलीच नाही. प्रकृतीच्या तक्रारी नित्याच्याच असत. अशा दुबळ्या प्रकृतीच्या माणसानं साहित्यक्षेत्रात कामाचे डोंगरच्या डोंगर उचलावेत, ही आश्चर्य करण्यासारखी गोष्ट होती. वासुदेवराव आपट्यांची साहित्यनिर्मिती हा मराठी साहित्याच्या इतिहासातला एक चमत्कार आहे, असं मी म्हटलं तर त्यात अतिशयोक्ती होणार नाही.

एका विशिष्ट क्षेत्रात काम करीत राहून आपली प्रतिभा आणि परिश्रम त्या ठिकाणी खर्ची घालणाऱ्या साहित्यिकाला ज्या प्रकारच्या कीर्तीचा लाभ होतो, ती व्यासंगी वासुदेवरावांच्या वाट्याला आली नाही. तशी ती न येणं स्वाभाविक होतं. आकाशात वीज चमकली म्हणजे आपण एकदम चमकतो आणि डोळे वर करून पाहू लागतो; एरवी आकाशाच्या सौंदर्याकडे अथवा त्यात चमकणाऱ्या लहानमोठ्या चांदण्यांकडे सहसा आपलं लक्ष जात नाही. त्यामुळं वासुदेवरावांच्या पिढीतल्या केशवसुत, हरिभाऊ, श्रीपाद कृष्ण, खाडिलकर वगैरेंचा साहित्यचर्चेत जसा वारंवार उल्लेख होतो, तसा वासुदेवरावांचा होत नाही.

वासुदेवरावांच्या लेखनाच्या मुळाशी असलेली मुख्य प्रेरणा आत्माविष्काराची किंवा कलात्मक निर्मितीची नव्हती; ती होती लोकशिक्षणाची. 'शहाणे करून सोडावे सकळ जन' हे शब्द ज्यानं आपल्या अंतःकरणावर कोरून ठेवले होते, अशा एका श्रेष्ठ साहित्यभक्ताची. मातृभाषेत जी अनेक क्षेत्रं पडीक असलेली आहेत ती नांगरून यथाशक्ति पिकविण्याची. आपल्या मातृभाषेच्या विकासाला जी-जी गोष्ट उपकारक होईल असं वाटलं, ती-ती त्यांनी आमरण निष्ठेनं आणि चिकाटीनं केली. आबालवृद्धांवर विविध साहित्याच्या द्वारे त्यांनी अनेक चांगले संस्कार घडविले. लहानथोरांमध्ये वाचनाची गोडी वाढविली. काही नव्या वाङ्मयप्रकारांची पहिली पावलं स्पष्टपणे मराठीत उमटली ती त्यांच्याच प्रयत्नाने. त्यांचं हे फार मोठं ऋण आहे. आबालवृद्धांसाठी त्यांनी जे विविध प्रकारचं लेखन केलं, त्याच्या मुळाशी त्यांची साहित्यसेवेची निरपेक्ष बुद्धीच होती. तिचं मोल फार मोठं आहे. आजकाल जीवनाच्या सर्व क्षेत्रांत बाजारीपणा अधिक प्रमाणात डोकावू लागला आहे. यंत्रयुगाच्या आणि अर्थयुगाच्या जमान्यात तो सर्वस्वी टाळणं कठीण आहे. पण मानवी जीवनाचं सांस्कृतिक अंग हे या बाजारीपणापासून आपण जेवढं अलिप्त ठेवू, तेवढं ते खरंखुरं

समृद्ध आणि संस्कारक्षम होईल, असं साहित्यच मानवाचं खरंखुरं विश्रांतिस्थान ठरेल. साहित्याच्या सर्व क्षेत्रांत आज प्रगतीची जी धडपड सुरू आहे, तिच्या मुळाशी मागच्या अनेक पिढ्यांतल्या साहित्यसेवकांचं कर्तृत्व आहे. साहित्यसेवा ही देशभक्तीइतकीच पवित्र मानून साहित्यनिर्मिती हे एक व्रत आहे, ही निष्ठा सतत मनीमानसी जोपासून निबंधमालेपासूनच्या अर्धशतकात ज्यांनी मराठी भाषेच्या आणि साहित्याच्या विकासाला हातभार लावला, अशा साहित्यकारांत वासुदेवराव आपट्यांना मानाचं स्थान आहे. तरुण लेखकानं ग्रंथालयातला त्यांचा साहित्यसंभार पहावा. एका दुर्बल प्रकृतीच्या आणि पैशाचं पाठबळ नसलेल्या साहित्यसेवकानं तो निर्माण केला आहे, हे ध्यानी घ्यावं. त्या साहित्यसंभाराच्या दर्शनानं आणि चिंतनानं त्याला नव्या प्रेरणा मिळतील. वासुदेवरावांचं हे सारं साहित्य त्यांच्या कानात गुणगुणत राहील–

'की घेतले व्रत हे न हे अम्हि अंधतेने,
लब्ध-प्रकाश इतिहास-निसर्ग माने.'

☆ ☆ ☆

५

व्यक्ती आणि वाङ्मय :
गुरुवर्य न. चिं. केळकर

ता. १४ ऑक्टोबर रोजी संध्याकाळी तात्यासाहेब केळकरांच्या निधनाची वार्ता माझ्या कानांवर पडली तेव्हा क्षणभर मला ती खरीच वाटेना! लहानपणापासून नियमाने पाहिलेल्या वाटेच्या कडेचा एखादा विशाल फल-पुष्पसंपन्न वृक्ष कधीतरी वादळी वाऱ्याने उन्मळून पडणार आहे, असे त्याच्याकडे आपुलकीच्या आणि आदराच्या भावनेने पाहत जाणाऱ्या प्रवाशाच्या लक्षात येते का? तसेच तात्यासाहेबांच्या बाबतीत महाराष्ट्राचे झाले होते. मी त्यांच्यापेक्षा पंचवीस-सव्वीस वर्षांनी लहान; पण ते केव्हाही भेटले म्हणजे त्यांचा पहिला प्रश्न माझ्या प्रकृतीविषयी असे. उलट, त्यांच्या तब्येतीविषयी काही विचारण्याची मला कधी जरूरच भासली नाही. ते सत्तरीच्या घरात आले तेव्हा एक-दोन वर्षे त्यांची प्रकृती खालावत आहे की काय, अशी शंका मला आली होती. 'वार्धक्य हे दुसरं बालपण आहे आणि पहिल्या बालपणाप्रमाणे यातही माणसाला प्रथम-प्रथम फार त्रास होतो', असं काहीतरी मी त्या वेळी त्यांच्यापाशी बोललोही होतो. पण पुढे एक-दोन वर्षांनी पुन्हा त्यांच्या मुद्रेवर पूर्वीचा तजेला दिसू लागला. आपली प्रकृती ठीक आहे, असं त्यांनाही वाटू लागलं. लिहिण्याचा, बोलण्याचा, सल्लामसलत देण्याचा आणि मार्गदर्शन करण्याचा आपला अखंड सुरू असलेला आवडता जीवनक्रम त्यांनी अखेरपर्यंत चालू ठेवला. मृत्यूपूर्वी चार-पाच तास आधी त्यांनी मृत्यूवरच एक छोटी कविता लिहिली आहे, असं प्रसिद्ध झालं आहे. त्यांच्याभोवती चोरटेपणाने वावरणाऱ्या काळपुरुषाची - अस्पष्ट का होईना - चाहूल त्यांना लागली होती काय, कुणाला ठाऊक? लढताललढता धारातीर्थी देह ठेवणाऱ्या वीराप्रमाणे लिहिताललिहिता पंचत्वात विलीन होण्याचं भाग्य फारच थोड्या लेखकांच्या ललाटी लिहिलेलं असतं. ते तात्यासाहेबांना लाभलं, हे

न. चिं. केळकर । २९

मात्र खरं. मराठी वाङ्मयात अशा प्रकारच्या भाग्याचं दुसरं एकच उदाहरण आहे ते म्हणजे मृत्यूपूर्वी तीन-चार तास गडकऱ्यांनी तोंडाने सांगून तयार केलेला भावबंधनाचा शेवटचा प्रवेश!

काळपुरुष मोठ्या माणसांना आयुर्मान देण्याच्या बाबतीत उदार असतोच असं नाही पण केळकरांना महाराष्ट्रातल्या इतर मोठ्या माणसांच्या मानाने त्यानं अधिक प्रेमानं वागविलं. त्यांचा मृत्यू आकस्मिक असला तरी अकाली झाला, असं म्हणता यायचं नाही, असं असूनही त्यांच्या निधनाने महाराष्ट्रीय जीवनाच्या कितीतरी क्षेत्रांवर पोरकेपणाची छाया पसरली आहे. माझा त्यांचा थोडा निकट संबंध आला असल्यामुळे आणि त्यांच्यासारख्या श्रेष्ठ साहित्यिकाच्या प्रोत्साहनामुळेच वाङ्मयक्षेत्रात मी स्थिर झालो असल्यामुळे त्यांच्या मृत्यूच्या वार्तेनं घरातलं एखादं वडीलमाणूस जावं, तसं दु:ख मला झालं. परंतु हे दु:ख केवळ माझं किंवा माझ्यासारख्या अनेक लेखकांचं नाही; ते अखिल महाराष्ट्राचे आहे. केळकरांच्या मृत्यूच्या वार्तेने सुशिक्षित समाजातल्या ज्या घरावर क्षणभर उदासीनपणाची छाया पसरली नसेल आणि ज्यातली प्रौढ माणसं या अष्टपैलू नरसिंहाच्या अनेक आठवणी काढीत हळहळली नसतील, असं घर उभ्या महाराष्ट्रात सापडणार नाही!

केळकर काही आता राजकारणातले पुढारी राहिले नव्हते. गांधीवादाशी टक्कर देण्याचा प्रामाणिक प्रयत्न करता करता दहा-पंधरा वर्षांपूर्वी ते सर्वस्वी पराभूत झाले. त्या पराभवातून ते पुन्हा वर डोके काढू शकले नाहीत. साहित्यात ते शेवटपर्यंत काम करीत राहिले पण आपल्या पूर्ववयातल्या कर्तृत्वाला मागे टाकेल असं अलीकडे त्यांनी काही लिहिले आहे असं त्यांचे भक्तसुद्धा म्हणू शकणार नाहीत, असे असूनही केळकर महाराष्ट्राला हवे होते. आबालवृद्ध मराठी जनतेत ते लोकप्रिय होते. कितीतरी प्रमुख साहित्यिकांना आणि कार्यकर्त्यांना ते गुरुस्थानी वाटत होते. केळकरांच्या व्यक्तित्वाचे रहस्य यातच आहे. त्यांचा राजकारणातला पराभव हा अनेकांच्या विजयापेक्षा श्रेष्ठ होता. त्यांचे साहित्यातले सव्यसाचित्व आणि सर्वगामित्व इतर लेखकांच्या एकेका क्षेत्रातल्या उज्ज्वल कर्तृत्वापेक्षा अधिक डोळ्यांत भरण्याजोगं होते. ते हाडाचे सुधारक होते. आमरण ते सुधारक राहिले. 'एकएक जो नवा शब्द तू शिकसी! शक्ति तयाची उलथिल सर्व जगासी! पठण करी तर याचे, बाबा जग हे बदलायचे!' ह्या केशवसुतांच्या ओळी जणूकाही त्यांना बालपणापासूनच पाठ होत्या. विपुल व विविध ज्ञान कसोशीने संपादन करायचे आणि ते मुक्त हस्ताने वाटत सुटायचं, हा त्यांचा जीवनधर्म होता. जनमनावरली काजळी झाडून काढण्याकरता आपल्या कुशाग्र बुद्धीचा क्षणोक्षणी उपयोग करायचा; काम कितीही लहान-मोठे असो ते लोकशिक्षणाला आणि समाजाच्या प्रगतीला अपकारक असे असेल, तर त्याला शक्य ते साहाय्य करायचं इत्यादी गोष्टींचं बालकडूच जणूकाही कुणी

केळकरांना पाजलं होतं. असामान्य आणि सामान्य यांच्या सीमारेषेवर ते सदैव उभे असत. त्यामुळेच त्यांना अभूतपूर्व लोकप्रियता संपादन करता आली; राजकारणातलं पुढारीपण ढळल्यानंतरही ती टिकविता आली. केळकर ही व्यक्ती आपल्या राजकारणाहून किंबहुना आपल्या साहित्याहूनही मोठी होती. विसाव्या शतकातल्या सार्वजनिक पुरुषाला लागणारे अनेक गुण त्यांच्या व्यक्तित्वात मोठ्या सुंदर रीतीने संमीलित झाले होते.

केळकरांना मी सभासंमेलनांत पाहिले आहे, खाजगी बैठकीतही पाहिले आहे. त्यांच्या घरात मी आठवडेच्या आठवडे राहिलो आहे. त्यांच्या सहवासात तासन् तास बसून मी त्यांच्या चतुर आणि मार्मिक संभाषणाचा मनसोक्त आस्वाद घेतला आहे. पण त्यांच्या मृत्यूची बातमी कानांवर पडताच माझ्या डोळ्यापुढे त्यांची जी मूर्ती उभी राहिली, ती अगदी निराळी होती. मोठी मजेदार आठवण आहे ती! त्यांना जवळून पाहण्याचा माझा तो पहिलाच प्रसंग होता. १९२६ सालच्या मे महिन्यात आपल्या 'नेहमीच्या शिरस्त्या'प्रमाणे श्रीपाद कृष्ण कोल्हटकर मुंबई-पुण्याकडे आले होते. नेत्ररोगाने त्यांची दृष्टी मंद झाली असल्यामुळे त्यांच्याबरोबर कुणी ना कुणी असणे आवश्यक होते. कोल्हटकरांची आणि माझी १९२० साली पत्रोपत्री ओळख झाली असली आणि तेव्हापासून माझ्या लेखनातले गुणदोष दाखवून पदोपदी पत्राद्वारे ते मला साहाय्य करीत आले असले तरी मी त्यांना १९२६पर्यंत भेटू शकलो नव्हतो. दर मे महिन्याच्या सुटीत ते मला मुंबई-पुण्याला बोलवायचे! पण त्या वेळी आमच्या शिरोड्याच्या शाळेच्या इमारतीकरिता मी खांद्याला झोळी लावली असल्यामुळे मे महिन्यातही चार-दोन दिवससुद्धा मला सवड मिळत नसे. १९२५ साली आमच्या शाळेची इमारत पुरी झाली. आणि १९२६ सालच्या मे महिन्यात मी मोकळेपणाने कोल्हटकरांच्या सहवासात सारी सुट्टी घालविण्याकरिता मुंबईला आलो. कोल्हटकरांनी आपल्या प्रवासाच्या कार्यक्रमात पुण्याला आठ-पंधरा दिवस रहायचे निश्चित केलं होतं. मीही त्यांच्याबरोबर पुण्याला जावं असं ठरलं. प्रो. रामभाऊ जोशींसारख्या स्वतःच्या स्नेह्याकडे उतरण्याची माझी इच्छा होती. पण कोल्हटकरांनी केळकरांना 'माझ्याबरोबर खांडेकर येताहेत', असं कळवून टाकलं. 'त्यांना अवश्य घेऊन या', असं ताबडतोब केळकरांचं उत्तरही आलं.

पुण्याला जाऊन केळकरांकडे रहायचे म्हटल्याबरोबर माझ्या मनाला थोडी धाकधूक वाटू लागली. 'केळकरकृत लेखसंग्रह' हे त्यांच्या निबंधांचे सुंदर पुस्तक १९१५ साली वाचल्यापासून मी त्यांचा चाहता झालो होतो. 'तोतयाचे बंड' व 'मराठे आणि इंग्रज' ही पुस्तकेही माझी आवडती होती. पण केळकरांच्या घरी जाऊन उतरायचं म्हटल्याबरोबर माझ्या डोळ्यांपुढे जे चित्र उभं राहिलं ते निबंधकार केळकरांचं नव्हे, तर राजकारणात हिरीरीनं भाग घेणाऱ्या आणि टिळकांचे सेनापती

म्हणून राष्ट्रीय पक्षाच्या अनेक लढाया जिंकणाऱ्या केळकरांचे! केळकर टिळकांसारखे उग्र दिसत नसतील; तथापि एवढा मोठा मनुष्य आपल्याशी बरोबरीच्या नात्याने बोलेल काय, त्यांच्या सहवासात आपल्याला मोकळेपणाने राहता येईल की नाही इत्यादी अनेक अस्पष्ट शंका माझ्या डोळ्यांपुढे त्या वेळी उभ्या राहिल्या.

मुंबईहून कोल्हटकर आणि मी एक-दोन दिवस लोणावळ्याला गेलो आणि तिथून एके दिवशी संध्याकाळी चार-पाच वाजता पुण्याला पोचलो. आमचा टांगा गाय-आळीतल्या केळकरांच्या घरासमोर थांबला. तात्यासाहेब कोल्हटकरांना फार कमी दिसत असल्यामुळे आधी त्यांना हात धरून उतरवावं व मग सगळे सामान काढून घ्यावं म्हणून मी टांग्यातून झटकन उतरलो. इतक्यात माडीची वरची खिडकी वाजली. टांगा थांबल्याचा आवाज ऐकून कुणीतरी बाहेर डोकावून पाहिलं असावं. तात्यासाहेब कोल्हटकरांना टांग्यातून खाली उतरवून मी एक होल्डॉल टांग्यातून काढला. तो दारात ठेवून मी दुसरा काढणार, इतक्यात जिन्यावरून लगबगीने उतरून पुढे आलेले तात्यासाहेब केळकर मला दिसले. उन्हाळ्यामुळे अंगात सदरा काही त्यांनी घातला नव्हता. असं उघडं राहणंच त्यांना फार आवडत असे. ते गडबडीने येत असूनही त्यांच्या चालण्यात डुलण्याची जी एक लकब होती, ती स्पष्टपणे दृग्गोचर होत होती. आम्हा दोघांकडे पाहून ते म्हणाले, ''छान! छान! चला माडीवर'' एवढे म्हणून त्यांनी मी टाकलेला होल्डॉल वर नेण्यासाठी उचलला. त्या एका क्षणात केळकरांच्या व्यक्तित्वाचं मला दर्शन झालं.

त्यांच्याविषयी मला जी अकारण भीती वाटत होती, ती या एका पळात लोप पावली. अगदी खेळीमेळीने आम्ही बोलू लागलो. तात्यासाहेब कोल्हटकरांनी 'हे खांडेकर' म्हणून माझ्याकडे बोट दाखवून माझा औपचारिक परिचय करून देताच 'गाढवाची गीता लिहिणारे खांडेकर तुम्हीच ना?' असा केळकरांनी मला हसत-हसत प्रश्न केला. त्या वेळी सावंतवाडीला माझे स्नेही श्री. मेघश्याम शिरोडकर यांनी सुरू केलेल्या 'वैनतेय' साप्ताहिकात 'गाढवाची गीता' या नावाची माझी एक नाट्यछटात्मक विनोदी लेखमाला येऊन गेली होती. तिला उद्देशून तात्यासाहेबांचा हा प्रश्न होता. त्यांच्याकडे 'वैनतेय' जात असला, तरी त्यांच्याएवढा मोठा व कार्यव्यापृत (कार्यमग्न) मनुष्य माझ्यासारख्या कोकणाच्या कोपऱ्यात पडलेल्या एखाद्या होतकरू लेखकाचं लिखाण वाचत असेल अशी मला कल्पनासुद्धा नव्हती! मी चकित होऊन त्यांच्याकडे पाहू लागलो. विनोदी लेखमालेबद्दलचा प्रश्न त्यांनी विनोदानेच विचारला होता, याचा प्रत्यय मला पुढे लवकरच आला. 'वैनतेय' वर्तमानपत्रात पहिल्यांपहिल्यांदा मी अग्रलेख, स्फुटे वगैरे मजकूरसुद्धा लिहीत असे. त्या अग्रलेखातील कोकणावरल्या माझ्या लेखाचं एक कात्रण तात्यासाहेबांच्या संग्रही पाहून मी विस्मित झालो. साहित्यसम्राट म्हणून गौरवल्या जाणाऱ्या त्यांच्यासारख्या

मोठ्या माणसाच्या अंगी इतकं जागरूक वात्सल्य, इतकी सर्वस्पर्शी रसिकता आणि आपलं मोठेपण विसरून ती व्यक्त करण्याइतकं विलक्षण औदार्य असू शकेल, असं माझ्या स्वप्नातही आलं नव्हतं.

रसिकता आणि औदार्य हेच तात्यासाहेबांच्या जीवन मंदिराचे आधारस्तंभ होते. त्यांच्या वाङ्मयाचा आत्मा रसिकता आहे. त्यांचे जीवनगीत संमिश्र रागांत रचलं गेलं असलं, तरी त्यातले मुख्य स्वर औदार्याचेच आहेत. त्यांच्या वाङ्मयाकडे पाहिले तर उंच-उंच भराऱ्या घेणाऱ्या कल्पनेच्या पंखांवर बसून त्यांनी फारच थोडं लेखन केलं आहे, असं दिसून येईल. नाट्यछटा, एकांकिका व चित्रपटकथा यांखेरीज मराठी वाङ्मयात प्रचलित असलेले बहुतेक सर्व लेखनप्रकार त्यांनी मोठ्या हौसेनं हाताळले आहेत – कधीकधी त्यात पहिल्या दर्जाचे यशही मिळविले आहे. पण कुठलाही कलात्मक वाङ्मयप्रकार हाती घेतला तरीसुद्धा त्यांची भूमिका अनेकदा विद्वान रसिकाची असे, असं मला वाटतं. मात्र त्यांची विद्वत्ता जितकी सहृदय होती, तितकीच त्यांची रसिकता संपन्न होती. जलसंचयातून वीज उत्पन्न व्हावी, तसं या रसिकतेतून त्यांचे सुरस साहित्य निर्माण होई. त्यांची रसिक प्रतिभा भावनेच्या उच्छृंखल लाटांवर पोहत नसली तरी, कारंजातून उडणाऱ्या शीतल तुषारांप्रमाणे तिच्यातूनही जीवनाचा ओलावा वाचकांना प्रतीत होत असे! त्यांची कुशाग्र बुद्धिमत्ता कल्पनेच्या विमानात बसून कधी तारामंडळ धुंडाळायला किंवा कल्पवृक्षाची फुलं वेचायला गेली नाही; पण त्यामुळेच वादळी वाऱ्यात आणि धुंद ढगात सापडून बेपत्ता होण्याची आपत्तीही तिच्यावर कधी ओढवली नाही. 'रचिसि वेषभूषा किंवा कुसुमचापपाशा?' ही त्यांनी पूर्ववयात लिहिलेली कविता तांबे किंवा गडकरी यांच्या संग्रहात शोभून जावी अशी असली, तरी त्यांच्या एकंदर काव्यलेखनात उत्कट भावना आणि अपूर्व कल्पना ह्यांनी निर्माण होणाऱ्या आणि वाचकांचे अंत:करण धुंद करून सोडणाऱ्या रसलहरींपेक्षा कल्पनाचमत्कृती व मार्मिक विचार यांच्यामुळे बुद्धीला गुदगुल्या करणारे आनंदबिंदूच अधिक आढळतात. 'तोतयाचे बंड' हे त्यांचे नाटक पहिल्या दर्जाच्या मराठी नाटकांच्या पंक्तीत सहज शोभून जाण्याजोगे आहे. या नाटकातला नाना फडणवीस व पार्वतीबाई यांचा झगडा – डोळस व्यवहार आणि अंध भावना ह्यांचा संग्राम आहे. तो रंगविताना केळकरांच्या लेखणीने जे चातुर्य व्यक्त केले आहे, ते मराठी रंगभूमीचे अविस्मरणीय भूषण ठरेल! याच नाटकातला हैबतराव व बगंभट यांचा चौथ्या अंकातला प्रवेशसुद्धा नाट्य व विनोद या दोन्ही दृष्टींनी मोठा सरस वाटला आहे. त्यांच्या 'कृष्णार्जुनयुद्धा'ला जी थोडीफार रंगत येत असे, ती त्यात होणाऱ्या त्यांच्या विनोदबुद्धीच्या आविष्कारामुळेच! पण त्यांच्या इतर नाटकांत उत्कृष्ट नाट्यदृष्टीचा अभाव आणि त्यामुळे येणारा नीरसपणा पुष्कळ ठिकाणी जाणवतो.

न. चिं. केळकर । ३३

त्यांच्या लघुकथांपैकी एखादीत (एकात) भावनेचा उत्कर्ष चांगला साधला असला तरी तेथेसुद्धा त्यांच्या मनाची बैठक मूलत: विचारी व विनोदी आहे, असाच वाचकाला अनुभव येतो. 'माझी आगगाडी कशी चुकली?' ही त्यांची विनोदी गोष्टच दीर्घकाल रसिकांच्या स्मरणात राहील. पण मनाच्या या विशिष्ट बैठकीमुळेच काव्य-नाट्यादी सर्वस्वी ललित असलेल्या क्षेत्रात जे यश केळकरांच्या लेखणीनं मिळविले नाही, ते निबंधाच्या क्षेत्रात तिला लीलेने संपादन करता आलं. त्यांच्या मृत्यूने मराठी निबंधाचा दुसरा कालखंड समाप्त झाला, असं म्हणायला हरकत नाही.

चिपळूणकरांनी १८७४ साली निबंधमाला काढल्यापासून या वाङ्मयप्रकाराच्या विकासाला टिळक, आगरकर, शिवरामपंत परांजपे, राजवाडे, श्रीपाद कृष्ण वगैरे मोठमोठ्या साहित्यिकांनी महत्त्वाचा हातभार लावला. नदी ज्या भूमीतून वाहत जाते, तिचे संस्कार तिच्या पाण्यावर होतातच. या सर्व लेखकांचेही मराठी निबंधावर तसे परिणाम झाले आहेत. पण १९०८पर्यंत त्याचं जे वळण होतं, ते मुख्यत: चिपळूणकरपद्धतीचं होतं. त्यांच्या बहिरंगात थोडेफार फरक पडले. प्रतिभा आणि प्रचार यांच्यामुळे त्यांची घडणही थोडीफार बदलली. शिवरामपंत परांजपे यांसारख्या कल्पक लेखकाने उपरोधाचा आश्रय करून त्याला एक नवा डौल प्राप्त करून दिला. पण या सर्व श्रेष्ठ निबंधकारांचे मोठेपण मान्य करूनही ते जुन्या चाकोरीतूनच जात होते, असं म्हटलं पाहिजे. बुद्धिपुरस्सर निबंधाला नवीन वळण देण्याचा मान केळकरांचा आहे. त्यांनी निबंधाच्या विषयांचे क्षेत्र विशाल केलं. राजकीय व सामाजिक प्रचाराकरिता त्यांनी निबंध लिहिले यात नवल नाही पण या ठरावीक विषयाच्या बाहेर जाऊन जीवनाची विविधता, त्या विविधतेशी परिचय करून घेण्याची आवश्यकता आणि ते ज्ञान रसाळ रीतीने मांडण्याची कुशलता या तिन्हींची जोड मराठी निबंधाला त्यांनीच करून दिली. साध्यासुध्या लहान प्रसंगांतून त्यांनी नवे-नवे विषय शोधून काढले, क्षुल्लक वाटणारे विषय फुलवून ते किती महत्त्वाचे आहेत, हे त्यांनी लोकांना दाखविले. प्रत्येक विषय हे आपल्या वाचकाला सज्ञान, सक्रिय, सुसंस्कृत व सहृदय करण्याचं साधन मानून त्यांनी आमरण निबंधलेखन केलं. पूर्वीच्या काही-काही निबंधकारांच्या लेखनात क्लिष्ट पांडित्य कळत-नकळत डोकावून जात असे. केळकरांनी त्या पांडित्याला मोठे प्रसादपूर्ण स्वरूप दिले. जणू काही लिंबाच्या सरबतात टाकलेले बर्फाचे खडेच! पूर्वी विषय प्रतिपादनाच्या ओघात निबंधात थोडाफार रस उत्पन्न होत असे; नाही असे नाही. पण केळकरांनी वर्तमानपत्रातल्या चालू राजकीय विषयावरला अग्रलेखही वाङ्मयदृष्ट्या वाचनीय झाला पाहिजे, अशा समजुतीने त्याची सजावट करण्याचा पायंडा पाडला.

अलौकिक रसिकता व सर्वस्पर्शी विनोदबुद्धी हे केळकरांच्या प्रतिभेचे जे दोन आत्मीय गुण, ते या वाङ्मयप्रकारावर प्रभुत्व गाजवायला अनुकूल असेच होते.

त्यामुळे १८७४पासून १९०८पर्यंत जसे विष्णुशास्त्री मराठी निबंधाच्या सिंहासनावर विराजमान झाले होते, तसे १९०८पासून १९४७पर्यंत केळकरांनी ते महनीय स्थान विभूषित केलं असं म्हटलं तर ते मुळीच चुकीचे होणार नाही. आजचे चाळिशी उलटलेले सर्व लहान-मोठे निबंधकार पाहिले तर त्यांच्यापैकी प्रत्येकजण मांडणी, भाषाशैली, सजावट, प्रतिपादनपद्धती इत्यादी निबंधाच्या विविध अंगांपैकी कुठल्या ना कुठल्यातरी भागात केळकरांचा ऋणी आहे, असंच आढळून येईल.

केळकरांनी निबंधकार या नात्याने मिळवलेलं हे यश सर्वमान्य होण्याजोगं आहे; पण विनोदकार या नात्याने त्यांचे स्थान तितकंच मोठं आहे असं माझ्यासारख्यानं म्हटलं तर ते अनेकांना अतिशयोक्तीचं वाटेल. वाङ्मयातही शास्त्रापेक्षा रूढीच नेहमी बलवत्तर ठरते. मराठीत कोल्हटकरांनी जी विनोद-लेखनाची परंपरा सुरू केली ती गडकरी, चिमामणराव जोशी व अत्रे यांच्यासारख्या प्रतिभासंपन्न लेखकांच्या कर्तृत्वामुळे अधिकाधिक लोकप्रिय होत गेली. त्यामुळे अशा प्रकारच्या लेखनातच श्रेष्ठ विनोद असतो असे मानण्याचा संकेत नकळत रूढ होऊन बसला. उलट कोल्हटकर, गडकऱ्यांच्या काळात त्यांच्या बरोबरीने लिहीत असलेले हरिभाऊ आपटे, तात्यासाहेब केळकर व वामनराव जोशी हे लेखक विनोदचतुर असूनही त्यांच्या या गुणांचा व्हावा तितका बोलबाला कधीच होऊ शकला नाही. वामनरावांवर 'रागिणी'मुळे तत्त्वज्ञ कादंबरीकार असा जो छाप बसला, तो कायमचाच! केळकर १९०८पासून निबंधकार म्हणून लोकप्रिय होत गेले पण त्यांच्या निबंधलेखनातल्या यशाचा फार मोठा वाटा त्यांच्या विनोदशक्तीला दिला पाहिजे ही जाणीव सर्वसामान्य वाचकाला कधीच झाली नाही. गद्यातल्या सुंदर काव्याची जशी कळत-नकळत उपेक्षा होते, तसाच काहीसा हा प्रकार आहे. जीवनदर्शनाच्या आणि संयमित व रम्य विनोदाच्या दृष्टीने वामनराव आणि तात्यासाहेब यांच्या लेखनात जी अनेक सुंदर स्थळे विखुरली आहेत, त्यांची या पूर्वग्रहामुळे आपण घ्यावी तशी दखल घेतलेली नाही. केवळ विनोदासाठी किंवा टीकेसाठी केलेल्या विनोदापेक्षा कथेच्या, तिच्यातल्या पात्रांच्या अथवा लेखकाच्या निरूपणाच्या अनुषंगाने आलेल्या विनोदात एक प्रकारची निराळी लज्जत असते. मोरावळ्यातल्या साखरेची गोडी ही नुसत्या साखरेपेक्षा काही निराळी असते, हे काय सांगायला हवे?

विनोदी लेखनाला आवश्यक असलेला साम्यविरोध सहज पाहण्याची शक्ती केळकरांच्या अंगी उपजतच होती. मनाच्या विचारी व विवेचक बैठकीमुळे त्यांना सूक्ष्म निरीक्षणाची व समतोल चिंतनाची सवय लागली होती. त्यामुळे त्यांच्या विनोदाच्या पिसात कुठल्याही प्रकारची विषारी कुसे आढळत नाहीत. उलट, विषय सुलभ व आकर्षक करण्याकरिता तिचा सहजरम्य विलास कसा चालतो, हे आजच्या मराठी वाङ्मयाविषयी लिहिताना त्यांनी काढलेल्या खालील उद्गारांवरून

दिसून येईल–

"आता आधुनिक मराठी वाङ्मयाकडे पाहू. एकाच नावाने संबोधल्या जाणाऱ्या कोणत्याही समाजात जुन्या-नव्या सर्व प्रकारच्या संस्कृतींचे नमुने एकाच वेळी पहावयास सापडतात. अजबखान्यातून असे नमुने मुद्दाम गोळा करून ठेवतात; समाजात ते स्वाभाविक यदृच्छेने असतात, इतकाच काय तो फरक. अजबखान्यातील एकाच दालनात हजारो वर्षपूर्वीची इजिप्शियन ममी (मसाला भरून कापडात गुंडाळून ठेवलेला मृत मनुष्य) आणि धाडसी, कुशल शस्त्रवैद्याने कालपरवाच गर्भिणी स्त्रीचे उदरविदारण करून स्पिरीटच्या बरणीत भरून ठेवलेले अर्भक, ही प्रत्येकाला पहावयास मिळतील. त्याप्रमाणे अगदी आजच्या हिंदू समाजात खालील नमुने पहावयास मिळतील. (१) बाणांनी शिकार मारून कच्च्या मांसावर उपजीविका करणारा भिल्ल आणि 'हात न लावता तयार केलेले' (untouched by hand) पदार्थ टेबलाशी बसून हातमोजे घालून चमच्या-काट्यांनी खाणारा श्रीमंत. (२) हिमालयात हिवाळ्यात तळ्यातील बर्फाचा थर हाताने बाजूला सारून पाण्यात बुडी मारून नग्न स्नान करणारा तापसी किंवा यात्रेकरू आणि विजेने तापविलेल्या 'गेशर' नामक गरम झऱ्याच्या पाण्याने बंद संगमरवरी खोलीत टबात बसून सुगंधी साबण लावून नग्न स्नान करणारा संस्थानिक. (३) जवळचे द्रव्य नगदी रुपयांच्या रूपाने गाडग्या-मडक्यात भरून भिंतीत किंवा बैठकीच्या खळग्यात पुरून सांभाळणारा पाटील आणि परचुरण्याशिवाय (खुर्दा, सुटे पैसे) नाण्याला न शिवता केवळ 'चेक'नी व्यवहार करणारा व्यापारी. (४) नित्य दोन वेळा स्नान करून 'समिध' (होमातील अग्नी) शेकणारा अग्निहोत्री आणि जागतेपणी अष्टौप्रहर तोंडात पेटलेला चिरूट धारण करणारा मिजाशी. (५) अजाणत्या बालकांची लग्ने लावणारे आईबाप आणि युरोपात जाऊन विजातीय कन्यकांशी रजिस्टर पद्धतीने प्रेमविवाह नोंदणारे तरुण. (६) केवळ एकतारी घेऊन भजन करणारा किंवा लावण्या म्हणणारा कुणबी व रेडिओवर अमेरिकेतील 'हॉलीवुड स्टार'च्या नाचाची गाणी ऐकणारा फक्कड. (७) एकाच वेळी पाच नवऱ्यांशी नांदणाऱ्या द्रौपदीचे नाव निघताच आदरार्थी नमस्काराला हात उचलणारी, पण चुकून सुनेने नवऱ्याशी केलेले चोरटे भाषण ऐकताच अविनयाच्या अपराधाकरिता तिजवर हात उचलणारी म्हाळसाबाई आणि लग्नाचा एक व मनाचा एक अशा दोन पुरुषांशी समाज-स्वास्थ्याच्या नावाखाली संबंध ठेवून तो मिरवणारी व रानटी म्हाळसाबाईला नावे ठेवणारी एखादी मृणालिनी. (८) संस्कृतप्रचुर मराठी बोलणारा, लिहिणारा शास्त्रीपंडित आणि एका वाक्यात निम्मे-पाऊण इंग्रजी शब्द, सहजासहजी किंवा ज्याला 'इंग्रजीत अमुक म्हणतात' असे म्हणून भाषादारिद्र्याच्या नाइलाजाने घालणारा धेडगुजरी आर्यांग्ल पंडित. (९) गाढवाच्या पाठीवर बसून इया इया करणारा बेलदार आणि रेसकोर्सवर पाणीदार

अरबी घोडा फेकणारा चाबुकस्वार.''

"जी गोष्ट आजच्या हिंदू समाजाची, तीच आजच्या मराठी वाङ्मयाची आहे. त्यात आज अभंग-ओवीपासून गझल, सुनीते व मुक्तछंद लिहिणारे कवी आढळतात. जुने मराठी शब्द प्रयत्नाने हुडकून वापरणारे भेटतात. तसेच ज्यांचा अर्थ समजत नाही, असे इंग्रजीचे प्रतिशब्द वापरणारेही दिसतात. धुरकटत पेटणाऱ्या आगट्यांसारखी बुवाबाजीतील श्रद्धाळू संतगुरुचरित्रे आणि ठिणग्यांसारखे (शेकोटी) चमकून जाणारे नवमतवादी चिकित्सक खडे तात्त्विक बोल. चारचारशे पानांच्या कादंबऱ्या आणि चारचार ओळींच्या लघुकथा, जुन्या शाहिरी थाटाचे चवदा (चौदा) चौकी वीररसात्मक पोवाडे आणि लावणीवजा उत्तान शृंगारात्मक छोटी भावनागीते, दोन हजार वर्षापूर्वीच्या समाजजीविताचे संशोधन करून लिहिलेले सत्यवादी प्रबंध आणि दोन हजार वर्षांनंतर येणाऱ्या नव्या सामाजिक जीवनाची कल्पनामय वर्णने.''

केळकरांच्या या छोट्या उताऱ्यात त्यांच्या वाङ्मयीन वैशिष्ट्याचे संपूर्ण प्रतिबिंब पडले आहे, असं म्हणायला हरकत नाही. मात्र त्यांना महाराष्ट्रात जी अलौकिक लोकप्रियता लाभली, ती काही केवळ त्यांच्या विपुल आणि विविध साहित्यसेवेमुळे नव्हे! प्रतिभाशाली साहित्यिकांची पिढ्यान् पिढ्या समाजात पूजा होत राहते हे खरे; पण त्यांची जी पूजा होते ती मंदिरातल्या देवाच्या मूर्तींसारखी असते. उलट, केळकरांना जी लोकप्रियता मिळाली, ती एखाद्या चौकात सर्व लोकांना स्फूर्ती देत उभ्या राहणाऱ्या वर्तमानकालातल्या श्रेष्ठ पुरुषाच्या प्रतिमेसारखी होती. साहित्यिक असूनही दैनंदिन सामाजिक जीवनात हौसेनं भाग घेणारा असा लेखक क्वचितच आढळेल! वयाला साठ वर्षे झाली तेव्हा सर्व व्यापातापातून निवृत्त व्हायचं त्यांनी ठरविलं. पण तो संकल्प एक दिवससुद्धा त्यांच्या हातून पार पडला नाही. विविध प्रकारची सार्वजनिक कामे ते करीतच राहिले. प्रत्येक वेळी त्यांचा या बाबतीतला संन्यास हा त्रिदंडी संन्यास ठरला! याला कारणही तसंच जबरदस्त होतं. ते हाडाचे साहित्यिक होते; लेखन, वाचन, वाङ्मयचर्चा वगैरेंत त्यांना ब्रह्मानंदाचा लाभ होई, इत्यादी गोष्टी खऱ्या असल्या तरी रानडे, चिपळूणकर, टिळक, आगरकर या ध्येयवादी पिढीच्या विविध संस्कारांनी त्यांचा मन:पिंड बनलेला होता. त्यांच्या वृत्तीची घडण ही आत्मनिष्ठ साहित्यिकाची नव्हती. कलेकरिता कला या तत्त्वाचे ते चतुराईने मंडन करीत. पण गंधर्वनगरीत रमत राहून गोड-गोड गाणी गाण्याच्या जीवनविन्मुख कलेची उपासना त्यांनी कधीच केली नाही. विविध आधिव्याधींनी गांजलेल्या जनसंमर्दापासून दूर-दूर जाऊन आपल्या स्वत:च्या चिमुकल्या वाङ्मयीन जगात रमत राहण्याच्या प्रवृत्तीपासून ते नेहमीच अलिप्त राहिले. साहित्यप्रेमाइतकीच सार्वजनिक कार्याची आवड त्यांच्या रक्तात भिनलेली होती. लोकमान्य टिळकांचे सहकारी म्हणून त्यांच्या या नैसर्गिक शक्तीचा काही बाजूंनी अधिक विकास झाला

असेल. विशिष्ट सामाजिक व राजकीय परिस्थितीमुळे कदाचित तिला अनेक मर्यादाही पडल्या असतील! पण गेली पन्नास वर्षे या नाही त्या रूपाने केळकरांचे जीवन महाराष्ट्रीय समाजाच्या लहानमोठ्या सुख-दु:खांशी आणि त्यांच्या आशा-आकांक्षांशी इतके निगडित झाले होते की, त्यांच्या मृत्यूने आपला एक आधारस्तंभ गेला, असंच त्याला वाटलं. सार्वजनिक कार्याची उत्कट व निरपेक्ष हौस ही तरुण महाराष्ट्रीय पिढीला केळकरांकडून मिळालेली सर्वांत मोठी देणगी होय. जिकडे पहावं तिकडे कामाचे डोंगर पडले आहेत, काम करणाऱ्यांचीच काय ती उणीव आहे, असंच जणू काही त्यांचा अर्धशतकातला आयुष्यक्रम महाराष्ट्राला सांगत आहे. समाजात गुणी माणसं असतात, सज्जन माणसं असतात, बुद्धिमान माणसं असतात पण यांपैकी बहुतेक बहुधा आपल्या घरकुलांत लपून बसतात. कधीकाळी आपल्या घरट्याबाहेर डोकावून पाहिलेच तर ती बाहेर चाललेल्या वादळी वाऱ्यावर आणि काजळी आभाळावर तटस्थपणाने टीका करतात आणि पुन्हा आपली तोंडं घरट्यातल्या कापसात लपवून खुशाल झोपी जातात. समाजातल्या बुद्धिवंतांचा आणि सज्जनांचा तटस्थपणा हा त्याच्या प्रगतीला नेहमीच मारक होत आला आहे. तात्यासाहेब असे कधी स्वस्थ बसले नाहीत, तटस्थ राहिले नाहीत, उदासीन झाले नाहीत; यातच त्यांचं मोठेपण आहे. त्यांची अनेक अनुमाने चुकली असतील, काही मतं सदोष असतील, केवळ तर्कशुद्ध विचाराने जीवनातल्या सर्व समस्या सुटत नाहीत या गोष्टीकडे दुर्लक्ष केल्यामुळे त्यांना काही वेळा पराभूत व्हावं लागलं असेल; पण त्या पराभवाची पर्वा न करता ते काम करीत राहिले. समाजपुरुषाच्या सेवेच्या आपल्या व्रतात त्यांनी कधीही खंड पडू दिला नाही. एखाद्या शिल्पकाराने यशापयशाची आणि उन्हापावसाची पर्वा न करता दगडातून सुंदर मूर्ती निर्माण करण्याकरिता जशी छिनी (छत्री) चालवावी, तशी त्यांनी आपली लेखणी आणि वाणी पन्नास वर्षं समाजासाठी झिजविली. सार्वजनिक कार्ये करीत असताना खरीखुरी सामाजिक प्रगती सहकार्यावर अवलंबून असते, या तत्त्वाचे स्वत:ला त्यांनी कधीही विस्मरण होऊ दिलं नाही. ज्यांची मतं त्यांना संपूर्णत: मान्य नव्हती, अशा लोकांशी किंबहुना स्वत:ला कडवेपणाने विरोध करणाऱ्या प्रतिपक्षांशीदेखील सार्वजनिक बाबतीत त्यांनी मोठ्या दिलदारपणाने सहकार्य केल्याची अनेक उदाहरणं आहेत. त्यांचं हे मनाचं औदार्य, ही तडजोडीची प्रामाणिक वृत्ती, ही सहकार्यावरची श्रद्धा हा खऱ्याखुऱ्या लोकशाहीचा आत्मा आहे. मतभेद कधीही छपवून ठेवायचे नाहीत, टीका करताना क्षणभरसुद्धा गुळमुळीतपणा पतकरायचा नाही; पण कामाच्या वेळी सर्व गोष्टी विसरून जाऊन केवळ साध्यावर नजर ठेवून हातात हात घालून आपल्या बुद्धीचा आणि शक्तीचा प्रत्येक कण नि कण वेचावयाचा, या वृत्तीतूनच खरी लोकशाही जन्माला येऊ शकते. आज अंशत: स्वतंत्र झालेल्या आपल्या देशात अनेक प्रकारचे

निकरावर आलेले संघर्ष सुरू आहेत. केवळ आत्मनिष्ठ किंवा पक्षाभिनिविष्ट (पक्षीय) असलेली माणसं हे संघर्ष विझवू पाहतील, तर ते अधिकच भडकतील. अशा वेळी केळकरांचे सार्वजनिक जीवन सर्वसामान्य मनुष्याला खचित मार्गदर्शक होण्यासारखे आहे. त्यांचा व्यवहारवाद हा जीवनातल्या भीषण संग्रामाच्या वेळी उपयुक्त ठरणार नाही पण समाजाच्या दैनंदिन जीवनात भावी क्रांतीला पोषक अशी जी प्रगती हळूहळू घडवून आणावी लागते, तिचा पुरस्कार करण्यात आणि सर्वसामान्य मनुष्याचे सामाजिक मन थोडेफार जागृत करण्याला तात्यासाहेबांनी जन्मभर आचरलेले जीवनविषयक तत्त्वज्ञान नि:संशय उपयोगी पडेल.

'मी कुणाचा गुरू नाही आणि मला कुणी शिष्य नाही', असं तात्यासाहेब नेहमी म्हणत असत. विशेषत: श्रीपाद कृष्णांच्या शिष्यत्वाची बिरुदे मिरवणारी वरेरकर, गुर्जर, गडकरी, माडखोलकर, खांडेकर वगैरेंची मालिका पाहून त्यांना हे वाक्य मौजेने पुन:पुन्हा उच्चारावेसे वाटे. पण वस्तुस्थिती अशी होती की, मनातून गुरुस्थानी मानणारी माझ्यासारखी अनेक मंडळी त्यांच्यासमोर तसं म्हणायला कधीच धजली नाहीत. लेखकाचं वाङ्मयावरलं प्रेम किती जिवंत आणि रसरशीत असावं हे त्यांनीच आम्हाला शिकविले. लेखणीचा उपयोग समाजसेवेकरिता किती मोठ्या प्रमाणात करता येतो, याचे धडे त्यांनी आम्हाला दिले. साहित्यसेवा ही एक प्रकारची तपस्या आहे, एखाद्या योग्याप्रमाणे तिच्याकरिताही भूक-तहान विसरून मनुष्याला किती व्यासंगशील व्हावं लागतं, त्याचं उदाहरण त्यांनी आम्हाला घालून दिलं. स्वत:च्या बुद्धीच्या प्रकृतिधर्माच्या सर्व मर्यादा ओळखून कोणत्याही परिस्थितीत, कुठल्याही क्षेत्रात निष्ठेने काम करीत राहणाऱ्या मनुष्याचं जीवन कसं सफल होतं, या पाठाची उजळणीही त्यांनी आमच्याकडून करून घेतली. त्यांच्यात रानड्यांचा द्रष्टेपणा नव्हता. टिळक-आगरकरांचं वीरत्व नव्हतं, आपट्यांची पल्लेदार किंवा गडकऱ्यांची पळापळाला पल्लवित होणारी प्रतिभा नव्हती; पण या थोर पुरुषांनी प्रज्वलित केलेल्या सर्व मशाली आपल्या स्नेहशील हातानं पुन:पुन्हा उजळ करून त्या पुढच्या पिढीच्या हातात देण्याचे महत्कार्य त्यांनी केलं आहे. या उज्ज्वल प्रकाशात पुढला खडकाळ मार्ग आक्रमून महाराष्ट्र जेव्हा आपल्या ध्येयाचे शिखर गाठील, तेव्हा या श्रेष्ठ पुरुषाप्रमाणेच तो केळकरांचेही मोठ्या आपुलकीने आणि आदराने स्मरण करील!

श्रीपाद कृष्ण कोल्हटकरांच्या मृत्यूने दु:खित झालेली तात्यासाहेबांची ती मुद्रा, अश्रू आवरण्याचा आटोकाट प्रयत्न करीत असताही त्यांच्या डोळ्यांत उभे राहिलेलं ते पाणी; अनेक जुन्या आठवणींची उजळणी करीत असताना कंपित झालेला त्यांचा तो स्वर – तेरा वर्षांपूर्वीच्या या गोष्टी जणूकाही कालच घडल्या, असं अजून मला वाटतं.

न. चिं. केळकर । ३९

हे दोन तात्या डेक्कन कॉलेजापासून एकमेकांचे जिवलग मित्र होते. पण कोल्हटकरांच्या मृत्यूपूर्वी पाच-सात वर्ष एका क्षुल्लक कारणानं थोडेसे दुरावल्यासारखे झाले होते ते! ज्या गोष्टीमुळे त्या दोघांमध्ये हा दुरावा उत्पन्न झाला होता, ती खरोखर फार लहान – जवळजवळ विनोदी होती असं म्हटलं तरी चालेल. शेवटी-शेवटी कोल्हटकरांच्यात व आपल्यात असा अंतराय उत्पन्न व्हावा, ही गोष्ट केळकरांच्या मनाला फार लागून राहिली. कोल्हटकरांच्या मृत्यूनंतर तीन-चार वेळा तरी त्यांनी त्या प्रसंगाचा उल्लेख करून 'त्या दिवशी तसं व्हायला नको होतं', असे उद्गार माझ्याजवळ काढले होते.

मोठी माणसे कितीही मोठी झाली तरी ती माणसेच असतात, हे त्या हकिकतीवरून सहज लक्षात येईल. १९२७ सालच्या पुण्याचा साहित्य संमेलनाचा पहिला दिवस होता तो! कोल्हटकर संमेलनाचे अध्यक्ष होते, केळकर स्वागताध्यक्ष होते. कोल्हटकरांबरोबर मीही केळकरांच्याच घरी उतरलो होतो. संमेलन सकाळी आठला सुरू व्हायचं असल्यामुळे त्या दिवशी केळकरांच्या घरात जणू काही दुसरी दिवाळीच अवतरली होती. संमेलनाच्या निमित्ताने केळकरांच्या घरी आमच्याशिवाय इतरही अनेक पाहुणे आले होते. सर्वांच्या आंघोळी उरकून चहा, कॉफी-कोको वगैरे प्रकरणे व्यवस्थित पार पडावीत म्हणून पहाटेपासून केळकर सर्वांना घाई करत होते. त्याप्रमाणे आम्ही सर्व वेळेवर तयार राहण्याची धडपड करीत होतो. तिकडे संमेलनाचा वेध, इकडे घरात खुद्द संमेलनाचे अध्यक्ष व इतर पाहुणेमंडळी उतरलेली. त्यांची ऊठबस आणि सरबराई करण्याची आवश्यकता! पुन:पुन्हा घड्याळाकडे पाहत केळकर या सर्व गोष्टी लगबगीने आवरीत होते. कोल्हटकरांना स्नानाला उठण्याची सूचना देऊन ते दुसरीकडे गेले. इतक्यात कुणीतरी गृहस्थ कोल्हटकरांना भेटायला आला. त्या दोघांच्या कानगोष्टी सुरू झाल्या. घराला लग्नघराचे स्वरूप आलं असल्यामुळे कोल्हटकर अद्यापही आंघोळीला उठले नाहीत, ही गोष्ट त्या गडबडीत माझ्यासुद्धा लक्षात आली नाही. काही वेळाने तो कोल्हटकांना भेटायला आलेला गृहस्थ परत निघून गेला. कोल्हटकरांचं स्नान आटोपले असेल अशा कल्पनेत केळकर होते. पण अजून त्यांनी आंघोळ केली नाही हे लक्षात येताच ते अस्वस्थ झाले. इतक्यात कोल्हटकर त्यांना एका बाजूला नेऊन त्यांच्याशी हळूहळू काही बोलू लागले. मला वाटलं, संमेलनाच्या कार्यक्रमापैकीच काही भानगड असावी ही! त्यांचे ते संभाषण फारतर चार-दोन मिनिटे चाललं असेल-नसेल! पण त्यानंतर दोघेही तात्यासाहेब प्रक्षुब्ध झालेले मला दिसले. संमेलनाच्या घाईत मला या आकस्मिक वादळाचं कारण कळणंही शक्य नव्हतं. पण साहित्याचार्य झालेले हे दोघे बालमित्र अध्यक्ष व स्वागताध्यक्ष म्हणून जवळ बसलेले पाहून आणि त्यांच्या एकमेकावर मात करणाऱ्या कोटिबाजपणाचे कौतुक करून लोक घरी परतले

नाहीत, तोच दुपारी तात्यासाहेब कोल्हटकरांनी केळकरांकडला आपला मुक्काम हलविण्याची भाषा सुरू केली. ती ऐकून मी चकितच झालो. कोल्हटकरांनी त्याप्रमाणे दुसरीकडे जाण्याचे प्रस्थानही ठेवले. केळकरांनी त्या दिवशी जरा रागानेच 'काय खांडेकर? तुम्हाला इथंच रहायचंय की, दुसरीकडे जायचंय?' असा खोचक प्रश्न मला केला, तेव्हातर माझी स्थिती अडकित्त्यात सापडलेल्या सुपारीसारखी झाली.

त्या दिवशीचा या दोन थोर मित्रांचा एकमेकांवरला घुस्सा कशामुळे उत्पन्न झाला होता हे जेव्हा मला पुढे दोघांकडून क्रमाक्रमाने कळलं, तेव्हा माझ्या मनात आलं – उपदेशाप्रमाणे विनोदही बुहधा दुसऱ्यांकरिताच असतो! त्या दिवशी जे काही घडले ते एवढेच होते : कोल्हटकरांना भेटायला आलेला गृहस्थ वऱ्हाडातल्या एका उपवर वधूचा पिता होता. पुण्यातलं बऱ्यापैकी स्थळ त्याने आपल्या मुलीसाठी शोधून काढलं होतं. पण आपल्या भावी जामाताचा बाप दारूबाज आहे असा प्रवाद कानावर आल्यामुळे किंचित गोंधळून त्या बाबतीतली शहानिशा करून घेण्याकरिता तो कोल्हटकरांकडे आला. तो निघून गेल्यावर कोल्हटकरांनी अजून स्नान केलं नाही, असं केळकरांना दिसून आलं. लग्नघाईच्या वेळी कोल्हटकरांनी चालविलेली ही दिरंगाई पाहून केळकर थोडेसे चिडले असावेत! ते काही बोलणार इतक्यात कोल्हटकरांनीच त्यांना प्रश्न केला, 'काय हो तात्यासाहेब, xxx गृहस्थ दारूबाज आहेत का?' या प्रश्नाचा आगापिछा ठाऊक नसल्यामुळे संमेलनाची वेळ अगदी जवळ आली असताना कोल्हटकरांनी आंघोळ करायचे सोडून पुण्यातील 'क्ष' मनुष्य दारूबाज आहे की नाही याची चौकशी करीत सुटावे, या गोष्टीचा केळकरांना राग आला. ते चिडून म्हणाले, 'काळ-वेळ तुम्हाला काही कळत नाही, तात्यासाहेब! बस्स करा हा तुमचा विनोद!' कोल्हटकर जात्याच भावनाशील होते. शिवाय नेत्ररोगामुळे आणि शारीरिक दुर्बलतेमुळे ते मनाने थोडेसे अधू झाले होते. केळकरांचे हे बोलणे मोठे अपमानकारक वाटून त्यांनी ते मनाला लावून घेतले. आणि त्यामुळेच या दोघा स्नेह्यांच्या दीर्घकालीन मैत्रीवर शेवटी-शेवटी औपचारिकपणाची छाया पसरली.

मात्र केळकरांच्या अंत:करणात कोल्हटकरांविषयी किती स्निग्ध भाव वसत होता, याची प्रचिती त्यानंतर तीन वर्षांनीच मला आली. १९३०च्या नाताळात कोल्हटकर खामगावला अर्धांगवायूचा झटका येऊन (Facial Paralysis) आजारी पडले. त्या वेळी मी शिरोड्याहून बडोद्याला व्याख्याना करिता जात होतो. मला मुंबईतच कोल्हटकरांचे जावई प्रो. पाटणकर यांची तार मिळाली. मी बडोद्याचे व्याख्यान रद्द करून तत्काळ खामगावला गेलो. तात्यासाहेब कोल्हटकर अगदी अंथरुणाला खिळले होते. त्या वेळी त्यांच्या आजाराची बातमी वर्तमानपत्रात प्रसिद्ध

होताच केळकरांचे जे पत्र त्यांना आलं होतं, त्यातली आर्तता अजूनही मला आठवते – 'आपण दोघेही आता जीवन आणि मृत्यू यांच्या सीमेवर उभे आहोत. झालं गेलं सर्व विसरून जाऊ या!' अशा अर्थाचा त्या पत्रातला एक परिच्छेद केळकर कधीही भावनांचे प्रदर्शन करीत नसले तरी, त्यांचे अंत:करण स्निग्ध होते हे सिद्ध करायला पुरेसा होता.

भावनेने विवश होऊन तिच्याबरोबर वाहत जाणे त्यांना नेहमीच हास्यास्पद वाटे. विवेक हाच या जगात मनुष्याचा मुख्य आधार आहे हे त्यांचे जीवनसूत्र होते. या सूत्रामुळेच ते भावनाशून्य आहेत, असा गैरसमज फैलावू शकला. त्यांचा सुवर्णमध्यवाद, त्यांचे साहित्यसम्राटपद, त्यांचे राजकारण, कुठल्याही वादाच्या दोन्ही बाजूंतले सत्य एकदम जाणण्याची त्यांची शक्ती यांविषयी अशाच अनेक विपर्यस्त कल्पना प्रचलित आहेत. केळकरांच्या मृत्यूनंतर भरलेल्या एका सभेत एका प्रसिद्ध साहित्यिकाने 'हा प्रसंग शोक करण्याचा नाही; फक्त हळहळ करण्याचा आहे', असे उद्‌गार काढल्याचे मी ऐकले. दु:ख व्यक्त करण्याचे किती प्रकार या प्रतिभाशाली साहित्यिकांनी कल्पिलेले आहेत, ते देवाला ठाऊक! कदाचित त्यांनी त्याचे एखादे तंत्रही बनविले असेल. पण मनुष्याच्या चिरवियोगाने होणारे दु:ख त्याच्या गुणसंपदेवर व सामाजिक उपयुक्ततेवर अवलंबून आहे, असे गृहीत धरले तर तात्यासाहेबांबद्दल शोक व्यक्त करूनही त्यांचा यथार्थ गौरव होईल, असं मला वाटत नाही. टिळकांचा मृत्यू हे आधुनिक महाराष्ट्रातले सूर्यग्रहण होतं असं म्हटलं तर केळकरांचे निधन हे त्यातलं चंद्रग्रहण आहे.

या हळहळणाऱ्या साहित्यिकासारख्या लोकांच्या लक्षात एक गोष्ट मुळीच येत नाही - ती म्हणजे प्रत्येक मोठ्या पुरुषाच्या कर्तृत्वाचे मूल्यमापन कायम ठशाच्या नियमांनी करता येत नाही, ही होय. घारीचे पंख फुलपाखराइतके सुंदर नाहीत म्हणून तिला दोष देणे किंवा फुलपाखरू तिच्याप्रमाणे उंच आकाशात घिरट्या घालीत नाही म्हणून त्याची निंदा करणं ही दोन्ही अडाणीपणाची लक्षणं आहेत. वाङ्मयाच्या विविध क्षेत्रांत आपल्यापेक्षा अधिक सुरस वाङ्मय निर्माण करणारे अनेक लेखक झाले आहेत, हे खुद्द तात्यासाहेबच मान्य करीत असत. पण तात्यासाहेबांचे साहित्यसम्राटपद केवळ साहित्याच्या एखाद्या शाखेतल्या अपूर्व प्राविण्यावर अवलंबून नव्हते. राजकारणातही एखाद्या बिकट क्षणी गाजविलेल्या तरवारीवर किंवा धडाडीने केलेल्या चळवळीवर त्यांचे पुढारीपण अधिष्ठित झालेले नव्हते. कुठल्याही विषयात सर्वांत अधिक गुण न मिळविता सर्व विषयांतल्या बेरजेच्या बळावर एखाद्या विद्यार्थ्याने पहिला नंबर पटकवावा तसे केळकरांचे मोठेपण होते. क्रिकेटच्या खेळात गोलंदाजी, फलंदाजी, क्षेत्ररक्षण इत्यादिकांतले अप्रतिम कौशल्य पाहून खेळाडूंची निवड करतात हे खरं; पण कुठल्याही संघात काही खेळाडू असे असतात की,

एखाद्या विशिष्ट अंगात विलक्षण तरबेज नसले तरी सर्वच अंगांत कौशल्य प्रकट करून आपल्या पक्षाला यश मिळवून देऊ शकतात. अशा पट्टीच्या क्रीडापटूंशीच तात्यासाहेबांची तुलना करणे उचित होईल.

तात्यासाहेबांच्या मृत्यूने महाराष्ट्राच्या अर्वाचीन इतिहासातल्या एका अभिमानास्पद आणि अविस्मरणीय अशा कालखंडाची समाप्ती झाली. १८४२ साली पारतंत्र्यात आधुनिक महाराष्ट्राचे सर्वश्रेष्ठ शिल्पकार न्यायमूर्ती रानडे यांचा जन्म झाला. १९४७ साली देशाला स्वातंत्र्य मिळालेलं पाहून केळकरांनी देह ठेवला. या एका शतकात आपल्या प्रतिभेने, प्रज्ञेने, सेवेने आणि त्यागाने जनतेला प्रगतिपथावर आणून सोडणारी अनेक पहिल्या प्रतीची माणसं महाराष्ट्रात निर्माण झाली. राजकारणात रानडे, टिळक, गोखले; सामाजिक सुधारणेच्या क्षेत्रात ज्योतिराव फुले, आगरकर, कर्वे; साहित्यात आपटे, गडकरी, केतकर वगैरेंनी जी कामगिरी केली तिचे विस्मरण महाराष्ट्राला कधीही होणार नाही. चिपळूणकर, राजवाडे, सावरकर, श्रीपाद कृष्ण कोल्हटकर, वामनराव जोशी, डॉ. आंबेडकर, केशवसुत, लक्ष्मणराव किर्लोस्कर इत्यादी निरनिराळ्या क्षेत्रांतल्या आणखी अनेक थोर व्यक्तींचा या दृष्टीने सहज उल्लेख करता येईल. 'रत्नां वा मौक्तिकांही मूल्य मुळि नुरे-रमणीची कूस जिथे नृमणि खनि ठरे ।' या महाराष्ट्र-गीतातल्या ओळी म्हणजे भावनेच्या भरात एका कवीने उच्चारलेली अंध अभिमानोक्ती नसून एखाद्या इतिहासकाराला शोभेल अशी सत्योक्ती आहे. काळपुरुषाने कितीही कसोटीने निवड केली, तरी त्याला या शतकातली शे-दोनशे रत्ने आपल्या संग्रही नेहमीच ठेवावी लागतील. जिथे बुद्धीची आणि कर्तृत्वाची विशेष उंची असलेले पुरुष असे वारंवार निर्माण होतात, तिथे लोकप्रियता मिळविणे आणि ती चार-दोन वर्षे नव्हे तर तब्बल दोन पिढ्या टिकविणे हे फार अवघड काम आहे. पण ही दु:साध्य गोष्ट केळकरांनी लीलेने करून दाखविली. त्यांच्या व्यक्तित्वाचं अपूर्व वैशिष्ट्य हेच आहे. एखादे उत्तुंग शिखर आणि त्यावर सुंदर देऊळ अशा रीतीने डोळ्यांत भरणारा पर्वत हे केळकरांच्या जीवनाचे प्रतीक होऊ शकत नाही. ती उंच-उंच शिखरं नसलेली पर्वतश्रेणी आहे. तिच्या पठारावरून जलधारा वाहत आहेत, मेंढ्यांचे कळप चरत आहेत, फलपुष्पसंपन्न वृक्षवेली डुलत आहेत. केळकरांचे वैशिष्ट्य त्यांच्या सर्वगामित्वात होते. केळकर ही एक व्यक्ती नव्हती; ती सार्वजनिक संस्थाच होती.

हे असाधारण वैशिष्ट्य केळकरांनी कसं संपादन केलं, त्यात निसर्गाच्या देणगीचा अंश किती आणि परिश्रमाचा भाग किती इत्यादी गोष्टींची मीमांसा मोठी मनोरंजक होऊ शकेल. केळकर सार्वजनिक जीवनाच्या आखाड्यात उतरले ते टिळकांचा हात धरून! ते कीर्तिशिखरावर चढले ते लोकमान्यांच्या केसरीवर स्वार होऊन! आणि टिळकांच्या मृत्यूनंतर त्यांनी जी परंपरा चालविण्याचा प्रयत्न केला

तीही बाह्यत: टिळकपंथाचीच होती. यामुळे लौकिकदृष्ट्या तात्यासाहेब लोकमान्यांचे शिष्य मानले जातात हे स्वाभाविकच आहे पण माणसाला जशी दोन मने असतात तसेच आयुष्यात त्याला दोन गुरूही करावे लागतात असं म्हटलं, तर ती काही केवळ कविकल्पना ठरणार नाही. व्यवहारात मनुष्य ज्याचा हात धरून जीवन-पर्वताची चढण चढू लागतो, त्याला त्याने आपला गुरू मानावे व लोकांनीही हा अमक्याअमक्याचा शिष्य आहे असं म्हणावं, यात काहीच नवल नाही पण योगायोगाने हात कुणाच्याही हातात दिला असला तरी माणसाच्या मनातला आदर्श अनेकदा निराळा असू शकतो. तो आदर्श बाहेरच्या जगाला सहसा दिसत नाही पण तो त्या माणसाच्या कर्तृत्वाला प्रेरणा देतो. त्याच्या मनाची घडण बनविण्याला तो अदृश्य आदर्शच कारणीभूत होत असतो. न्यायमूर्ती रानडे हा केळकरांचा असा आदर्श होता. टिळक हे त्यांचे लौकिक गुरू असले तरी रानडे हे त्यांच्या आत्म्याचे गुरू होते. त्यामुळे केळकरांच्या मनाची घडण, त्यांच्या विविध शक्तींचा विकास आणि त्यांच्या जीवन-दर्शनाच्या कल्पना यांचे टिळकांपेक्षा रानड्यांच्याशीच अधिक साम्य आहे. शंकराच्या तृतीय नेत्राप्रमाणे द्रष्टेपणाचे वरदान रानडे यांना मिळालं होतं. त्यामुळे वृत्तीने नेमस्त असूनही ते ध्येयवादाच्या पंखावर आरूढ होत आणि कुणालाही न पडलेली राष्ट्राच्या उज्ज्वल भविष्याची स्वप्नं पाहू शकत. संतवृत्ती हा ही रानड्यांच्या महनीय व्यक्तित्वाचा अविस्मरणीय असा दुसरा विशेष होता. केळकर द्रष्टे नव्हते आणि संतही नव्हते. अत्यंत बुद्धिवान आणि कर्तृत्वशाली असे सज्जन संसारी गृहस्थ होते ते! द्रष्टेपणा व संतवृत्ती हे रानड्यांचे अलौकिक गुण त्यांच्या अंगी नसल्यामुळे त्यांचे व्यक्तित्व पन्नास वर्षे महाराष्ट्रात चमकू शकले पण ते लोकांना दिपवू मात्र शकले नाहीत, हे अंतर एकदा मान्य केले म्हणजे इतर सर्व गोष्टींत केळकरांनी रानडे यांची परंपरा मोठ्या उज्ज्वलपणाने चालविली, असे महाराष्ट्राला अभिमानाने म्हणता येईल. त्यांचं कर्तृत्व रानडे यांच्याप्रमाणेच चौरस झालं. विश्रांती म्हणजे कामाचा बदल, अशीच या दोघांची विसाव्याची व्याख्या होती. दोघांचीही घरे लहानमोठ्या कामाकरिता येणाऱ्या माणसांना अहोरात्र मुक्तद्वार असायची. अमुक एका क्षेत्रात केळकर नाहीत किंवा तमक्या कार्याला केळकरांच्या बुद्धीचा फायदा मिळाला नाही, असं महाराष्ट्रात कधीच घडलं नाही. साहित्य संमेलनापासून विमा कंपनीपर्यंत सर्व प्रकारची अध्यक्षपदे केळकरांनी भूषविली. या बाबतीत ते अगदी रेकॉर्डब्रेकर होते. काव्यापासून इतिहासापर्यंत सर्व प्रकारच्या वाङ्मयीन क्षेत्रांत त्यांनी आपली लेखणी चालविली. सामाजिक सुधारणेपासून औद्योगिक सुधारणेपर्यंत आणि संगीतापासून राजकारणापर्यंत सर्वत्र त्यांच्या तीव्र बुद्धीने अनिरुद्ध संचार केला आणि महाराष्ट्रातल्या अनेक कार्यांचे गाडे यथामति, यथाशक्ति पुढे नेले. हे सर्व करताना लोकप्रियतेपेक्षा लोकसेवा हेच त्यांचे उद्दिष्ट होते हे विशेष आहे. लोकप्रियतेच्या

पाठीमागे त्यांना लागायचे असते तर गांधीवादाच्या महापुरात प्रवाहाविरुद्ध पोहण्याचा निष्फळ प्रयत्न त्यांनी कधीच केला नसता. पण केळकरांच्या अंगी रानडे यांच्या अष्टपैलू कर्तृत्वाप्रमाणे त्यांचा प्रामाणिकपणाही उत्कटतेने वास करीत होता. टिळकपक्षात असूनही त्यांनी आपली कुठलीही मते कधी चोरून ठेवली नाहीत. लोकाग्रहास्तव स्वत:ला नापसंत असलेला 'राक्षसपार्ट' घेऊन ते राजकारणाच्या रंगभूमीवर एकदासुद्धा नाचले नाहीत. या बाबतीतली त्यांची स्वत:ची एक आठवण मोठी मनोरंजक आहे. सावरकर चरित्राच्या छोट्या प्रस्तावनेत ते म्हणतात, 'सावरकरांची व माझी काही-काही मते न जुळण्यासारखी त्यांची व माझी मनोरचना आहे, हे मला माहीत आहे. मला असं आठवतं की, १९०७ साली सार्वजनिक सभेत भरलेल्या ज्या एका जाहीर सभेचा मी अध्यक्ष होतो, त्या सभेत सावरकर हे एक वक्ते होते व सभेतून परत जाताना त्यांच्या तेजस्वी वक्तृत्वाची वाखाणणी मी मनात करीत असता परदेशी कपड्यांची होळी करण्यासारख्या कृत्याविरुद्ध मी बोललो, याबद्दल ते मला नावे ठेवीत परत जात असावेत!'

वंगभंगानंतर देशातला लोकक्षोभ स्वदेशी आणि बहिष्कार यांच्या रूपाने सर्वत्र प्रकट होत होता. त्या वेळी परदेशी कपड्यांची होळी हे लोकांच्या मनात धुमसणाऱ्या असंतोषाच्या आगीचे एक प्रतिबिंब होते. शिवरामपंत परांजप्यांसारखे कल्पक वक्ते अशा होळीच्या वेळी जी भाषणे करीत, ती लोकांच्या भावना चेतविणारी आणि समोर पेटलेल्या होळीच्या ज्वाळा अधिक तेजस्वी की वक्त्याची कल्पकता अधिक तेजस्वी, अशा प्रकारचा संभ्रम श्रोत्यांच्या मनात उत्पन्न करणारी अशीच असत! अशा काळात टिळकांचा उजवा हात मानल्या जाणाऱ्या केळकरांसारख्या व्यक्तीने परदेशी कपड्यांची होळी करण्याविरुद्ध बोलणं किती गैरसोईचं, किती गैरसमज उत्पन्न करणारं आणि लोकप्रियतेच्या दृष्टीने किती तोट्याचं होतं, हे सहज लक्षात येण्याजोगे आहे. पण केळकर लोकप्रियतेपेक्षा सत्याचे उपासक होते म्हणूनच ते ही गोष्ट करू शकले.

केळकरांची ही सत्योपासना निर्भेळ बुद्धीवर उभारलेली होती. भावनेच्या दृष्टिकोनातून ते कोणत्याही गोष्टीकडे फार वेळ पाहू शकत नसत. राजकारणात काय किंवा मानवी जीवनात काय, बुद्धी आणि भावना यांचा संगम आणि संघर्ष अखंड सुरू असतो, हे केळकरांना कधीच फारसं पटलं नाही आणि या संगमातून आणि संघर्षातूनच नवे जग आकाराला येत असते. जे स्वत:ला पटले नाही, ते अप्रामाणिकपणाचा आश्रय करून त्यांनी कधी लोकांना सांगितले नाही. लोकप्रियतेच्या शिखरावरून घसरत खाली यावे लागले तरी ते आपल्या या विशिष्ट बुद्धिवादी बैठकीला चिकटून राहिले.

केळकरांचा काळ, त्यांची मनोरचना, ते ज्या वर्गात जन्माला आले होते त्या मध्यम वर्गाच्या त्या काळातल्या जीवनमूल्यांच्या मर्यादा इत्यादिकांमुळे त्यांच्या

बुद्धिवादाला बुद्धिजीवित्वाचे स्वरूप आले. बुद्धिजीवी मनुष्य कितीही प्रामाणिक झाला, तरी फार-फार तर सच्चा सुधारक होऊ शकतो. उत्पातार्च – मग तो अंती समाजाला किती का उपकारक असेना – कल्पनाच त्याला सहन होत नाही. पुस्तकी पांडित्याचा प्रभाव, थोडाफार सुखवस्तूपणा, संकुचित सामाजिक समस्या इत्यादिकांमुळे एका हातात मानवधर्माचा ध्वज आणि दुसऱ्या हातात अन्यायाविरुद्ध उगारलेला परशू घेऊन अवतरणाऱ्या क्रांतिदेवतेचे आवाहन मध्यम वर्गातल्या बुद्धिजीवी मनुष्याच्या अंत:करणापर्यंत सहसा पोचू शकत नाही. नि:संग आणि निर्मळ बुद्धिवाद मात्र क्रांतिकारक होऊ शकतो. कवी, संत, वीर किंवा शास्त्रज्ञ यांपैकी कुठलीही मनोवृत्ती मनुष्यामध्ये उत्कटत्वाने वास करीत असली म्हणजे त्याचा आत्मा संकुचित वर्तमानकालाच्या, रूढ संकेतांच्या आणि व्यावहारिक यशापयशाच्या सर्व भिंती उल्लंघून पलीकडे जाऊ शकतो. रानड्यांमध्ये अपूर्व बुद्धिप्रकर्षाच्या जोडीला संतवृत्ती होती. टिळक-आगरकरांमध्ये त्या संतवृत्तीची जागा वीरत्वाने घेतली होती. म्हणूनच आगरकर सारा समाज विरुद्ध उभा ठाकला असूनही – टाकात शाई असेपर्यंत आणि हातात टाक धरण्याचं बळ असेपर्यंत इष्ट असेल तेच बोलणार, अशी गर्जना करू शकले. ब्रिटिश न्यायदेवतेच्या पक्षपाती निकालाला उत्तर देताना टिळकांनी जगाच्या इतिहासात अमर होतील असे जे उद्गार काढले, त्यांचा उगमही या असामान्य वीर वृत्तीतच होता. सावरकरांच्या व्यक्तित्वात कवित्व इतके उत्कट आहे की, त्यांनी पूर्व-वयात काव्य आणि राजकारण यांत प्राय: कुठलाच भेद केला नाही. त्यांचे पूर्व चरित्र म्हणजे एखाद्या महाकाव्यातल्या नायकाचे जीवनच आहे! या अद्भुतरम्य कविप्रवृत्तीमुळेच बोटीतून समुद्रात उडी टाकून स्वत:ची सुटका करून घेण्याची साहसी कल्पना त्यांना सुचली, इतकेच नव्हे तर त्यांनी ती अंमलातही आणून दाखविली. केळकर त्यांच्या जागी असते तर असे काही त्यांच्या मनात सहसा आले नसते आणि ही कल्पना त्यांच्या मनात चुकून तरळली असती तर कथा-कादंबऱ्यांतच ती शोभेल, असे म्हणत त्यांनी तिला निरोप दिला असता. उलट, दीर्घकालीन शिक्षेच्या कल्पनेने अस्वस्थ होणाऱ्या स्वत:च्या मनाची समजूत घालण्याकरिता ते म्हणाले असते, 'होतंय ते बरंच होतंय! एरवी आपल्याला लेखनाला हवी तेवढी सवड कधीच मिळणे शक्य नाही. आता सरकार आपण होऊन मोठ्या उदारपणाने जर आपला पाहुणचार करायला तयार होतंय तर तो का नाकारा? फार दिवसांचे लेखनाचे संकल्प तरी या सक्तीच्या एकांतवासात सफल होतील.'

ही तुलना केळकरांचे वैगुण्य दर्शित करणारी आहे, असे मात्र मला मुळीच वाटत नाही. मोठ्या माणसाचे लोकांना दिसणारे वैगुण्य त्याच्या वैशिष्ट्यातूनच उद्भवत असते. सहानुभूतीने पाहिले म्हणजे जो आपण त्याचा विशेष गुण मानतो, तोच प्रतिकूल दृष्टीने विचार केला म्हणजे आपणाला त्याचा अक्षम्य दोष वाटू

लागतो. केळकरांच्या बाबतीतही असंच झालं आहे. राजकारणात ते टिळक किंवा गांधी यांच्या तुलनेने फार कमी भरतात असं म्हणणारी माणसं नदीची समुद्राशी किंवा मोत्याची हिऱ्याशी तुलना करण्याची फार मोठी चूक करतात. गांधी समन्वयवादी आहेत, केळकर सुवर्णमध्यवादी होते, तेव्हा ह्या दोघांचे पटायला फारशी हरकत नव्हती पण स्वभावभिन्नतेमुळे ते दोघे एकत्र येऊ शकले नाहीत, अशी अत्र्यांनी गांधी आणि केळकर यांच्या संबंधांची मीमांसा केली आहे. पण वस्तुस्थिती अशी आहे की, या थोर पुरुषांच्या जीवनश्रद्धांत दोन ध्रुवांचे अंतर होते. केळकर व्यावहारिक बुद्धीला जे पटेल किंवा जे तर्कशुद्ध दिसेल, तेवढेच मान्य करणारे होते. उलट, गांधी हे नेहमीच बाहेरल्या लाखो आवाजांपेक्षा आतल्या एका आवाजाला अधिक किंमत देत आले आहेत. अंत:प्रेरणा हा गांधींच्या जीवनविषयक तत्त्वज्ञानाचा महत्त्वाचा भाग आहे. केळकरांना तो कधीच मान्य नव्हता. पदोपदी आत्म्याला कौल लावणे हा त्यांच्या दृष्टीने विनोदाचा विषय होता. सर्वसामान्य माणसाच्या दृष्टीने केळकरांचा हा युक्तिवाद योग्य होता पण एका गोष्टीचे त्यांना कधीच आकलन झाले नाही – ती म्हणजे मानवी जीवन हे सामान्य आणि असामान्य यांचे अत्यंत विचित्र असे मिश्रण आहे ही होय! जीवनविषयक तत्त्वज्ञानाच्या या मर्यादेमुळेच अत्यंत भव्य, अत्यंत रुद्र, अत्यंत रम्य किंवा अत्यंत गूढ अशा ज्या वैयक्तिक किंवा सामाजिक अनुभूती असतात, त्यांत केळकरांचं मन प्राय: कधीच रमल नाही. संयम, सौम्यपणा आणि समतोलपणा हीच त्यांच्या प्रकृतीची वैशिष्ट्ये होती. त्यांची भरारी चंडोलाची होती, गरुडाची नव्हती. राजकारणात काय किंवा वाङ्मयात काय त्यांच्या याच व्यक्तित्वाचा सर्वत्र आविष्कार झाला आहे.

पण राजकारणाप्रमाणे साहित्यातही केळकरांचे मूल्यमापन करताना त्यांच्या या वैशिष्ट्याकडे दुर्लक्ष झाल्यामुळे त्याच्यावर अनेकदा अन्याय झाला आहे, आता पुन्हा होण्याचा संभव आहे. त्यांना प्रतिभा नव्हती, ते केवळ एक व्यासंगशील लेखक होते. लेखनाच्यादृष्टीने त्यांच्या विपुल वाङ्मयाचं कितीही कौतुक केलं तरी त्यात लेखनकौशल्य एकंदरीत कमीच आहे. अत्युच्च वाङ्मयगुणांचा विलास त्यांच्या साहित्यात शोधू पाहणाऱ्यांची निराशा झाल्याशिवाय राहणार नाही, ही किंवा असा अर्थ सूचित होईल, अशी विधाने अनेक जबाबदार साहित्यिकांनी दुखवट्याच्या स्तंभातून करायला सुरुवात केली आहे. ती वाचली म्हणजे या साहित्यशौंडीचा (बुद्धिवादी साहित्यिक) वाङ्मय निर्मितीच्या क्रियेशी, मराठी वाङ्मयाच्या इतिहासाशी आणि वाङ्मय मीमांसेच्या मूलतत्त्वांशी फार पुसट परिचय असला पाहिजे किंवा दुसऱ्याच्या कुचेष्टेने आपली प्रतिष्ठा वाढते या तत्त्वावर त्यांची अढळ श्रद्धा तरी असली पाहिजे, असे वाटू लागते. केळकरांना प्रतिभा नव्हती असे म्हणणाऱ्या लोकांची प्रतिभेची व्याख्या प्रचलित समजुतीपेक्षा फार निराळी असावी. ते शेक्सपिअर,

टॉलस्टॉय, भवभूति किंवा ह्युगो नव्हते, हे सांगायला या महापंडितांची काय जरुरी आहे? प्रत्येक वाचक ते जाणतोच जाणतो. पण चराचरांतल्या सौंदर्याचं दर्शन, ग्रहण, स्फुरण, सर्जन, संकलन आणि विकसन यांपैकी कुठल्याही शुद्ध अथवा संमिश्र स्वरूपात प्रतिभा प्रकट होते हे ज्यांना मान्य आहे, त्यांना केळकरांना प्रतिभा नव्हती हे विधान हास्यास्पद वाटेल.

एक उदाहरणच देतो – केळकरांचे बहुतेक लेखन सहेतुक असले तरी ते एका उच्च भूमिकेवरून 'कलेकरिता कला' या तत्त्वाचे समर्थन करीत असत. बडोद्याच्या अध्यक्षीय भाषणात ते त्यांनी इतक्या सरस रीतीने केलं आहे की, पुढे या तत्त्वाचे मंडन करण्यात प्रो. फडके यांनी पृष्ठेच्या पृष्ठे जरी खर्ची घातली असली तरी केळकरांच्या पाच मिनिटांच्या प्रतिभायुक्त वकिलीतली ऐट आणि सौंदर्य ही प्राध्यापक महाशयांच्या प्रतिपादनात कधीच उतरू शकली नाहीत. केळकर म्हणतात : 'कलाविलासाच्या मागे हेतुसंशोधनाचा गुप्त पोलीस लावून दिला तर अनर्थकारक परिणाम झाल्याशिवाय राहणार नाहीत. वाङ्मयाला नैतिक प्रबंध म्हणणे आणि साखरभाताला नुसता साखरेचा भात म्हणणे ही दोन्हीही सारख्याच समंजसपणाची आहेत. शिल्पशास्त्रात कलेच्या दृष्टींनी निरनिराळे आकार बनविणे यात प्रतिभाकौशल्य दिसून येते. पण देवळाचे उंच शिखरच सुंदर का – तर ते आकाशात ईश्वर आहे असे उंच बोट करून दाखविते म्हणून अथवा तीन-तीन कमानींची जोडीच का शोभते – तर तिजवरून त्रिमूर्ती ब्रह्मा-विष्णू-महेश्वराची आठवण होते म्हणून, असे म्हणणे बरोबर होईल काय? ताजमहालाच्या पांढऱ्याशुभ्र दगडात जी रंगीबेरंगी कुसर बसविली आहे, तिचा नैतिक हेतू शोधून काढणाऱ्यांनी ताजमहाल पाहण्यास जाण्याचे श्रम न घेतलेलेच बरे! चित्रकार पौराणिक किंवा ऐतिहासिक चित्र रंगवितो तेव्हा त्याचा हेतू कलेच्या दृष्टीने सुंदर चित्र रंगविण्याचा असतो की, नीतिबोध करायचा असतो? पोहावयास पडणारा मनुष्य जलक्रीडा करतो ती स्नानाच्या हेतूने नव्हे! शिकारी क्षत्रिय अरण्यात मृगयाविलास करतो तो एक दिवस चांगले मांस खावयास मिळावे म्हणून करीत नाही. गवई दीपराग आळविते, तो अर्थशास्त्रदृष्ट्या मशालजीचा खर्च वाचविण्याकरिता म्हणून नव्हे. तात्पर्य, 'अधिकस्य अधिकं फलम्' या न्यायाने कलेच्या दृष्टीने वाङ्मय सुंदर असून त्यातूनच नीतिबोध निघण्यासारखा असल्यास दुधात साखर पडेल. पण ज्याचा हेतू नीतिबोध नाही ते वाङ्मय नव्हे, हे म्हणणे यथार्थ नाही.''

केळकरांनी या उताऱ्यातल्या शेवटच्या वाक्यात सूचित केलेला सिद्धांत सर्वस्वी सत्य असला तरी लेखनकला व इतर ललितकला यांच्यातल्या महत्त्वाच्या भेदांकडे दुर्लक्ष केल्यामुळे त्यांची ही वकिली असावी तितकी तर्कशुद्ध नाही. तिच्यात अनेक हेत्वाभास आहेत पण या प्रतिपादनातील डौल आणि कल्पकता

कुणालाही मोहक वाटेल असेच आहेत. अशा प्रकारचं लेखन, प्रतिभेची थोडीफार देणगी असल्याशिवाय कोण करू शकेल? पंखांशिवाय उडणारा पक्षी आजपर्यंत जगात कुणी पाहिला आहे काय?

केळकरांच्या वाङ्मयात परिश्रमाने साध्य केलेला लेखनविलास आहे, प्रतिभेने निर्माण झालेला वाङ्मयविलास नाही, असे म्हणण्याकडे जी अनेक प्रतिष्ठितांची प्रवृत्ती होते, तिचे मूळ एकाच गोष्टीत आहे. केळकरांचे सरस असे वाङ्मय १९०८पासून पुढल्या दीड-दोन तपांत प्रकट झाले. ते आज सर्वसामान्य वाचकाकडून तितकेसे वाचले जात नाही. कॉलेजातल्या विद्यार्थ्यांकडून किंवा टीकाकार म्हणविणाऱ्यांकडूनसुद्धा ते फारसे अभ्यासले जात नाही. त्यामुळे केळकरांच्या लिखाणात प्रतिभेच्या झळाळीने शोभणारं असं काही नाही, हा समज प्रसृत करणं सोपं होऊन बसलं आहे. पण पर्वताची उंची मोजतात ती त्याच्या शिखरावरून, त्याच्या सपाट प्रदेशावरून नव्हे, हे या जाणूनबुजून आडरानात शिरणाऱ्या टीकाकारांनी अवश्य लक्षात ठेवावे. 'Eminent Victorians' या पुस्तकात 'Strife' नाटक लिहिल्यानंतर गॉल्सवर्दी लवकरच मृत्यू पावला असता तर त्याची कीर्ती इंग्रजी वाङ्मयात सध्यापेक्षा अधिक दुमदुमत राहिली असती, असं म्हटले आहे. केळकरांच्या बाबतीतही तसंच म्हणता येईल.

दुसरी एक महत्त्वाची गोष्ट वाङ्मयमीमांसाकारांनी विसरता कामा नये. प्रतिभेच्या जाती निरनिराळ्या असतात. ती पल्लवित होण्याचा काळही प्रत्येक लेखकाच्या आयुष्यात भिन्न भिन्न असू शकतो. पन्नाशीची झुळूक लागल्यावर मोठमोठ्या कवींची कल्पकता निस्तेज होऊ लागते आणि त्यांची भावनाशीलता क्षीण होते, असा सर्वसामान्य अनुभव आहे पण तांब्यांच्या प्रतिभेला याच उतारवयात मोठा सुंदर बहर आला. आपल्या पूर्ववयातल्या गोड कवितेला सहज मागे टाकतील अशी रसपूर्ण कवने ते उतारवयात गाऊन गेले. कुणाची प्रतिभा कोणत्या क्षेत्रात विशेष फुलू शकते आणि तिचा तिथला फुलोरा कायम टिकणारा आहे किंवा निर्माल्य होणार आहे, या संबंधानेही वाङ्मयात झटपट नियम बांधणे फार धोक्याच असत. कोल्हटकरांनी नाटककार म्हणून आपल्या हयातीत कीर्ती मिळविली असली तरी मराठी वाङ्मयात विनोदकार म्हणून त्यांनी मिळविलेले यशच अधिक उज्ज्वल मानले जाईल. कथाकाराची प्रतिभा हरिभाऊंच्या अंगी इतक्या प्रकर्षाने वास करीत होती की, गेल्या शतकात हिंदुस्थानात निर्माण झालेल्या पहिल्या पाच कादंबरीकारांत शरच्चंद्रांच्या जोडीने त्यांचे नाव भारतीय इतिहासकाराला घ्यावे लागेल. पण हरिभाऊंच्या प्रतिभेला अनेक डौलदार पैलू असूनही सूक्ष्म भावनांचा आणि संघर्षांचा उत्कर्ष साधण्याला आवश्यक असलेली कोमल काव्यदृष्टी तिच्यात नव्हती. 'वज्राघाता'चे पहिले प्रकरण किंवा 'रूपनगरच्या राजकन्ये'तला एखादा प्रसंग या विधानाला

अपवाद म्हणून दाखविता येईल. पण रवींद्र किंवा शरच्चंद्र यांच्याशी तुलना केली म्हणजे कथाकार या नात्याने त्यांचे हे अंग दुर्बळ होते, हे सहज लक्षात येते. या सर्व उदाहरणांचा निष्कर्ष एकच आहे – जिला आपण प्रतिभा म्हणतो तिचा बहुविध व सर्वस्पर्शी विलास एखाद्याच कलावंतात आढळतो. बहुतेक लेखकांवर प्रतिभा आपल्या अनंत हस्तांपैकी एखादाच हात वरदहस्त म्हणून ठेवते. या दृष्टीने केळकरांकडे पाहिले तर त्यांना प्रतिभा नव्हती असे म्हणणे केवळ धाष्ट्याचेच नव्हे, तर अरसिकपणाचे होईल. त्यांच्या सर्व लिखाणातून मधूनमधून अंगावर गुलाबपाणी शिंपडावे त्याप्रमाणे नाजूक व कल्पक विनोदाचा जो गोड शिडकाव आढळून येतो, तो केवळ परिश्रमाने साध्य होणे शक्य नाही. विषय खुलविण्याकरिता किंवा तत्त्व पटविण्याकरिता अनेकदा ते ज्या मार्मिक उपमा देतात आणि सुंदर अथवा चतुर दृष्टांत उपयोजितात, त्यांची निर्मिती फक्त कल्पक रसिकतेतूनच होऊ शकते. केवळ पांडित्यातून किंवा परिश्रमशीलतेतून आलेल्या उपमा आणि दृष्टांत हे चित्रपटातल्या कृत्रिम वेलीला चिकटविलेल्या कागदी फुलांसारखे दिसतात. पण केळकरांच्या उपमादृष्टांतात वेलीवर उमललेल्या फुलांचे सौंदर्य आहे, त्यांचा नाजूक व मोहक सुगंध आहे. त्यांची कल्पकता ही भावनाशील कवीच्या किंवा जीवनदर्शन करविणाऱ्या कथाकाराच्या कल्पकतेहून भिन्न आहे हे खरं; पण ती जातिवंत हिरकणी आहे. तो बाजारात चार-आठ आण्यांना मिळणारा चमकदार खडा नाही! त्यांच्या विनोदबुद्धीत कोल्हटकरांच्या चंद्रज्योतीची किंवा गडकऱ्यांच्या ऑटम बॉंबची प्रेक्षकांचे लक्ष वेधून घेण्याची शक्ती नसेल पण तीही मराठी वाङ्मयाच्या दिवाळीच्या आनंदात भर घालणारी शांत आणि शीतल अशी पणतीतली दीपज्योती आहे.

कल्पकता व विनोदबुद्धी या प्रतिभागुणांच्या विकासाला अनुकूल असेच क्षेत्र केळकरांना साहित्यात मिळाले. टिळकांचे सहकारी म्हणून निबंधाच्या द्वारानेच त्यांना जनमनापर्यंत जाव लागल. मोठ्या लेखकाचा असा एक विशेष असतो की, कुठल्याही परंपरागत वाङ्मयवृक्षाला अखंड पाणी घालून घालून केवळ त्याची फळेफुले काढण्याचे कार्यच तो करीत नाही तर त्या वृक्षावर आपल्या प्रतिभेचे कलम करून तो त्याला निराळे स्वरूप देतो. केळकरांनी मराठी निबंधाच्या बाबतीत हे कार्य केले आहे, हे त्यांच्या टीकाकारांनाही कबूल करावे लागेल. चिपळूणकरांनी प्रवर्तित केलेला आणि टिळक, आगरकर, परांजपे यांनी संवर्धिलेला हा वाङ्मयवृक्ष १९०८पासून पुढल्या तपा-दीड तपांत त्याची पाने छाटून, त्याला पाणी घालून आणि त्याच्या विस्तारणाच्या शाखांना वळण लावून केळकरांनी कल्पवृक्षासारखा आकर्षक व सर्वप्रसू बनविला. हरिभाऊंच्या कादंबरीकरिता 'करमणूक' केव्हा येते अशी वाट पाहत महाराष्ट्रातले लोक जसे दारात उभे असत, तसेच ते १९०८नंतर केळकरांच्या निबंधाकरिता दर बुधवारी टपालाच्या शिपायाच्या वाटेकडे डोळे लावून

बसू लागले. केळकरांनी त्यांची कधीही निराशा केली नाही. तत्कालीन घडामोडीमुळे सुचलेला कोणताही विषय – मग तो राजकीय, सामाजिक, धार्मिक, शैक्षणिक असा कुठलाही असो, केळकर तो हौसेने आपल्या अग्रलेखा करिता निवडीत आणि विपुल माहितीने, मनोरंजक मांडणीने, आणि मार्मिक विवेचनाने तो असा रंगवीत की, आपण वर्तमानपत्रातला मजकूर वाचीत नसून श्रेष्ठ वाङ्मय वाचीत आहोत, असा वाचकाला भास व्हावा. मराठी निबंधाचा सारा थाटमाटच त्यांनी बदलून टाकला. विषय कितीही रूक्ष असो, त्यांच्या लेखणीचा स्पर्श होताच तो आकर्षक व्हायचा हे ठरूनच गेले. पूर्वीचे अनेक निबंध वाचकाला दररोजच्या साध्यासुध्या जेवणासारखे वाटत. केळकरांनी कुठलाही निबंध सजवून कसा मांडावा ही कला फार मोठ्या प्रमाणात यशस्वी करून दाखविली. ताटात वाढायचं जेवण तेच असलं तरी ताटाभोवती रांगोळ्या काढल्या आहेत, मधून मधून लावलेल्या उदबत्त्यांचा सुगंध सर्वत्र दरवळत आहे, वर विजेचा पंखा सुरू आहे अशा सुग्रास भोजनाचा आनंद काही निराळा असतो. तो आनंद केळकरांनी मराठी निबंधात नव्याने निर्माण केला. निबंध लेखनाच्या रूपाने त्यांनी महाराष्ट्रात ज्ञानदानाची अखंड पाणपोईच घातली होती असं म्हणता येईल. या पाणपोईतल पाणी जितकं विपुल तितकंच गार आणि सुगंधी असे, ही विशेष महत्त्वाची गोष्ट होय. पूर्वी मुख्यत: प्रचाराकरिता आणि माहितीकरिता राबविला जाणारा निबंध केळकरांनी इतक्या लवचीकपणाने हाताळला की, त्यांचे काही-काही लेख वाचून ते आधुनिक पद्धतीचे लघुनिबंधच लिहीत आहेत की काय, अशी कल्पना मनात आल्यावाचून राहत नाही. या दृष्टीने त्यांनी १९०९ साली लिहिलेला 'कलियुगातली पंधरावी विद्या' हा जाहिरातीवरला निबंध अवश्य पहावा. त्यातील छोटासा उताराच खाली देतो –

'दुसऱ्या प्रकारच्या जाहिराती गुप्त पोलिसासारख्या असतात. ज्यांनी पिंकपिल्सच्या जाहिराती पाहिल्या असतील, त्यांस हे विधान सहज पटेल. ज्याप्रमाणे पांढरा ड्रेस केलेल्या गुप्त पोलिसाचे खरं स्वरूप केव्हा व कसं प्रकट होईल याचा नेम नसतो, त्याचप्रमाणे वरून दिसण्यात काहीतरी सरळ, सुसंगत असा व वैद्यक विषयाशी ज्याचा कधी संबंध मुद्दाम लावावा म्हटलं तरी लावण कठीण, अशा विषयाचा मजकूर वाचीत असता एकदम पिंकपिल्सवर वाचकास केव्हा ठेच लागेल, याचा नेम नसतो. वरील साळसूद मथळा पाहून मजकूर वाचावयास लागावे व निम्माशिम्मा मजकूर वाचूनही केव्हा कादंबरीचा प्रियप्राण असा जो शृंगार त्याचा काल्पनिक रस अनुभवीत असता तर केव्हा अंगावर रोमांच थरारून सोडणारी एखादी वीररसपूर्ण गोष्ट वाचीत असता, केव्हा जगात क्वचित् प्रसंगी दृष्टीस पडणाऱ्या करुण देखाव्याच शाब्दिक चित्र पाहून नेत्र अश्रूंनी भरून गेले असता किंवा कधी कोणाच्या स्वप्नातही न दिसणाऱ्या व केवळ अचाट कल्पनेस गोचर असा अद्भुत कथाभाग वाचून भुवया

न. चिं. केळकर । ५१

वर चढून डोळे प्रफुल्लित झाले असता, एकदम 'पिंकपिल्स' ही अक्षरे दृष्टीस पडतात आणि मग डोळ्यांत अंजन पडल्यासारखे होऊन व रसमय सृष्टीत हेलकावे खाणाऱ्या कल्पना-विमानास मोठेथोरले भोक पडून मन जड सृष्टीवर येऊन आपटते – हा सर्व अनुभव ज्याला आला नाही असा एखादा तरी वाचक असेल काय?'

केळकरांच्या विपुल वाङ्मयातून त्यांच्या विविध-वाग्विलासाचे असे असंख्य नमुने सहज काढून दाखविता येतील. पण त्यांनीच एके ठिकाणी म्हटल आहे, 'अधिक उतारे किंवा उदाहरणे देणं म्हणजे बाजारात आंबे खरेदी करण्यास जाणाऱ्याने पाहता पाहता राशीतले सगळेच आंबे कापून खाण्यासारखे आहे.'

लेखकाची प्रतिभा त्याच्या निर्मितीतून जशी प्रकट होते तशी त्याच्या पुढल्या पिढीतल्या लेखकांवर तिचे जे संस्कार होतात, त्यावरूनही तिच्या सामर्थ्याची यथार्थ कल्पना येते. या दुसऱ्या कसोटीलाही केळकर पूर्णपणे उतरतात.

आजच्या नामवंत लेखकांपैकी प्रो. फडके, माडखोलकर, द. के. केळकर वगैरे अनेक साहित्यिकांनी केळकरांच्या शैलीचे गुण आत्मसात केले आहेत. प्रसाद, माधुर्य आणि आकर्षकता हे प्रो. फडक्यांच्या भाषाशैलीचे विशेष मानले जातात. फडक्यांनी साहित्यक्षेत्रातल्या उमेदवारीला सुरुवात केली तेव्हा केळकर हे मराठीचे मूर्धाभिषिक्त निबंधकार होते आणि बंगाली कथांचा अनुवाद करता-करता मुळातली किंचित संस्कृतप्रचुर पण नादमधुर अशी शैली मराठीत आणणारे श्री. विठ्ठल सीताराम गुर्जर लोकप्रिय कथालेखक म्हणून गौरविले जात होते. साहजिकच त्या वेळच्या तरुण फडक्यांनी प्रसाद व आकर्षकता या बाबतीत केळकरांच्या पावलावर पाऊल टाकले आणि गुर्जरांच्या अनुवादित कथांतून माधुर्य आपलेसे केले.

शैलीकार या नात्याने केळकरांची छाया गेल्या दोन तपांतल्या अनेक प्रमुख मराठी साहित्यिकांवर जशी पडली आहे तशीच साहित्यमीमांसक या दृष्टीनेही त्यांनी अनेक रसिकांना स्फूर्ती दिली आहे. बडोद्यास साहित्य संमेलनाच्या अध्यक्षपदावरून त्यांनी केलेल्या भाषणाचा उत्तरार्ध हा मराठी शारदेचा एक असामान्य अलंकार आहे. मध्यभारतीय कविसंमेलनाचे त्यांचे भाषण इतके गाजले नसले तरी तितकेच अभ्यसनीय आहे. त्यांची कोल्हटकर लेखसंग्रहाची प्रस्तावना वाङ्मयाच्या अभ्यासकांनी आदर्श म्हणून पुढे ठेवावी इतकी गुणसंपन्न आहे. केळकर नुसते समीक्षक किंवा टीकाकार नव्हते; ते पहिल्या प्रतीचे प्रतिभावान साहित्यशास्त्रज्ञ होते.

'विसाव्या शतकाच्या पहिल्या चरणातल्या महाराष्ट्रीय मध्यम वर्गाचे सर्वश्रेष्ठ प्रतिनिधी' असेच इतिहासाला केळकरांचे वर्णन करावे लागेल. त्यांचा विनोद, त्यांचे तत्त्वज्ञान, त्यांची सौंदर्यदृष्टी, त्यांची जीवनमूल्यं, त्यांच्या आत्म्याचा वैयक्तिक आणि वाङ्मयीन आविष्कार या सर्व गोष्टींत त्यांच्या या प्रतिनिधित्वाचे पूर्ण प्रतिबिंब पडले आहे. सामान्य आणि असामान्य, संसार आणि समाज, व्यवहार आणि

ध्येयवाद इत्यादिकांच्या सीमारेषेवर ते सदैव उभे राहिले याचे कारण हेच आहे. त्यामुळे हजारात क्वचित आढळणाऱ्या एखाद्या नि:संग ध्येयवाद्याच्या दृष्टीने त्यांचे जीवनविषयक तत्त्वज्ञान आणि अशाच एखाद्या निस्सीम कलावंताच्या दृष्टीने त्यांचे वाङ्मय आदर्श ठरणार नाही. पण कोणत्याही काळी हजारो जीवांत असा बंडखोर आत्मा एखादाच असतो. हजारांपैकी नऊशे नव्याण्णव माझ्यासारखी सामान्य माणसे असतात. जीवन हा त्यांच्या दृष्टीने यज्ञ नसला तरी ती मंगल दीपज्योती असते. अशा सामान्यांना आपल्या चिमुकल्या दीपज्योतीचे पावित्र्य आणि प्रकाश कसा सांभाळावा हे केळकरांचे मधुर व्यक्तित्व आणि बहुविध कर्तृत्व सदैव शिकवीत राहील.

आज सर्वत्र जगातल्या देवांवर राक्षसांनी मात केली आहे. हिंसा, अन्याय, जुलूम, विषमता यांची पिशाच्च मानवतेच्या मंदिराला आग लावण्याकरिता पुन:पुन्हा धावत आहेत. त्यांच्या हातात सत्ता, संपत्ती, धर्मवेड इत्यादी कोलिते आहेत. या पिशाच्च्यांना आवरणे आणि त्या राक्षसांचा पराभव करणे ही काम आता केवळ पुढाऱ्यांची नाहीत. ती सामान्य जनतेचीच आहेत. ती पार पाडण्याकरिता आवश्यक असलेली तपस्या कशी करावी, सत्यसंशोधनाकरिता आपली विवेचक बुद्धी कशी वाढवावी, आपल्या शक्तीच्या मर्यादा ओळखून सार्वजनिक कल्याणाच्या कार्याला कसा हातभार लावावा आणि यशापयशाची फाजील फिकीर न करता शक्य त्या क्षेत्रात आमरण सेवाशील राहून मानवतेच्या मंगलमूर्तीची पूजा कशी करावी, याचे रहस्य केळकरांनी आपल्या अर्धशतकाच्या आयुष्यक्रमात विशद करून दाखविले आहे. ते व्यवहारवादी असले तरी जीवन हे आपण समाजाकडून घेतलेले ऋण आहे आणि जगणे म्हणजे या ऋणातून मुक्त होण्याकरिता यथामति, यथाशक्ति निरपेक्ष कार्य करीत राहणे होय, अशीच त्यांची श्रद्धा होती. ती तशी नसती तर मृत्यूच्या आदल्या दिवशी त्याला उद्देशून त्यांनी खालील उद्गार कधीच काढले नसते –

मला जन्म येता, तनुभरण कार्या कणकण
दिले पांचाभूती, परत करणे ते निजऋण
तदाधारे सौख्ये सतत जगलो ते मज पुरे
तनुत्यागा ऐसा इतर अनृणा मार्गचि नुरे

★ ★ ★

६

नाटककार खाडिलकर :
सामर्थ्य आणि मर्यादा

ऑगस्टच्या शेवटच्या आठवड्यात मी दोन-तीन दिवस पुण्याला होतो. सत्तावीस ऑगस्ट रोजी पहाटे वर्तमानपत्र विकणाऱ्या पोरांच्या आरोळ्यांनी मी नेहमीप्रमाणे जागा झालो. त्यांच्यापैकी एक मोठ्या कर्कश स्वराने ओरडत जात होता, 'नवा काळचे संस्थापक काकासाहेब खाडिलकर यांचे निधन!' त्याचे ते शब्द दोन वेळा स्पष्टपणे माझ्या कानावर पडताच मी अस्वस्थ होऊन अंथरुणावरून उठलो. काकासाहेब खाडिलकर गेली अनेक वर्षें आजारी आहेत, हे मला ठाऊक होते. या आजारीपणामुळे नाट्यलेखन व राजकारण या आपल्या आवडत्या जीवितकार्यातून निवृत्त होऊन ते वानप्रस्थासारखे राहत आहेत, याचीही मला कल्पना होती पण असे असूनही महाराष्ट्राच्या सार्वजनिक आणि वाङ्मयीन जीवनाला त्यांचा मोठा आधार वाटत होता. कुटुंबातली मुले कर्ती-सवरती झाली तरी त्यांना आपल्यावर वडील माणसांचे छत्र असावे, असे वाटतच असते. महाराष्ट्रातले संपादक साहित्यसेवक या दृष्टीनेच काकासाहेबांकडे आदराने पाहत असत. अस्ताचलाकडे झुकलेल्या सूर्याचे तेज मध्यान्हाच्या मानाने फार मंद झालेले पण त्याच्या त्या सौम्य प्रकाशातही सृष्टी हसत असते. मग काकासाहेबांसारख्या ध्येयवादी आणि तत्त्वनिष्ठ माणसाचे नुसते अस्तित्वही त्यांच्यामागून येणाऱ्या पिढीला मार्गदर्शक व आल्हाददायक वाटावे, यात आश्चर्य ते कसले?

वर्तमानपत्रे विकणारी पोरे ती अमंगल वार्ता पुन:पुन्हा तारस्वराने उच्चारीत रस्त्याने भिरभिरत होती. ते शब्द ऐकताना मला वाटले – अस्ताचलाकडे कललेला महाराष्ट्रातला एक सूर्य आज मावळला. एका असामान्य प्रतिभावंत नाटककाराच्या जीवनावर शेवटचा पडदा पडला! मराठी रंगभूमीला हिंदुस्थानातल्या दुसऱ्या कुठल्याही

रंगभूमीपेक्षा अधिक कलापूर्ण आणि अधिक प्रभावशाली करणारा अलौकिक शक्तीचा साहित्यिक आज आपल्यातून नाहीसा झाला. मी डोळे मिटून खिडकीपाशी स्तब्ध उभा राहिलो. काकासाहेबांच्या नाटकांचे लहानपणापासून मनावर झालेले अनेक संस्कार मला आठवू लागले. 'कांचनगडची मोहना'त पातशहाकडून थैली घेऊन आलेल्या गुलामवृत्तीच्या राघोजीला प्रतापरावाने दिलेले ते तेजस्वी उत्तर – ''हातात काकणं भरून बाई झाले असतील त्यांनी हातातील काकणांकडं पाहत उभं रहावं. तुमचा बादशहा, धिप्पाड शरीराचे तुमचे खान, नबाब, अमीरउमराव यांच्या या थैलीला मी कस्पटाप्रमाणं लेखतो. जा, विजापुराला जा! आमच्या देशाच्या पैशावर चैन करणाऱ्या तुमच्या बादशहाला माझा साफ निरोप सांगा, प्रतापराव कांचनगडावर तुमचा अधिकार मानीत नाही'' – माझ्या कानात घुमू लागले. प्रतापरावाच्या या भाषणातल्या प्रत्येक वाक्याला नाटकगृहात टाळ्यांचा कडकडाट होत असे, तो मला ऐकू येऊ लागला. त्या काळी हिंदुस्थानाला गुलामगिरीत ठेवून त्याच्या पैशावर चैन करणाऱ्या इंग्रजी राज्यकर्त्यांना जे शब्द ऐकविण्याची प्रत्येक सामान्य मनुष्याची इच्छा होती पण जे बोलण्याची त्याला कधीच छाती होत नव्हती, ते प्रतापरावाच्या तोंडातून खाडिलकर वदवीत होते. आपल्या मनातल्या त्वेषाला अशा नाट्यपूर्ण रीतीने वाचा फुटलेली पाहून प्रेक्षकांची हृदये वीररसाने उचंबळून येत असत.

मला ऐकू येणाऱ्या त्या टाळ्या क्षणभर थांबल्या. पुन्हा त्यांचा मोठा कडकडाट ऐकू आला. माझ्या मन:चक्षूंपुढल्या चित्रात प्रतापराव व राघोजी उभे नव्हते. आता तिथे रामशास्त्री व आनंदीबाई बोलत असलेली दिसत होती. पुतण्याचा खून करून पतीला आपण पेशव्यांच्या वैभवशाली गादीवर बसविले आहे या धुंदीत आनंदीबाई रामशास्त्र्याला म्हणत होती, ''शास्त्रीबुवा, तुम्हाला आम्ही कैद केलं आहे. बोला, अंधारकोठडीत पडता की, भर दरबारात श्रीमंतांचं यश गाऊन आताच्या अपराधातून मोकळं होता?'' रामशास्त्री शांतपणे तिला उत्तर देतो, ''बाईसाहेब, पाहिजे तर माझी जीभ छाटून टाकण्याचा हुकूम करा, पाहिजे तर अंधार कोठडीत काट्यांच्या पिंजऱ्यात मला कोंडून ठेवा, पाहिजे तर ज्या ह्या तरवारींनी नारायणरावाचे तुकडे-तुकडे केले, त्याच ह्या तरवारी माझ्या शरीरावर पाहिजे तशा चालवा. मला कोठेही न्या, कसाही ठेवा, शब्द उच्चारण्याची या जिभेत शक्ती असेतो मोठमोठ्याने ओरडून सर्व दुनियेला मी जाहीर करणार की, नारायणरावांचा खून राघोबाने केला आहे आणि या पापाला देहान्त प्रायश्चित्ताशिवाय दुसरे प्रायश्चित्त नाही!'' सत्ता आणि सत्य, अधर्म आणि धर्म यांचा हा उग्र संघर्ष पाहत असताना साऱ्या प्रेक्षकांची मने उदात्त वातावरणात पोहत असत. आनंदीबाईला आत्मतेजाने दिपविणारा रामशास्त्री आपल्यापुढे उभा नसून आंधळ्या ब्रिटिश न्यायदेवतेला उद्देशून तेजस्वी भाषण करणारे लोकमान्य टिळकच बोलत आहेत, असे त्यांना वाटे.

हे चित्र पुसट होते न होते तोच त्याच्या जागी हृदयाचा ठाव घेणारे तसलेच एक दुसरे दृश्य दिसू लागले. काळ बदलला होता. खाडिलकरांची कला प्रेक्षकांना हजारो वर्षांपूर्वींच्या जीवनाचे दर्शन घडवीत होती. मद्याच्या पायी संजीवनी विद्या गमावून बसलेल्या शुक्राच्या पिळवटलेल्या आतड्यांतून खालील उद्गार निघत होते – "हसा! सर्व विद्यांनो, या मद्यपी शुक्राला हसा! थुंका, सर्व तपस्व्यांनो, या मद्यपी शुक्राच्या तोंडावर थुंका! धिक्कारा, ब्रह्मयज्ञ करणाऱ्या सर्व विद्यार्थ्यांनो, या मद्यपी शुक्राला धिक्कारा आणि अखिल दुनियेत द्वाही फिरवा की, दारूमुळं हृदयात दबा धरून बसायला मिळतं व दारूमुळं सर्व विद्या शत्रूच्या ताब्यात जाऊन शत्रूच्या ओंजळीनं पाणी पिण्याची पाळी येते. कार्यकर्ते तपस्वीहो! या शुक्राच्या अध:पाताचे उदाहरण नेहमी डोळ्यापुढे ठेवून कोणत्याही मोठ्या कार्याचा नेतेपणा किंवा कारभार व्यसनी पुरुषांकडं ठेवू नका."

असले अनेक नाट्यपूर्ण प्रभावी प्रसंग खाडिलकरांच्या नाटकांत सर्वत्र विखुरलेले आहेत. हे सर्व आठवताच माझ्या मनात आले – आज एक अत्यंत तेजस्वी महाराष्ट्रीय प्रतिभा अंतर्धान पावली. एका अलौकिक तत्त्वनिष्ठ आत्म्याला महाराष्ट्र मुकला. जीवनाला उदात्त वळण लावण्याचे अभूतपूर्व सामर्थ्य असणारा एक महान कलाकार नाहीसा झाला. शालिवाहनाने मातीच्या बाहुल्यांतून शूर सैनिक निर्माण करण्याचा चमत्कार पूर्वी करून दाखविला होता. खाडिलकरांच्या प्रतिभेने चिरपरिचित पौराणिक आणि ऐतिहासिक कथांतून अशीच प्रभावी नाटकं निर्माण केली. शेक्सपिअर आणि इब्सेन यांची आठवण करून देणारी नाट्यकला मराठी रंगभूमीवर फक्त त्यांच्याच नाटकांत दिसली, हे त्यांच्या टीकाकारांनाही कबूल करायला हवे. या कलेचा उगम केवळ बुद्धीतून, कल्पनेतून, तंत्रचातुर्यातून किंवा भावनाविलासातून झालेला नव्हता; तो त्यांच्या जीवनातूनच विकसित झाला होता. कॉलेजात असतानाच खाडिलकर एकीकडे शेक्सपिअरचे आणि दुसरीकडे टिळकांचे भक्त झाले. पदवीधर झाल्यावर त्यांनी सांगली हायस्कूलमध्ये काही दिवस शिक्षकाची नोकरी केली. त्यांना केवळ साहित्यिक म्हणून चमकण्याची हौस असती तर आज ना उद्या आपल्या जन्म गावात हेडमास्तर म्हणून आपण सुखाने कालक्रमण व साहित्यसेवा करू, या कल्पनेने ते त्या नोकरीला चिकटून राहिले असते. पण नाट्यकलेवर त्यांचे कितीही प्रेम असले तरी आपल्या मातृभूमीवरली त्यांची भक्ती त्याहूनही मोठी होती. आपल्या देशाच्या पारतंत्र्याचा विचार त्यांना सदैव अस्वस्थ करून सोडीत असे. नाट्यकलेच्या शृंगाराकरिता सुंदर रत्नजडित अलंकार घडविण्याची इच्छा त्यांच्या मनात पहिल्यापासूनच प्रबळ होती. पण ते अलंकार घडवितानाही आपल्या मातृभूमीच्या पायातल्या शृंखलांचा कर्णकटू खळखळाट त्यांना किती बेचैन करून सोडी, हे त्यांच्या नाट्यलेखनाच्या इतिहासावरून सहज दिसून येण्याजोगे आहे.

'सवाई माधवरावांचा मृत्यू' या आपल्या पहिल्या नाटकात शेक्सपिअरच्या हॅम्लेटमधला नायक व ऑथेल्लोमधला प्रतिनायक ही दोन्ही स्वभावचित्रे एकत्र गुंफण्याची त्यांची महत्त्वाकांक्षा थोर प्रतिभावंताला साजेल अशीच होती. पण या नाटकाच्या पाठोपाठ त्यांनी 'कांचनगडची मोहना' हे जे दुसरे नाटक लिहिले, त्यात त्यांच्या मनातली पारतंत्र्याची चीड मोठ्या उत्कटतेने व्यक्त झाली आहे. गुलामगिरीच्या राखेखाली निस्तेज होऊ लागलेले जनतेच्या आत्मशक्तीचे निखारे फुलविण्याची त्यांची शक्ती ज्याला पहावयाची असेल, त्याने हे नाटक अवश्य वाचले पाहिजे.

खाडिलकर प्रतिभासंपन्न कलावंत होते पण त्यांच्या मनाची बैठक आत्मनिष्ठ कवीची नव्हती. केवळ कल्पनाविलासात गुंग होऊन जाणाऱ्या अथवा सौंदर्यच्या गुलाबपाण्याने भोवताली पेटलेला वणवा विझवू पाहणाऱ्या स्वप्नाळू साहित्यिकांशी त्यांचे दूरचेसुद्धा नाते लागण्याजोगे नव्हते. त्यांच्या व्यक्तित्वातला तत्त्वचिंतकही कलावंताइतकाच तेजस्वी आहे. पण केवळ बौद्धिक आनंदासाठी किंवा तात्त्विक समाधानासाठी जीवनातल्या समस्यांचा काथ्याकूट करणाऱ्या पर्यकपंडितांशी (कष्ट न करता केवळ उपदेश करणारा) त्यांचे क्षणभरही पटणे शक्य नव्हते. ते कर्मयोगी कवी होते, लढवय्ये तत्त्वज्ञ होते.

खाडिलकरांच्या प्रतिभेत कवित्व आणि तत्त्वचिंतन यांचा आकर्षक संगम झाला होता. पण या संगमापेक्षाही अधिक प्रभावी अशी एक गोष्ट तिथे निश्चित होती. ती म्हणजे त्यांचे वीरत्व! त्यांचा जीवनाकडे पाहण्याचा दृष्टिकोन या वीरत्वानेच निश्चित केला होता. भोगापेक्षा त्याग हाच जीवनाचा आत्मा आहे, त्यानेच मानवांचा व मानवतेचा विकास होतो, अशी त्यांची श्रद्धा होती. या श्रद्धेमुळेच लहान नदीने जवळच्या मोठ्या नदीला जाऊन मिळावे तसे ते लोकमान्य टिळकांच्या राजकारणाशी समरस झाले. शिक्षकाची खुर्ची सोडून संपादकीय खुर्चीवर आरूढ झाल्यानंतर त्यांच्या या उपजत वीरवृत्तीचा मोठ्या प्रमाणात आविष्कार होऊ लागला. लोकमान्य टिळकांना ज्या लेखांबद्दल राजद्रोहाची शिक्षा झाली ते खाडिलकरांचेच होते ही गोष्ट सर्वश्रुत आहे. टिळक व शिवरामपंत परांजपे हे त्यांच्यासारखेच तेजस्वी लेखक होते. पण टिळक प्रसंगी 'सरकारचे डोके ठिकाणावर आहे काय?' असा सवाल करीत असले तरी त्यांच्या एकंदर लिहिण्यात आवेशाबरोबरच संयमही प्रकट होत असे. त्यांची लेखणी सरकारचे वाभाडे काढी पण ते कायद्याच्या कक्षेत राहून! हुतुतूच्या खेळात प्रतिपक्षाच्या क्षेत्रात एका मर्यादेपलीकडे जाणे धोक्याचे असते. तसे केले तर दुसऱ्या बाजूच्या गड्याला मारण्यापेक्षा आपणच मरण्याचा संभव अधिक असतो, हे टिळकांची जागरूक विवेकशक्ती कधीच विसरली नाही. खाडिलकरांना टिळकांचा हा संयम साधण्यासारखा नव्हता. शिवरामपंतांची छद्मी लेखनशैलीही त्यांच्या प्रकृतिधर्माशी विसंगत होती. ते देशभक्त असले तरी कलावंत होते. अधीर

आणि उत्कट मनोवृत्ती हा कलावंताच्या मनाचा एक विशेष असतो. दु:ख पाहिले की, त्याच्या डोळ्यांत चटकन अश्रू येतात, तसे अन्याय दिसले की, त्याचे बाहू स्फुरण पावू लागतात. व्यवहार, त्याच्या मर्यादा, त्यातल्या पायऱ्या यांपैकी काहीही तो जाणू शकत नाही. खाडिलकरांच्या 'केसरी'तल्या अग्रलेखात सरकारला दु:सह वाटणारे असे जे अवतरले, त्याचा उगम त्यांच्या या वैशिष्ट्यात होता. त्यांच्या मनाची ही भावनाशीलता किती पराकोटीला गेली होती, हे काही काळ वेषांतर करून ते नेपाळला जाऊन राहिले होते आणि तिथे शस्त्रास्त्रे जमवून देशाच्या स्वातंत्र्यप्राप्तीला हातभार लावण्याचा त्यांनी प्रयत्न केला होता, या हकिगतीवरून सहज दिसून येईल. या सरळ व उत्कट मनोवृत्तीमुळेच टिळकयुग संपून गांधीयुग सुरू झाले, तेव्हा ते या बदललेल्या काळाशी समरस होऊ शकले. स्वत:ला बुद्धिवादी म्हणवून घेणारा पण वस्तुत: बुद्धिजीवी असलेला महाराष्ट्रातला वर्ग या नव्या तेजाचा विरोधक झाला पण खाडिलकरांनी त्याचे सहर्ष स्वागत केले. ते स्वभावत:च जीवनातल्या उत्कट, उदात्त आणि उग्र पण मंगल अशा शक्तींचे पूजक होते. गांधीयुगात त्यांनी स्वत:चे 'नवा काळ' हे दैनिक सुरू करून राष्ट्रीय सभेच्या राजकारणाचा मोठ्या निष्ठेने पुरस्कार केला. या कालखंडातल्या त्यांच्या अग्रलेखांत पूर्वीइतके ओज नव्हते पण त्या ओजाची जागा तत्त्वचिंतनाने भरून काढली होती. गांधीवादाचे मर्म आकलन करून ते महाराष्ट्राला समजावून सांगणाऱ्या प्रभावी लेखकांत काकासाहेब हेच कालक्रमाने पहिले ठरतील.

शरीराच्या पंगूपणामुळे गेल्या तपात त्यांना राजकारण व नाट्यलेखन यांतून निवृत्त व्हावे लागले. त्यामुळे त्यांची मूळची तत्त्वचिंतनाची प्रवृत्ती या काळात बळावली. उपनिषदांवर लिहिलेल्या त्यांच्या भाष्यातून आणि रुद्राविषयीच्या त्यांच्या विवेचनातून या प्रवृत्तीचा आविष्कार उत्तम रीतीने झाला आहे. पण संपादक या नात्याने त्यांनी केलेले लेखन किंवा त्यांच्या वैदिक भाष्यातून आढळणारे तत्त्वचिंतन या गोष्टींपेक्षा त्यांचे नाट्यवाङ्मय ही त्यांनी महाराष्ट्राला आणि मराठी भाषेला दिलेली सर्वांत मोठी देणगी आहे. हरिभाऊंच्या कादंबऱ्यांप्रमाणेच त्यांची नाटकं हे उद्याच्या मराठीचे एक बहुमोल लेणे आहे.

कुशल नाटककार या नात्याने त्यांच्या जोडीला फक्त देवलच बसू शकतील. कोल्हटकर व गडकरी यांच्यामध्ये काव्य व विनोद या शक्तींचा विलास खाडिलकरांपेक्षा फार मोठ्या प्रमाणात आढळतो, यात शंका नाही पण कथावस्तूतले नाट्य ओळखण्याची व ते फुलविण्याची आणि ते प्रमाणबद्ध रीतीने आणि परिणामकारक पद्धतीने मांडण्याची खाडिलकरांची शक्ती या दोघांत नाही. या नाट्यशक्तीमुळेच काकासाहेबांच्या नाटकांत विविध रसांचा – विशेषत: वीर, करुण व शृंगार यांचा – जो हृदयंगम विलास आणि विकास आढळतो, तो मराठी वाङ्मयात नि:संशय अपूर्व आहे.

इतरांची नाटकं पाहताना आणि वाचताना आपण तळ्यात पोहत आहोत अथवा नदीत नौकाविहार करीत आहोत, असा भास होतो पण 'भाऊबंदकी', 'सत्त्वपरीक्षा' किंवा 'कीचकवध' वाचताना वादळी वाऱ्यामुळे ज्याच्यावर तुफान लाटा उठत आहेत अशा प्रक्षुब्ध महासागराच्या मध्यभागी आपण उभे आहोत, असे मनाला वाटल्यावाचून राहत नाही. ती पाहताना एकीकडे आपली मने कंपित होतात, दुसरीकडे ती उचंबळून येतात. या अपूर्व नाट्यशक्तीमुळे खाडिलकरांची कथावस्तू किती उत्कट, विशाल आणि जीवनस्पर्शी होते हे पाहण्यासारखे आहे. 'विद्याहरण'ची गोष्ट तसे पाहिले तर पौराणिक; हरिदासांनी चावून चिकट केलेली! पण ही कथा हातात घेताच ती केवळ कचाने संजीवनीहरण केल्याची कथा नाही, नाट्यदृष्टीने या कथेचा नायक कच नसून शुक्राचार्य आहे, हे खाडिलकरांनी जाणले. ही एका मोठ्या पण अहंकारी माणसाच्या अध:पाताची कथा आहे, हे त्यांच्या नाट्यप्रतिभेने अचूक ओळखले. या दृष्टीनेच त्यांनी आपल्या नाटकाची मोठी कलात्मक मांडणी केली. कच-देवयानीच्या प्रेमकथेने नाटकात उत्पन्न होणारा गोडवा कायम ठेवूनही त्यांनी ज्या मद्यपानाच्या पायी अहंकारी शुक्राचार्य धुळीला मिळतो, त्याचे परिणामकारक चित्रण केले. त्यांच्या या यशाचे श्रेय त्यांच्या नाट्यरचनेवरल्या प्रभुत्वालाही दिले पाहिजे. नाट्यतंत्र ते किती कुशलतेने हाताळू शकतात, हे 'विद्याहरणा'च्या पहिल्या प्रवेशावरून अगदी स्पष्ट दिसून येते. या प्रवेशात कचावरील प्रेमामुळे प्रथम देवयानी दारूचा पेला झिडकारते. पण शुक्राचार्य येताच पित्याच्या आग्रहास्तव ती तो पेला ओठाजवळ नेते. इतक्यात कच प्रवेश करून एवढेच उद्गार काढतो, 'टाक तो पेला, दे फेकून तो!' लगेच देवयानी हातातला पेला फेकून देते. नाट्यवस्तूचा आत्मा असलेला हा संघर्ष खाडिलकरांनी या पहिल्याच प्रवेशात अवघ्या दहा-बारा पृष्ठांच्या मर्यादित किती डौलदार आणि नाट्यपूर्ण रीतीने वाचकांच्या पुढे उभा केला आहे. त्यांच्या या असामान्य नाट्यशक्तीमुळेच पात्रांची, प्रसंगांची व संवादांची कलात्मक काटकसर करून प्रेक्षकांचे मन एका बिंदूभोवती खेळविण्यात त्यांना नेहमीच यश लाभले आहे. तत्कालीन रंगभूमीला आवश्यक असलेले पण हास्यरसावर प्रभुत्व नसल्यामुळे बेडौल झालेले यांचे काही विनोदी प्रवेश सोडून दिले, तर त्यांच्या 'भाऊबंदकी,' 'विद्याहरण,' 'कीचकवध' वगैरे नाटकांतल्या इतर भागांत एक अक्षरही कमी करता येणार नाही, इतक्या सुसंबद्ध रीतीने त्यांचा विकास झालेला आहे. वृक्षाच्या फांदीच्या टोकावर बसलेल्या पोपटाच्या शरीरावरील एका बिंदूशिवाय बाकी दुसरे काही दिसत नसल्यामुळेच एकलव्य धनुर्विद्येत निष्णात होऊ शकला. या दंतकथेतले सत्य खाडिलकरांच्या कलेबाबतही पूर्णपणे प्रतीत होते. संवाद, नाट्यप्रसंग, स्वभावचित्रण, तत्त्वदर्शन इत्यादी सर्व गोष्टींकडे ते विलक्षण एकाग्रतेने पाहू शकत. त्यामुळे त्यांच्या उत्कृष्ट नाटकांत या गोष्टी कधीच अलग अलग वाटत

नाहीत. त्या अगदी समरस-एकजीव होऊन जातात. त्या एकजीवतेमुळे त्यांच्या नाट्यकृतीत विलक्षण रंग भरतो. एकाग्रतेने आणि एकजीवतेने निर्माण होणारा हा रसोत्कर्ष फक्त इब्सेनसारख्या श्रेष्ठ नाटककारातच आढळून येतो. त्याचे प्रभावी दर्शन घडविल्याबद्दल मराठी रंगभूमी सदैव त्यांची ऋणी राहील.

नुसत्या नाट्यकलेवरल्या या अपूर्व प्रभुत्वामुळे खाडिलकरांचे नाव मराठी साहित्यात अजरामर झाले असते पण त्यांची कला ही केवळ सौंदर्य पूजनात कधींच रममाण होत नाही. सौंदर्याइतकीच सामर्थ्य आणि साधुत्व यांची उपासनाही तिला प्रिय आहे. जीवनातल्या उग्र, उदात्त आणि उत्कट अशा संघर्षांची तिला विलक्षण आवड आहे. त्यामुळे सत् आणि असत्, श्रेय आणि प्रेय, न्याय आणि अन्याय, उपभोग आणि कर्तव्य इत्यादींचे झगडे रंगवण्यात तिने असामान्य यश मिळविले आहे. त्यामुळेच जीवनातले मालिन्य नाहीसे करणारे विविध आदर्श त्यांच्या नाटकांतून आपल्याला आढळतात. पोटात भुकेचा वणवा पेटला असताना तत्त्वनिष्ठेसाठी 'हे पहा मी पोट फेकून दिलं', म्हणून भाकरी भिरकावून देणारा सात-आठ वर्षांचा रोहिदास किंवा दरबारात दुःशासनाने कुत्रीप्रमाणे ओढीत आणल्यावरही 'स्त्रीपणा म्हणजे नुसता उपभोग घेण्याचाच विषय नसतो. मातेचा स्त्रीपणा, बहिणीचा स्त्रीपणा, कन्येचा स्त्रीपणा सर्व स्त्रीपणा सारखाच! आई, बहीण, मुलगी, धर्मपत्नी यांच्या स्त्रीपणाची ओळखच नाही, पण बाजारबसवीच्या स्त्रीपणाची तेवढी माहिती आहे, भीष्मांनी वाढविलेले हे कुरूंचे कुळ इतके नादान कधी झाले?' असा राजसभेला प्रश्न करणारी द्रौपदी ही खाडिलकरांच्या जीवनदर्शी प्रतिभेची अविस्मरणीय अशी अपत्ये आहेत.

काकासाहेब आज आपल्यातून निघून गेले असले तरी एखाद्या वीरमातेप्रमाणे महाराष्ट्राचे आणि मराठी भाषेचे संवर्धन करणारी त्यांची तेजस्वी, प्रामाणिक आणि तत्त्वनिष्ठ नाट्यसृष्टी त्यांचा वारसा सांगणाऱ्या सर्व पत्रकारांना आणि साहित्यकारांना नेहमी स्फूर्ती देत राहील. ''भाकरीच्या पायी आत्मा गमावू नका – हृदयाच्या मूल्यांपेक्षा व्यवहाराच्या मूल्यांना अधिक किंमत देऊ नका – सत्यासाठी आणि न्यायासाठी वीरजीवन आणि मरण पत्करायला कचरू नका!'' असा संदेश ती त्यांच्या कानांत सदैव घुमवील आणि स्वतंत्र झालेल्या पण अंधारात चाचपडत असलेल्या आजच्या भारतीय जनतेला ती पदोपदी रामशास्त्र्यांच्या धीरगंभीर वाणीने सांगील, ''आमच्यातील आपआपसातील तंटे – मग ते व्यक्तिविषयक असोत, जातीविषयक असोत किंवा धर्मविषयक असोत – विकोपास जाऊन जर आमच्या धर्माचे किंवा देशाचे नुकसान होऊ नये अशी इच्छा असेल तर खेड्यातील खेतीपासून तो साम्राज्याच्या सत्तेपर्यंत सर्व लहानथोर पंचांनी – बारभाईनी मिळून कामे करण्याचे वळण स्वतःला व इतरांना लावण्याचा हट्ट धरावा. आपल्या

अभ्युदयाकरिता भांडायचे असते. अभ्युदयाच्याऐवजी जर उलट नाश होऊ लागला तर कशासाठी भांडायचे? दुष्ट बुद्धीने भांडणे म्हणजे प्रत्यक्ष परमेश्वराशीच तंटा करणे होय!''

आधुनिक मराठी वाङ्मयाच्या इतिहासात १८६४ ते १८७४ हे दशक अत्यंत संस्मरणीय आहे. या दशकात १८९० ते १९२० हा कालखंड गाजविणारे आणि मराठी मनाला, जीवनाला व साहित्याला आविष्काराच्या नव्या वाटा मोकळ्या करून देणारे अनेक प्रतिभावंत जन्माला आले. सन १८६४ हे खऱ्याखुऱ्या मराठी कादंबरीचे जनक हरिभाऊ आपटे यांचे जन्मवर्ष. याच वर्षी अभिजात निबंधकार शिवरामपंत परांजपे व इतिहासाचार्य राजवाडे यांनी या जगात पहिले पाऊल टाकले. स्वतंत्र विनोद व वाङ्मयीन समीक्षा यांचे पहिले प्रमुख प्रवर्तक श्रीपाद कृष्ण कोल्हटकर (जन्म १८७१), संत कवी आणि पंडित कवी यांचे श्रेष्ठ अभ्यासक लक्ष्मण रामचंद्र पांगारकर (जन्म १८७२), चिपळूणकरी निबंधाला सुटसुटीत व खुसखुशीत वळण लावणारे नरसिंह चिंतामण केळकर (जन्म १८७२), अस्सल देशी वाणीच्या नाट्याने मराठी रंगभूमीचा विकास घडविणारे कृष्णाजी प्रभाकर खाडिलकर (जन्म १८७२) आणि धार्मिक व संशोधक प्रवृत्तींचा जीवनाप्रमाणे लेखनात मेळ घालणारे विठ्ठल रामजी शिंदे (जन्म १८७३) एवढी नावे पाहिली तरी या एका दशकानं आपणाला किती विविध प्रकारचे प्रतिभावंत दिले, याची कुणालाही कल्पना करता येईल. याच दशकात केशवसुत (जन्म १८६६), चंद्रशेखर (जन्म १८७२), 'बी' (जन्म १८७२), विनायक (जन्म १८७३), तांबे (जन्म १८७३) व दत्त (जन्म १८७५) हे बिनीचे आधुनिक कवीही जन्मले. हे लक्षात घेतलं म्हणजे ते दशक नक्षत्रमंडित आकाशासारखं वाटतं.

हे सर्व लेखक व कवी खऱ्याखुऱ्या अर्थाने साहित्यसेवक होते. फुले-जांभेकर, लोकहितवादी, रानडे-चिपळूणकर आणि टिळक-आगरकर या वडीलधाऱ्या मंडळींनी मराठी मनाच्या प्रबोधनाचे आणि जीवनाच्या परिवर्तनाचे जे कार्य सुरू केले होते त्याच्याशी आपापली प्रतिभा, परिस्थिती आणि प्रकृतिधर्म यांना अनुसरून हे सर्व साहित्यिक समरस झाले होते. त्यांच्यातले साम्यविरोध वाङ्मयीन, ऐतिहासिक व समाजशास्त्रीय अभ्यासाच्या दृष्टीने मनोरंजक व बोधप्रद ठरतील. एकच उदाहरण द्यायचं तर ते पांगारकर आणि शिंदे यांचे घेता येईल. दोघेही प्रकृतीने धार्मिक पण पांगारकरांची धर्मश्रद्धा भूतकालाची कुंपणे ओलांडू शकली नाही. उलट, शिंद्यांच्या धर्मश्रद्धेनं भविष्याचा वेध घेऊन खंबीरपणाने मानवधर्माच्या दिशेनं पावलं टाकली. कलेच्या दृष्टिकोनातून कोल्हटकर व खाडिलकर यांची तुलना केली तर ती अनेक साहित्यविषयक कूटप्रश्नांवर प्रकाश टाकू शकेल. दोघांत अवघे एक वर्षाचे अंतर. दोघांचेही उच्च शिक्षण पुण्यामुंबईतच झाले. दोघांनी मराठी रंगभूमीला आपापल्या

पद्धतीनं नवं वळण दिलं. पण या दोन वळणांत केवढं अंतर!

हे साम्यविरोध अनेक दृष्टींनी बोधप्रद असले तरी एक गोष्ट उघड आहे. या सर्वांच्या प्रेरणांचा उगम केवळ त्यांना लाभलेल्या दैवी देणगीत नव्हता. यांपैकी प्रत्येकजण साहित्याच्या गोडीनं आणि ओढीनं लेखक झाला, हे खरं आहे. पण हे लेखक दोन अन्य प्रेरणांनी भारावून गेले होते, यात संशय नाही. पहिली प्रेरणा होती – राजकीय पारतंत्र्यातून उद्भवलेल्या बेचैनेची, ते पारतंत्र्य कसे दूर करता येईल या विचारांची. दुसरी होती नेमकी उलट – आपलं स्वातंत्र्य हिरावून घेणाऱ्या परकीय सत्तेच्या मागं जे ज्ञानविज्ञान उभं होतं, ते संपादन करण्याची. ज्या पाश्चात्त्य साहित्याचा व संस्कृतीचा परिचय होत होता, त्यांच्या वरचढपणाची आणि आपला समाज त्वरित अंतर्बाह्य बदलून टाकला पाहिजे या जाणिवेची. या दोन्ही प्रेरणांत बाह्यत: विरोध आहे असं त्या काळी अनेकांना वाटलं पण वस्तुत: त्या परस्परांना पूरक होत्या.

शास्त्र व कला या दोन्ही दृष्टींनी साहित्याकडं पाहणारे आणि जे पाश्चात्त्य साहित्य नव्याने परिचयाचं होत होतं, त्यातले गुण आत्मसात करू इच्छिणारे साहित्यसेवक वर उल्लेखलेल्या दशकात ठळकपणे दिसतात. त्यांच्या प्रेरणा जेवढ्या कलात्मक आणि साहित्यसंबद्ध होत्या; तेवढ्याच त्या राजकीय, सामाजिक आणि संस्कृतिपरिवर्तनाची स्वप्नं पाहणाऱ्या होत्या. साहित्य हे शास्त्राप्रमाणेच शस्त्रही आहे याची जाणीव या मंडळीतले कलावादी श्रीपाद कृष्ण किंवा केळकर कधी विसरू शकले नाहीत. मग उघड-उघड साहित्य हे शस्त्र मानणाऱ्या परांजपे-खाडिलकरांच्या बाबतीत या प्रेरणा किती सामर्थ्यशाली असतील, हे सांगायला नको. ही पिढी ध्येयवादाने भारली गेली होती. मातृभाषा आणि मातृभाषेतील साहित्य संपन्न व्हावे म्हणून त्यांनी जेवढ्या निष्ठेनं आपली प्रतिभा राबवली, तेवढ्याच आवेशानं राजकीय गुलामगिरी आणि आंधळ्या सामाजिक रूढी यांच्याशी मुकाबला केला. खाडिलकर हे या उज्ज्वल दशकातले एक अग्रगण्य साहित्यिक.

खाडिलकर वाचकांच्या प्रथम परिचयाचे झाले ते पत्रकार म्हणून. मात्र केसरीत टिळकांचे सहकारी म्हणून जाण्यापूर्वीच त्यांनी 'सवाई माधवराव यांचा मृत्यू' हे नाटक लिहिलं होतं. नाट्यलेखन ही त्यांची पहिली आवड होती. 'मी सर्वप्रथम आहे नाटकी. इतर सर्व गोष्टी त्यानंतर...' अशा अर्थाचे उद्गार त्यांनीच एकदा काढले आहेत. याचा अर्थ नाट्यलेखनाकडे त्यांचा ओढा जन्मजातच होता. सांगलीसारख्या लेखनाला पोषक असणाऱ्या गावी त्यांचे प्राथमिक व माध्यमिक शिक्षण झाले. कॉलेज सुटत न सुटत तोच शेक्सपिअरच्या सर्वश्रेष्ठ दोन नाटकांतल्या दोन स्वभावरेखा एकत्रित करून मराठ्यांच्या इतिहासातल्या एका दुर्दैवी घटनेला त्यांनी नाट्यरूप दिलं. त्या काळची नाटकं पाहिली म्हणजे एखाद्या नवशिक्या नाटककाराने

'सवाई माधवराव यांचा मृत्यू' लिहिले असेल, हे आजही खरं वाटणं कठीण आहे.

खाडिलकर जसे स्वभावत: नाटककार झाले, तसेच ते पत्रपंडित होणंही अपरिहार्य होतं. ध्येयवादित्व हा त्यांचा व्यक्तित्वाचा एक उपजत भाग होता - यांच्या आत्म्याचा गाभा होता. त्यामुळेच सुखवस्तू जीवनाचा कोणताही राजमार्ग न स्वीकारता टिळकांच्या जहाल राजकारणाशी ते हा-हा म्हणता एकरूप होऊन गेले. सहसंपादक व संपादक या नात्यांनी त्यांनी प्रथम केसरी व पुढे नवा काळ या वृत्तपत्रांत वर्षानुवर्षे लेखन केलं. लोकशिक्षण आणि लोकजागृती हे त्यांच्या पत्रपांडित्याचे मुख्य सूत्र होत. जनमानसात पारतंत्र्याची चीड निर्माण करणं, राजकीय घटनांचा अन्वयार्थ कृशाग्रबुद्धीने लावून तो समजावून सांगणं आणि आपलं मनोगत रोखठोकपणे शब्दबद्ध करणं इ. गुणांमुळे वृत्तपत्रांद्वारे त्यांनी केलेले निबंधलेखन त्या काळी लोकप्रिय ठरले. जसा शिवरामपंतांचा गनिमी कावा त्यांच्यापाशी नव्हता, तशी मखमली हातमोजे घालून प्रतिपक्षाला ओरखडे काढण्याची केळकरांची पद्धतही त्यांच्या स्वभावाशी विसंगत होती. पण अन्यायाविषयी वाचकांच्या मनात त्वेष उत्पन्न करणं, स्वातंत्र्याची लालसा त्यांच्या ठिकाणी फुलवणं आणि गुंतागुंतीच्या राजकारणाचे धागेदोरे त्यांना उलगडून दाखविणं या विशेषांमुळे त्यांचे अग्रलेख वाचनीय व विचारप्रवर्तक ठरले. निबंधलेखनात त्यांचे टिळकांशी जवळिकीचे नाते होते, असे म्हणता येईल. मात्र त्यांचं अशा प्रकारचं लेखन विशिष्ट कालखंडाच्या चौकटीने आणि तत्कालीन राजकीय समस्यांनी मर्यादित केलं असल्यामुळं पुढील पिढ्यांकडून विसरलं जाणं स्वाभाविक आहे. राजकारणाचा त्यांचा अभ्यास आणि त्याविषयीचं त्यांचं चिंतन कुणाला पडताळून पाहायचं असेल, तर महायुद्धावरील त्यांचं लेखन चाळलं तरी पुरे होईल.

खाडिलकरांच्या साहित्याचा तिसरा पैलू आहे तत्त्वचिंतनाचा. हे चिंतनशील स्वभावाचं अस्तर त्यांच्या निबंधांत व त्यापेक्षाही नाट्यकृतींत स्पष्टपणे दृष्टोत्पत्तीला येते. पण याशिवाय ज्याला तत्त्वचिंतनपर लेखन म्हणता येईल, असे लेखन त्यांनी साठी उलटल्यानंतर केलं आहे. त्यांचा मन:पिंड भारतीय संस्कृतीतल्या तत्त्वज्ञानानं परिपुष्ट झाला होता. त्यांचं आध्यात्मिक चिंतनही अशा प्रकारच्या परंपरागत साहित्याच्या क्षेत्रातच वावरलं. ते संसारी तत्त्वज्ञ होते असं म्हणता येणार नाही. अशा प्रतिभाशाली संसारी तत्त्वज्ञाचं अलीकडलं मोठं उदाहरण म्हणून बर्ट्रंड रसेल यांचा उल्लेख करता येईल.

खाडिलकरांच्या साहित्याचं हे त्रिविध स्वरूप पाहिलं म्हणजे भारतीय संस्कृतीतल्या त्रिमूर्तीचे स्मरण होते. या एका मूर्तीत ब्रह्मदेवाचं कार्य सृजनाचं – नवनिर्मितीचं. ही नवनिर्मिती खाडिलकरांतल्या नाटककाराने केली; विष्णूचं कर्तव्य सृष्टी सांभाळण्याचं. हे त्यांच्यातल्या तत्त्वचिंतकानं केलं आणि महेशाचं काम या सृष्टीला जेव्हा

अमंगलाचा भार असह्य होतो त्या वेळी रुद्ररूप धारण करून त्या अमंगलाचा विध्वंस करण्याचं हे काम त्यांच्यातल्या पत्रकारानं केलं.

मराठी साहित्याच्या इतिहासात खाडिलकरांचे नाव सुवर्णाक्षरांनी लिहिले जाईल ते नाटककार या नात्याने. या क्षेत्रातलं त्यांचे कर्तृत्व तसंच मोठं आहे. मात्र त्याची यथार्थ कल्पना येण्याकरिता त्यांच्या कालखंडातल्या मानदंडांनीच त्याचं मूल्यमापन केलं पाहिजे.

खाडिलकरांनी आपलं पहिलं-वहिलं नाटक लिहिलं तेव्हा मराठी रंगभूमी कुठं उभी होती? किर्लोस्करांच्या शाकुंतलानं तिला नवं सुसंस्कृत रूप दिल्याला अवघी पंधरा वर्षे लोटली होती. त्यांच्या संगीत सौभद्रानं या रंगभूमीवर रमणीय उष:काल अवतरल्याचा भास प्रेक्षकांना होणं स्वाभाविक होतं. किर्लोस्करांचे शिष्य देवल आपल्या सहजसुंदर शैलीनं आणि प्रसादपूर्ण पद्यरचनेनं प्रेक्षकांचं मनोरंजन करीत होते. कल्पनाचमत्कृतीचं देणं लाभलेल्या श्रीपाद कृष्णांचं पहिलं नाटक रंगभूमीवर येऊ घातलं होतं – तेही संगीतच होतं. नाटक लोकप्रिय व्हायचं असेल तर ते साग्रसंगीत असणं इष्ट अशी उदयोन्मुख नाटककारांची त्या काळी समजूत होती. गद्य नाटकं मराठी रंगभूमीवर होत नव्हती असं नाही. पण त्यात स्वतंत्र अशी फार थोडी, जी होती ती साहित्यगुणांच्या दृष्टीनं सुमार होती. 'हॅम्लेट' आणि 'त्राटिका' ही गद्य रंगभूमी गाजविणारी नाटकं शेक्सपिअरचं अद्भुत सामर्थ्य आणि गणपतराव जोशींचा अजोड अभिनय यांच्या संगमाने गद्य रंगभूमी गाजवीत होती हे खरं; पण मराठी रंगभूमीवर पूर्णपणे स्वतंत्र, कलात्मक व साहित्यात्मक गुणांनी युक्त अशी गद्य नाटकांची परंपरा सुरू झाली नव्हती. अशा स्थितीत 'सवाई माधवराव यांचा मृत्यू', 'कांचनगडची मोहना', 'बायकांचं बंड', 'कीचकवध' आणि 'भाऊबंदकी' ही पाच नाटके लिहून विसाव्या शतकाच्या पहिल्या दशकात मराठी रंगभूमीवर इथल्या मातीचं, इथल्या जातीचं आणि परंपरेशी विसंगत नसणारं पण नव्या वाटा चोखाळणारं प्रभावी नाट्य खाडिलकरांनी निर्माण केलं.

लोकप्रिय होण्याचा संगीत नाटकांचा राजमार्ग सोडून एखाद्या विशी-पंचविशीतल्या नाटककाराने आपली नवी पाऊलवाट शोधून काढावी, हे त्या काळी खरोखरच मोठं साहस होतं. ते खाडिलकरांनी सहजतेनं केलं, याचं कारण त्यांच्या नाट्यलेखनाचा उगम कलात्मक प्रेरणा व उत्कट ध्येयवाद यांच्या सुरेख संगमात झाला होता. संगीत नाटक हे नाही म्हटलं तरी विविध व उत्कट नाट्याविष्काराच्या परिपोषाला मारक ठरतं, याची तीव्र जाणीव त्यांना प्रथमपासूनच असावी. विशेषतः खाडिलकरांना जे नवे पायंडे पाडायचे होते, त्यांच्या दृष्टीने तर संगीत नाटक मुळीच उपकारक नव्हतं. संगीत नाटकाला सौम्य प्रकृतीची कथावस्तू इष्ट ठरते. नाटकातला मध्यवर्ती संघर्ष उग्र असला तर त्यातल्या संगीताशी त्याचा मेळ बसणं कठीण असतं. संगीत

नाटकात जे वातावरण निर्माण होतं ते शोकान्त कथावस्तूचा नि:संशय विरस करू शकेल ही व अशा अनेक मूलभूत गोष्टी या तरुण प्रतिभावंताने नेमक्या हेरल्या आणि आपली पहिली पाच नाटकं गद्य स्वरूपात लिहिली. नुसती गद्य नाटक लिहिली नाहीत, तर लोकप्रिय संगीत नाटकांशी लीलेनं मुकाबला करू शकतील, अशी गद्य नाटक निर्माण केली. खाडिलकरांचं हे यश मराठी रंगभूमीच्या इतिहासात केवळ अविस्मरणीय आहे. आजचे कानेटकर, शिरवाडकरांसारखे काही प्रमुख नाटककार खाडिलकरांविषयी जो आदर दर्शवितात, तो काही औपचारिकतेचा भाग नव्हे. या पुढल्या नाटककारांचा मार्ग खाडिलकरांनीच प्रथम मोकळा करून दिला.

हे सर्व कसं घडू शकलं याची अनेक कारणे सांगता येतील. त्याचा प्रपंच इथे अप्रस्तुत आहे. पुढील दोन-तीन गोष्टी लक्षात घेतल्या तरी या विधानाचे मर्म लक्षात येईल. खाडिलकरांची गद्य नाटके लोकप्रिय होईपर्यंत मराठी नाटक बहुधा संगीतात बंदिस्त होऊन पडलेलं असे. अशा नाटकांच्या कथावस्तू नाजूकसाजूक असणे अपरिहार्य होतं. रोमँटिक पद्धतीची भलीबुरी प्रेमकथा हा पुष्कळशा संगीत नाटकांचा आधार असे. जीवनातले तीव्र संघर्ष त्यात सहसा चित्रित होत नसत. ते चुकून चित्रित झाले तरी त्यांना नाटककार वरवरच स्पर्श करीत असत पण खाडिलकरातल्या जातिवंत कलावंताने आरंभापासूनच मानवी जीवनातले उग्र संघर्ष हे आपले नाट्यविषय मानले आणि ते रंगभूमीवर प्रभावीपणे उभे करण्याकरिता आपला स्वत:चा मार्ग काढला. मानवी जीवन ही विविध वासना व भावना यांच्या उत्कट आविष्काराची आणि उग्र संघर्षांची समरभूमी आहे, हे सत्य मराठी रंगभूमीला त्यांनीच प्रथम शिकवलं. त्या संघर्षांचे कार्यकारण भाव आणि त्यांच्या पाठीमागे उभे असलेले त्रिगुणात्मक मानवी मन यांची गुंतागुंत नाट्यपूर्ण रीतीने उकलण्याचा त्यांनीच पहिला यशस्वी प्रयत्न केला. 'कीचकवध', 'भाऊबंदकी' या नाटकांनी त्या काळात उभ्या महाराष्ट्राला हलवलं आणि डोलवलं ते या गुणाच्या सामर्थ्यावरच!

किर्लोस्करांनी मराठी रंगभूमीवर रूढ केलेल्या नाटकावर संस्कृतातल्या नाट्यरचनेची दाट छाया होती. संस्कृत नाटक हे पुष्कळ अंशी काव्यप्रधानच होतं. 'उत्तररामचरिता'च्या पहिल्या अंकाची नाट्यपूर्ण बांधणी आणि मृच्छकटिकाची नाट्यगर्भ मांडणी या गोष्टी संस्कृत नाटकात अपवादात्मकच समजाव्या लागतील. 'काव्येषु नाटकं रम्यम्' हे तत्कालीन रसिकांचे मुख्य सूत्र होते. अस्सल काव्य हे नाटकाची रंगत वाढवायला उपकारक होतं, हे खरं असलं तरी दागदागिन्यांनी नखशिखान्त नटलेल्या स्त्रीच्या अलंकारांकडे लक्ष जावं आणि तिचं सौंदर्य दुर्लक्षित व्हावं तसा प्रकार बहुतेक संस्कृत नाटकांत आढळतो.

खाडिलकरांना कालिदास व त्याच्यापेक्षाही भवभूती हे दोन प्रतिभावंत प्रिय असले तरी त्यांच्या नाट्यरचनेचे त्यांनी कधीच अनुकरण केले नाही. ती रचना एकेरी

हाती. तिच्यात तीव्र संघर्षाला वाव नव्हता आणि त्या संघर्षाच्या अनुषंगानेच नाटक पहिल्यापासून फुलत राहिले पाहिजे, हे नाट्यकलेचे मर्म खाडिलकरांनी विशीतच ओळखले. साहजिकच शेक्सपिअरने त्यांना आकृष्ट केले. पण त्याचंही अंधानुकरण त्यांनी केल नाही. नाटकात काव्याला ऐसपैस हातपाय पसरू देणं परिणामाला मारक होतं, हे खाडिलकरांनी जाणलं. पडदा उघडतो न उघडतो तोच ठाशीव रीतीने संघर्ष सुरू झाला पाहिजे आणि त्याच्या उलटसुलट वळणाच्या सूत्रातून नाट्यपूर्ण प्रसंगांच्या आणि विविध स्वभावरेखांच्या साहाय्याने नाटकाचा शेवट झाला पाहिजे, हा शेक्सपिअरच्या नाट्यरचनेचा आत्मा खाडिलकरांनी किती आत्मसात केला होता, हे ‘सवाई माधवराव यांचा मृत्यू’, ‘कांचनगडची मोहना’, ‘कीचकवध’, ‘भाऊबंदकी’, ‘विद्याहरण’ या नाटकांवरून कुणालाही पडताळून पाहता येईल.

कथानकाच्या विकासातले नाट्यपूर्ण प्रसंग (Situations) नेमके हेरणे आणि ते चढत्या वाढत्या पद्धतीने कसे रंगविता येतील, या गोष्टी खाडिलकर किती कसोशीनं करतात हे अभ्यासण्याजोगं आहे. कोल्हटकर-गडकऱ्यांची चमत्कृतिप्रिय कल्पकता त्यांना लाभली नव्हती. पण रंगभूमीच्या दृष्टीनं हे त्यांचं वैगुण्य नव्हतं. अशी कल्पकता वाचक-प्रेक्षकांना क्षणभर दिपवून सोडीत असली किंवा गुदगुल्या करीत असली, तरी शेवटी तिच्यामुळे नाटक पसरट होत जातं, त्याच्या बांधणीतला पीळ सैल पडतो, हे खाडिलकरांनी आपल्या मनःपटलावर कोरून ठेवलं असावं.

नाट्यप्रसंगाप्रमाणेच खाडिलकरांचे स्वभाव रेखनही रेखीव व रसपरिपोषक असतं. केवळ मनोविश्लेषणाकरिता एखाद्या भूमिकेचे पृथक्करण करीत ते बसत नाहीत. मात्र नाटकातल्या रसोत्कर्षाच्या प्रसंगी त्या-त्या पात्राचा कोणता उपयोग होणं शक्य आहे, हे लक्षात घेऊन ते प्रथमपासून ती स्वभावरेखा चित्रित करतात. ‘भाऊबंदकी’मध्ये तुळोजीसारखं दुय्यम पात्र त्यांनी कसं रंगवलं आहे, हे पाहण्याजोगं आहे.

खाडिलकरांनी आपल्या नाट्यवस्तू मुख्यतः इतिहास व पुराण यांतून घेतल्या. पण त्यांची नाटकं त्या काळापर्यंतच्या ऐतिहासिक व पौराणिक नाटकांहून फार भिन्न आहेत. त्यांचा प्रकृतिधर्म आदर्शवादी होता. साहजिकच आपल्या नाट्यवस्तूचा फलक भव्य असावा आणि हा फलक ओका-ओका वाटू नये अशी त्याच्यावर चित्रित करावयाच्या नायकाची किंवा नायिकेची प्रतिमा असावी, असं त्यांना वाटणं कमप्राप्तच होतं. त्यांच्यातला तत्त्वचिंतकही भारतीय संस्कृतीत परिपुष्ट झालेल्या आणि इतिहासानं प्रेरित केलेल्या उदात्त मूल्यांचा पूजक होता. साहजिकच त्यांच्या सर्व नाट्यकथा अशा मूल्यांचा पुरस्कार करण्याच्या अंतरीच्या इच्छेने निवडल्या गेल्या. विजापूरजवळचा उद्ध्वस्त किल्ला पाहून नुकतीच पंचविशी उलटलेल्या देशप्रेमी खाडिलकरांचं मन विलक्षण अस्वस्थ झालं. त्या उद्ध्वस्त किल्ल्याची

कहाणी नाट्यरूपाने त्यांनी 'कांचनगडची मोहना'त सांगितली. या कहाणीला कारुण्याची किनार असली तरी तिचा आत्मा रसरसणाऱ्या देशभक्तीचा आहे. 'कांचनगडची मोहना' हे त्यांचं दुसरं नाटक. वयाच्या पंचविसाव्या-सव्विसाव्या वर्षी लिहिलेलं पण त्यांच्यातला कलावंत आणि मूल्यपूजक यांचा सुरेख मेळ या नाट्यकथेच्या पहिल्या तीन अंकांत कसा पडला आहे, याचा अभ्यास उद्याच्या नाटककारांनाही मार्गदर्शक ठरेल. उतावळा प्रतापराव, विचारी दौलतराव, प्रेमवेडा हंबीरराव, व्यसनाधीन दादासाहेब, स्वार्थासाठी सर्व नीतिमूल्यांवर हसतमुखानं निखारे ठेवणारा पिलाजीराव ही पाच पुरुषपात्रे आणि मोहना, यमुना व लक्ष्मी ही तीन विविध प्रकृतींची स्त्रीपात्रे यांच्या परस्परसंबंधांचा गोफ त्यांनी किती संयमानं आणि कुशलतेनं गुंफला आहे! मात्र ही नाना स्वभावाची पात्रं एकत्र वावरत असली आणि त्यातले साम्यविरोध खाडिलकर नेटकेपणाने टिपत असले तरी प्रतापरावाच्या देशभक्तीचा वाचक-प्रेक्षकावर होणारा परिणाम ते कुठेही उणा पडू देत नाहीत.

खाडिलकरांची अंतरीची ओढ माणसात असलेले देवत्वाचे स्फुल्लिंग फुलवून मांडण्याकडे आहे. त्यामुळं प्रतापराव, रामशास्त्री, कच अशी आपापल्या ध्येयासाठी जीव पाखडणारी आणि प्रसंगी प्राणार्पण करणारी अनेक पात्रे त्यांनी समर्थपणे रेखाटली आहेत. मात्र ती रेखाटताना अशी माणसे जगात विरळ असतात, याचं भान त्यांनी सुटू दिलेलं नाही. अशा सत्त्वशील नायक-नायिकांभोवती ते रजोगुणी आणि तमोगुणी माणसं उभी करतात आणि नायक किंवा नायिका यांचं उदात्त व्यक्तिमत्त्व प्रेक्षकांच्या मनावर ठसवितात. लेखकानं आदर्शवादी असावं, वास्तववादी असावं की अस्तित्ववादी असावं, हा काही केवळ त्याच्या इच्छेचा प्रश्न नाही. त्याचा प्रकृतिधर्म, त्याचे जीवनविषयक अनुभव, त्यातून निर्माण झालेले तत्त्वचिंतन आणि तो ज्या काळात आणि ज्या परिस्थितीत लहानाचा मोठा होतो यांचा त्याच्या वाङ्मयीन व्यक्तित्वावर होणाऱ्या प्रतिक्रिया या सर्वांच्या चित्रविचित्र गुंफणीतून त्याचा या बाबतीतला कल निश्चित होतो असं मला वाटतं. खाडिलकर ज्या काळात लिहीत होते, त्याच्यावर शरीरापेक्षा आत्मा, व्यवहारापेक्षा तत्त्वनिष्ठा आणि वास्तवापेक्षा आदर्श यांचा पगडा अधिक होता. साहजिकच त्यांचा मूळचा ध्येयवाद सतत परिपुष्ट होत गेला आणि ते जीवनातल्या दाहक दिव्यत्वाचे नाट्याच्या कुंचल्याने चित्र रेखाटणारे कलावंत झाले.

सन १८८० ते १९३० या अर्धशतकात ब्राऊनिंगच्या पुंगीवाल्याप्रमाणे प्रेक्षकांना गुंगवून आपल्या मागून सर्वांत यशस्वीपणाने कुणी नेले असेल, तर ते खाडिलकरांनीच! नाटककार या नात्यानं त्यांच्या प्रतिभेचे जे विशेष होते, त्यांचं व्यक्तिमनांपेक्षा समूहमनाशी अधिक जवळचं नातं होतं. नाटक हे मुळातच गर्दीकरता असत. गर्दीच्या कल्लोळात वैयक्तिक चिकित्सक वृत्ती लोप पावली नाही तरी

अंधूक होते. समूहमनाला आवाहन करणाऱ्या भावना आणि विचार त्या चिकित्सक बुद्धीवर सहज मात करू शकतात. शिवाय खाडिलकरांच्या कालखंडात प्रेक्षक म्हणून नाट्यगृहात गर्दी करणारा समाज परंपरागत आदर्शांची पूजा करणारा आणि पिढ्यानपिढ्या चालत आलेल्या जीवनमूल्यांवर भाबडी निष्ठा असलेला होता. ते आदर्श आणि ती मूल्यं त्या समाजाच्या मनावर इतिहास-पुराणांनी दीर्घकाळ ठसवली होती. त्या आदर्शांच्या आणि मूल्यांच्या नाट्यपूर्ण रीतीने सांगितलेल्या चरितकहाण्यांत त्याला साहजिकच अधिक रस वाटत होता. त्या काळातल्या अनेक श्रद्धा डोळस नव्हत्या. त्यामुळे परंपरागत मूल्यांची बुद्धिवादी दृष्टीने चिकित्सा करणाऱ्या सामाजिक परिवर्तनाच्या विचाराविषयी त्याला फारशी आपुलकी नव्हती. कोल्हटकरांची नाटके कल्पनारम्य व थोडीफार कृत्रिम – जमेल तसा सामाजिक सुधारणेचा विचार मांडणारी होती. त्यामुळे त्यांच्या नाटकांविषयीचे तत्कालीन प्रेक्षकांचे आकर्षण वरवरचे राहिले. ते अल्पजीवी ठरले. खाडिलकरांच्या बाबतीत नेमके उलटे घडले. श्रद्धा आणि आदर्श यांच्या बाबतीत प्रेक्षक आणि नाटककार यांच्या मनाच्या तारा जुळल्यामुळे ती अत्यंत लोकप्रिय ठरली. प्रेक्षकावरल्या या प्रभुत्वाला खाडिलकरांचे बंदिस्त आणि सफाईदार नाट्यतंत्रही फार उपकारक ठरले. नाट्यतंत्राची शिथिलता किंवा कारागिरीची कुरूपता नाट्यविकासाच्या प्रक्रियेत – विशेषत: त्यांच्या पहिल्या पाच नाटकांत – सहसा दिसत नाही. अशी पिळदार स्वतंत्र नाटकं मराठी रंगभूमीला अपरिचित होती. शिवाय त्यांच्या नाटकांतले आदर्श व श्रद्धा यांचा जयजयकार व्हावा अशीच भोवतालची राजकीय व सामाजिक परिस्थिती होती. 'स्वराज्य हा माझा जन्मसिद्ध हक्क आहे', अशी सिंहगर्जना करणाऱ्या टिळकांच्या राजकारणाला १८९५ नंतरच वेग आला. दहशतवादी क्रांतिकारक तरुणांचा एक लहानसा लखलखणारा प्रवाहही त्याला येऊन मिळाला. स्वातंत्र्यलढ्याचा डिमडिम वाजू- गाजू लागला. त्या नगाऱ्याच्या गंभीर नादात सामाजिक सुधारणेच्या टिमकीची टिमटिम कानी पडेनाशी झाली. भूतकाळाचं उज्ज्वल चित्र रेखाटताना प्रेक्षकांना या वर्तमानकाळाचंही प्रतिबिंब त्यात दिसेल, अशी कुशल नाट्यरचना साधण्याचा खाडिलकरांनी प्रयत्न केला. खाडिलकरांच्या या विशिष्ट गुणामुळे नाट्यगृहातल्या प्रेक्षकाला एकाच वेळी हरिश्चंद्र आणि लोकमान्य टिळक या दोघांनीही सत्त्वपरीक्षेत उत्तीर्ण होण्याकरिता केलेल्या दाहक दिव्याची प्रचिती येऊ लागली. समूहमनाला भुरळ घालणाऱ्या अद्भुतरम्यतेपासून पराकोटीच्या त्यागापर्यंतचे अनेक नाट्यपूर्ण प्रसंग खाडिलकरांनी प्रेक्षकांच्या नाडीवर बोट ठेवून रंगवले. मानापमानातल्या सूत्रधाराच्या तोंडी 'नाट्यकला कविकृष्णा माला घाली' असे जे उद्गार त्यांनी मोठ्या आत्मविश्वासाने घातले, त्यांना शोभेल अशीच लोकप्रियता त्या काळात त्यांना लाभली.

लोकप्रियतेला कारणीभूत असलेला सर्वांत महत्त्वाचा घटक म्हणजे विविध रसांवर असलेले खाडिलकरांचे हुकमी स्वामित्व. वीररस हा त्यांच्या आंतरिक व्यक्तित्वातून उफाळून येणारा रस; पण त्याच्या जोडीने त्यांनी शृंगार, करुण व क्वचित हास्य इत्यादी रसांची सुंदर कारंजीही आपल्या नाटकांतून निर्माण केली. त्या रसाविष्कारात जशी थोडीफार सांकेतिकता होती, तसाच त्यांच्या कल्पकतेचाही मोठा भाग होता. उदात्ताची पूजा करताना मानवी जीवनातल्या क्षुद्रतेचा त्यांना कधी विसर पडला नाही. यामुळेच हास्यावर कोल्हटकर-गडकऱ्यांसारखं प्रभुत्व नसतानाही त्यांनी मानापमानात धैर्यधराच्या जोडीने लक्ष्मीधर निर्माण केला – भित्र्या, आळशी व बढाईखोर श्रीमंतीचे अविस्मरणीय विडंबन केले. गडकरी सोडले तर एवढा रसाळ दुसरा नाटककार त्या अर्धशतकाने पाहिला नाही.

प्रतिभाशाली लेखकांच्या कलाकृती सर्वस्वी निर्दोष असतातच असे नाही. त्या सदोष असूनही सजीव असतात. त्यांच्यातले सळसळणारे चैतन्यच वाचक-प्रेक्षकांना मोह घालते. कलाकृतीतली वैगुण्ये झाकून टाकते. तथाकथित निर्दोष निर्मिती अनेकदा प्रेक्षक-वाचकांच्या लेखी निर्जीव ठरते. ही निर्जीवताच त्यांच्या अकाली मृत्यूला कारण होते.

नाटककार म्हणून खाडिलकरांचे स्थान मराठी रंगभूमीच्या इतिहासात अजोड असले तरी त्यांच्या नाटकांतही वैगुण्ये आहेत. त्यांच्या लोकप्रियतेच्या भरतीत हे वैगुण्यांचे खडक त्या काळी झाकले गेले, तो काळ आता मागे पडला आहे. ओहोटीच्या वेळी ज्याप्रमाणे किनाऱ्याजवळचे खडक उघडे पडतात त्याप्रमाणे पुढील पिढ्यांना ते जाणवण अटळ आहे. कारण शेवटी काळ हाच कोणत्याही कलाकाराचा सर्वश्रेष्ठ परीक्षक असतो. अंध भक्त व अंध टीकाकार या दोन्ही पक्षांचे उथळ मूल्यमापन काळापुढे उघडे पडते. साहजिकच आज-उद्याच्या प्रेक्षक-वाचकांना त्यांच्या नाटकांतल्या अनेक गोष्टी खटकतील, हे खरं आहे. वानगीदाखल इथे काही थोड्या वैगुण्यांचा ओझरता उल्लेख करतो. खाडिलकरांनी रंगविलेले आदर्श कितीही उदात्त असले तरी जीवनमूल्यांच्या फेरविचारांच्या या काळात सर्वसामान्य माणसाच्या लेखी ते हिमालयाच्या बर्फाच्छादित उत्तुंग शिखरासारखे दुर्गमच राहतात. कोणत्याही वादांचा पुरस्कार करणारं तत्त्वज्ञान मूलत:च एकांगी असतं. बदलत्या काळात ते अधिकच एकांगी ठरण्याचा किंबहुना मृगजळ वाटण्याचा संभव असतो.

पहिल्या पाच नाटकांत खाडिलकरांच्यातले तत्त्वचिंतन नाट्यगुणांना परिपोषक झाले. पण 'सत्त्वपरीक्षा', 'सवती मत्सर', 'द्रौपदी', 'मेनका' इत्यादी नाटकांत अरबाच्या तंबूत उंट शिरावा व त्याने तो तंबू बळकावून टाकावा, तसे या तत्त्वचिंतनाच्या बाबतीत घडले.

कथावस्तूतल्या नाट्याचा सर्व अंगांनी उठाव करणारे तंत्र आपल्या चाळिशीपूर्वीच्या

नाटकांत खाडिलकरांनी वापरले. पण पुढे-पुढे त्यांच्या नाटकांच्या बांधणीचा एक साचा होत गेला. हा साचेबंदपणा उत्तरोत्तर वाढतच गेला. ललितकृतीतले तत्त्वचिंतन हे ओली साल जशी वृक्षाला चिकटून राहते, अंगभूत बनते तसेच असले पाहिजे. 'कीचकवध' व 'भाऊबंदकी' या नाटकांत हा सुंदर अनुभव प्रेक्षकाला येतो पण त्यांच्या पुढल्या पुढल्या नाटकांत या साचेबंदपणामुळे तत्त्वचिंतनाला प्रवचनांचे स्वरूप आले. वृक्षाची साल वाळून गेली. ती सहज निराळी करता येऊ लागली.

अशा प्रकारच्या वैगुण्यांत रसोत्कर्षावरले आपले प्रभुत्व काही प्रमाणात खाडिलकर हरवून बसले. त्यांची भाषा मुळातच टोकदार व संघर्षजन्य संवादांना अनुकूल. तिच्यात वाङ्मयीन गोडवा थोडा कमीच. पुढे 'विद्याहरण', 'सत्त्वपरीक्षा' इत्यादी नाटकांत त्यांनी आलंकारिक भाषेचा पुष्कळसा आश्रय घेतला. गडकऱ्यांच्या उदयाचा हा परिणाम होता की काय, याची चिकित्सा करणे मोठे मनोरंजक होईल. काही असले आणि ही आलंकारिक भाषा काव्याचा आभास निर्माण करीत असली तरी गडकऱ्यांचे अनेक स्थळी व्यक्त झालेले सजीव रसपोषक काव्य या भाषेत फारसे आढळत नाही.

पण अशा काही वैगुण्यांमुळे खाडिलकरांच्या मराठी नाट्यवाङ्मयातल्या श्रेष्ठ स्थानाला ढळ (इजा) पोहोचण्याचा संभव नाही. कालपुरुष कोणत्याही ललित कृतीविषयी काही पिढ्यांनंतर जे मत बनवतो, ते त्या कृतीतले प्रभावी गुण आणि ढोबळ दोष यांचा काटेकोर हिशोब करूनच. खाडिलकरांच्या बाबतीत तो जेव्हा हा हिशोब पुरा करील, तेव्हा त्याचा निकाल खाडिलकरांच्याच बाजूने लागण्याची शक्यता आहे. हे यश काही लहानसहान नव्हे. स्वत:च्या काळात निरनिराळ्या कारणांमुळे अनेक लेखक लोकप्रिय होऊ शकतात. त्यांची साहित्यसेवा त्या पिढीला मान्यही असते पण हिवाळ्यात प्रात:काळी तृणपर्णावर पडलेले दवबिंदू मोत्यासारखे भासले तरी ऊन वर चढू लागताच अदृश्य होतात. स्वत:च्या पिढीत लोकप्रिय असणाऱ्या अनेक लेखकांची स्थिती मृत्यूनंतर अशीच होते. हा काही त्यांचा दोष नाही. त्यांना लाभलेले प्रतिभेचे दैवी देणे कमी असते, एवढाच त्याचा अर्थ! पण कालपुरुषाच्या चाळणीतूनही ज्यांचे वाङ्मय पुढल्या अनेक पिढ्यांपर्यंत जाऊ शकते आणि अभिरुचीने भिन्न अशा वाचकांचे रंजन व उद्बोधन करू शकते, असे ललितलेखक थोडे असतात. हरिभाऊ, केशवसुत, श्रीपाद कृष्ण, तांबे, गडकरी, बालकवी हे आधुनिक मराठी वाङ्मयातले गेल्या शतकातले असे काही लेखक — त्यांच्या पंक्तीतच खाडिलकरांचे स्थान आहे.

व्यावसायिक रंगभूमीच्या दृष्टीने त्यांचं नाट्यतंत्र अजूनही अभ्यसनीय आहे. एवढंच नव्हे, तर प्रायोगिक रंगभूमीलाही ते मार्गदर्शक ठरू शकेल. खाडिलकरांनी शेक्सपिअरचं नाट्यतंत्र स्वीकारलं. त्याप्रमाणे इब्सेन, चेकॉव, ब्रेख्त, बेकेट यांची

नाट्यतंत्र उदयोन्मुख प्रयोगशील नाटककारांनी जरूर आपल्याकडे आणावीत. मात्र कुठल्याही तंत्राचा स्वीकार केला तरी नाटक लिहिताना खाडिलकरांचे एक आत्मतत्त्व त्यांना मार्गदर्शक मानावेच लागेल. नाट्यतंत्र कितीही नावीन्यपूर्ण असले तरी परंपराप्रिय प्रेक्षक तेवढ्याने बुजून जात नाही. पण रंगभूमीवर उभ्या राहणाऱ्या नाट्यकृतीत जुन्या पद्धतीचे रसगर्भ नाट्य तरी हवे किंवा नव्या पद्धतीचे मनाला अस्वस्थ करून सोडणारे आणि त्याला जीवनसत्याच्या जवळ नेणारे प्रभावी वैचारिक नाट्य तरी हवे. रंगभूमीवर जो अनुभव नाट्यरूपाने मांडायचा त्याचे इथल्या मातीशी, स्वप्नाशी, जीवनाशी आणि संस्कृतीशी निकटचे नाते हवे. पाश्चात्त्य रंगभूमीवरले अनेक जीवनानुभव तिथल्या प्रेक्षकांच्या दृष्टीने कितीही वास्तव असले तरी ते जसेच्या तसे भारतीय रंगभूमीवर प्रेक्षकांपर्यंत नेऊन पोहोचविता येणे फार कठीण आहे. दोन भिन्न संस्कृतींतले अंतर एकाच अनुभवाचे स्वरूप निर्जीव किंवा सजीव करू शकते. आजच्या भारतीय समाजाच्या आणि व्यक्तीच्या नाडीवर बोट ठेवून त्यांची सुखदु:खे जो नाटककार चित्रित करू शकेल, तो कितीही प्रक्षोभक सत्य सांगत असला तरी स्वभावत: भूतकाळाशी अधिक संलग्न असलेला प्रेक्षक त्याचं स्वागतच करील. या बाबतीतले खाडिलकरांचे गुरुत्व आज-उद्याच्या नाटककारांना नि:संशय यशाचा मार्ग दाखवील.

✫ ✫ ✫

७

नाट्यतपस्वी : मामा वरेरकर

जवळजवळ तीन तपे होत आली या गोष्टीला. मामा वरेरकर सावंतवाडीला आले होते. तिथे गडकऱ्यांवर एक व्याख्यान झाले होते त्यांचे. ह्या व्याख्यानाची बातमी इंग्रजी दैनिकाकडे पाठविण्यासाठी मी तयार केली. प्रख्यात मराठी नाटककार 'श्री. वरेरकर' या शब्दांचे 'Famous Marathi Dramatist Varerker' असे त्या बातमीत मी भाषांतर केले. तर्खडकरांपासून मॅकमार्डीपर्यंत अनेक लोक माझे चांगले दोस्त होते. त्यामुळे बातमीतला मजकूर बिनचूक आहे, असं मला वाटत होतं. मामांनी तो वाचला. लगेच त्यातल्या एका शब्दावर बोट ठेवून ते उद्गारले, 'हा शब्द बरोबर नाही!'

काही झाले तरी शिरोड्याच्या इंग्रजी शाळेचा मी मुख्याध्यापक होतो. मामांचा मास्तरकीशी संबंध आला होता हे खरं, पण तो पोस्टातल्या मास्तरकीशी! पोस्टमास्तराने शाळामास्तराला शहाणपण शिकवावे हे काही माझ्या तरुण मनाला तितकस रुचलं नाही. म्हणून मामांनी ज्या शब्दावर बोट ठेवल होत, तो मी नीट निरखून पाहिला. तो शब्द होता नाटककार या अर्थाचा – Dramatist! घाईघाईने लिहिताना आपल्या हातून त्या शब्दाचे स्पेलिंग चुकले असावे, असा मला क्षणभर संशय आला; मी ते स्पेलिंग डोळे फाडफाडून पाहिले. पुन:पुन्हा मनात आठवून बघितले, छे! माझे स्पेलिंग तर अगदी कोशाबरहुकूम होते.

रुष्ट स्वराने मी मामांना विचारले, "काय चुकलंय या शब्दात? नाटककाराला ड्रॅमॅटिस्ट हाच शब्द.''

विडीचा मन:पूर्वक आस्वाद घेत मामा शांतपणे उद्गारले, "माझ्या बाबतीत हा शब्द बरोबर नाही. मी ड्रॅमॅटिस्ट नाही!''

"मग?''

''मी प्लेराइट (Playwright) आहे. तेवढा शब्द बदलून टाका या बातमीत.''

मामांच्या सांगण्याप्रमाणे बदल करून दुसऱ्या दिवशी ती बातमी मी वृत्तपत्रांकडे पाठविली. पण ह्या दोन शब्दांतला त्यांना अभिप्रेत असलेला फरक त्या वेळी काही मला नीटसा कळाला नाही. पुढे त्यांची निरनिराळी नाटकं वाचून आणि पाहून तो अंधूकपणे लक्षात येऊ लागला आणि आज 'कुंजविहारी' ते 'भूमिकन्या सीता' हा मामांच्या गेल्या अर्धशतकातील नाट्यकर्तृत्वाचा चित्रपट डोळ्यांपुढून झरझर सरकत असताना तर त्या दोन शब्दांतून सूचित होणाऱ्या भिन्न भिन्न अर्थछटांची मला पूर्ण प्रचिती येत आहे.

मामा नाटककार (Dramatist) नाहीत, ते नाट्यकार (Playwright) आहेत. गडकरी आणि खाडिलकर या दोन श्रेष्ठ, लोकप्रिय व काही अंशी समकालीन नाटककारांच्या कृतींशी मामांच्या नाटकांची तुलना करून पाहिली म्हणजे नाटककार व नाट्यकार यांतला भेद चटकन लक्षात येतो. गडकऱ्यांच्या नाटकांत निरनिराळ्या रसांची – विशेषत: हास्य व करुण यांची – कारंजी उडत असली आणि फुललेल्या पारिजातकाशी स्पर्धा करणाऱ्या त्यांच्या भाषाशैलीने प्रेक्षकवर्ग धुंद होऊन जात असला तरी जी कथा नाट्यरूपाने सांगायची आहे, ती संयत आणि प्रमाणबद्ध पद्धतीने त्यांच्या नाटकांत विकास पावत असलेली दिसत नाही. विजेच्या चमकाऱ्यांनी काळवंडलेले आकाश उजळून टाकावे त्याप्रमाणे मुद्दाम काव्यशक्तीच्या विलासाने त्यांच्या सदोष नाट्यकथांतही अवीट गोडी निर्माण केली आहे. पण केवळ नाट्यरचनेच्या दृष्टीने पाहिले तर 'एकच प्याला' हे त्यांचे उत्कृष्ट नाटकसुद्धा असावे तितके निर्दोष नाही.

खाडिलकर नाट्यरचनेत नि:संशय निपुण होते किंबहुना गरुडाने उगवत्या सूर्याकडे टक लावून पाहत राहावे त्याप्रमाणे कथेतल्या नाट्यावर सर्व लक्ष केंद्रित करून नाटकांची मांडणी करण्याच कौशल्य खाडिलकरांनी फार मोठ्या प्रमाणात प्रकट केलं आहे. त्यातून तत्कालीन नाट्यतंत्र निर्माण झाले पण खाडिलकरांचे नाट्यतंत्र हे पुष्कळ अंशी शेक्सपिअरच्या पद्धतीचे होते. ह्या पद्धतीत त्यांनी पुढे कधीच बदल केला नाही. शिवाय त्यांच्या नाटकांतले विषय भव्य, संघर्ष तीव्र, त्यांचे चिंतन सखोल आणि त्या चिंतनातून निर्माण झालेल्या तत्त्वज्ञानाची गडद छायाही त्यांच्या प्रत्येक नाटकावर पसरलेली. त्यामुळे दीर्घकाळ नाट्यलेखन करूनही त्यांनी नाटके लिहिली ती चौदा-पंधराच! त्यांतली शेवटची तीन-चार तर त्यांची नाट्यदृष्टी पुढे झपाट्याने मंद होत गेली, असे दर्शवितात.

वरेरकरांचे नाट्यकर्तृत्व या दोन्ही थोर नाटककारांपेक्षा निराळ्या प्रकारचे आहे. त्यांना स्वभावत:च नाट्यदृष्टीचे देणे लाभले आहे. गडकऱ्यांच्या नाट्यप्रतिभेला कथावस्तूतील काव्याचे आवाहन प्रथम मिळते; खाडिलकरांच्या प्रतिभेवर त्यातील

तत्त्वज्ञानाची मोहिनी प्रथम पडते; उलट वरेरकरांच्या प्रतिभेला ह्या कथेतील नाट्याचा स्पर्श प्रथम होतो. मामांचे हे असाधारण वैशिष्ट्य आहे. त्यामुळे कुठल्याही नव्या-जुन्या विषयाशी त्यांची बुद्धी क्रीडा करू लागली की, तो नाट्यरूपानेच त्यांच्या मनात साकार होऊ लागतो. कल्पनेच्या पंखांवर किंवा भावनांच्या लाटांवर आरूढ होऊन ते गडकऱ्यांप्रमाणे आकाशाचा अथवा पाताळाचा अंत पाहणारे कवी नाहीत किंबहुना त्यांची अनेक चांगली नाटके काव्यात्मकतेचा आवश्यक ओलावा नसल्यामुळे इष्ट रसोत्कर्ष साधायला असमर्थ ठरली आहेत. 'अपूर्व बंगाल' किंवा 'भूमिकन्या सीता' यांचे विषय गडकऱ्यांनी किंबहुना शिरवाडकरांसारख्या स्वभावत: कवी असलेल्या नाटककाराने कसे हाताळले असते अथवा 'हाच मुलाचा बाप' या नाटकाला प्रेरक झालेल्या स्नेहलतेच्या प्रकरणाने बेचैन होऊन देवलांनी तो विषय हाती घेतला असता तर कसा रंगवला असता, याचा विचार केला म्हणजे ही गोष्ट सहज लक्षात येते.

'वरेरकरांच्या नाटकांत प्रचाराचा भाग फार आहे', असा आक्षेप अनेकदा घेतला जातो, तो मामांच्या ठिकाणी आढळणाऱ्या या काव्यात्मकतेच्या अभावामुळेच. तसे पाहिले तर प्रत्येक लेखकातला विचारक हा थोडाफार प्रचारक असतोच. मग त्या लेखकाचे नाव हरि नारायण आपटे असो वा नारायण हरि आपटे असो. या दोघांपैकी हरि नारायणांचे लेखन प्रचारकी वाटत नाही; उलट ते संस्कारी ठरते. ह्याचे कारण त्यांच्यातला कवी सदैव जागृत असतो. नारायण हरिंना ते जमत नाही; त्यांच्यासारख्या लेखनातला कवी मुळातच फार दुर्बळ असतो.

काव्यात्मकतेच्या या अभावातूनच मामांच्या नाट्यलेखनाच्या मर्यादा निर्माण झाल्या आहेत पण त्या मर्यादा लक्षात घेऊन त्यांच्या नाट्यसंसाराचा विचार करू लागलो म्हणजे मन आश्चर्याने आणि आदराने भरून जात. गेली पन्नास वर्षे मामांची नाटके रंगभूमीवर उभी आहेत. 'कुंजविहारी', 'हाच मुलाचा बाप', 'संन्याशाचा संसार', 'सत्तेचे गुलाम', 'सोन्याचा कळस' इत्यादी नाटकांनी आपल्या जन्मकाळी रंगभूमी गाजवून सोडली आहे. १९३५नंतर मराठी रंगभूमीला लागलेल्या ग्रहणामुळे 'सारस्वत'सारखे त्यांचे अलीकडचे कलात्मक नाटक गाजू शकले नसेल किंवा सत्तरीच्या घरात आल्यावरही त्यांच्या नाट्यदृष्टीचा जो तेजस्वी विलास 'भूमिकन्या सीता' या नाटकात प्रकट झाला, त्याचा यथार्थ आविष्कार रंगभूमीवर होणे सद्य:स्थितीत अशक्य असेल! तथापि रसिक वाचकांना मामांच्या नाट्यगुणांचा साक्षात्कार घडवून आणण्याला ही दोन्ही नाटकं समर्थ आहेत.

या सर्व नाटकांतून दिसून येणारी सूक्ष्म व सर्वस्पर्शी नाट्यदृष्टी हा मामांचा मराठी रंगभूमीला मिळालेला मोठा वारसा आहे. मामांचे लेखनगुरू श्रीपाद कृष्ण कोल्हटकर म्हणत असत, ''एकेका नाट्यकथेचे वर्ष-वर्ष चिंतन करावे तेव्हा कुठे

माझे नाटक लिहून होते.'' याचे कारण कोल्हटकरांनी नाटक हे जरी आपले लेखनाचे माध्यम मानले होते, तरी त्यांच्यातला साहित्यिक हा त्यांच्यातल्या नाटककारापेक्षा फार वरचढ होता. मामांचे तसे नाही. त्यांच्या नाटकांत साहित्यगुणांनी नाट्यगुणांवर कुरघोडी केल्याचे दृश्य कधीच दिसणार नाही. साहजिकच बुद्धीला किंवा हृदयाला स्पर्शून जाणाऱ्या विषयाला ते चटकन नाट्यरूप देऊ शकतात. 'करीन ती पूर्व'सारखे ऐतिहासिक, 'भूमिकन्या सीता'सारखे पौराणिक आणि 'सारस्वता'सारखे सामाजिक नाटक मामा सारख्याच सहजतेने व यशस्वितेने लिहितात, याचे मूळ त्यांच्या या उपजत व उत्कट नाट्यदृष्टीतच आहे. वरेरकर हे नि:संशय मराठीचे थोर नाट्यकार (Playwright) आहेत.

या नाट्यात्म वृत्तीमुळेच शेक्सपिअर, मोलिअर, इब्सेन, शॉ प्रभृती विविध नाटककारांची तंत्रे अवगत करून घेऊन मामांनी नाट्यरचनेची आपली विशिष्ट पद्धती निर्माण केली. ही पद्धती 'हाच मुलाचा बाप' या नाटकात प्रथम मोठ्या रंगतदार रीतीने प्रकट झाली. मामांची पुढली अनेक लोकप्रिय नाटके याच पद्धतीने लिहिली गेली. गंभीर विषयाची खेळकर पद्धतीने केलेली मांडणी आणि तिला दिलेली चुरचुरीत संवादांची फोडणी असे या रचनेचे स्थूल वर्णन करता येईल. या बाबतीत कोल्हटकर, मोलिअर व शॉ या तिघांचे मामा ऋणी असले तरी खाडिलकरांनंतरचा चतुर नाट्यरचनाकार आणि जुन्या नाट्यतंत्राला, काळाला नि आपल्या रंगभूमीला अनुरूप असे वळण देणारा प्रयोगशील नाटककार या दोन्ही दृष्टींनी मराठी रंगभूमीच्या इतिहासात मामांचे स्थान अढळ आहे. कादंबरी क्षेत्रातल्या फडक्यांच्या कामगिरीशीच त्यांच्या या कर्तृत्वाची तुलना होऊ शकेल. खाडिलकरांची रंगभूमी व पु. ल. देशपांडेंची रंगभूमी यांना जोडणारा पूल या दृष्टीने मामांची नाटके आता अभ्यासली जाणे आवश्यक आहे, असे मला वाटते.

या अभ्यासात मामांच्या नाट्यकर्तृत्वाचे अनेक पैलू स्पष्टपणे डोळ्यांत भरतील. त्यांतला पहिला पैलू म्हणजे त्यांच्या नाटकांतून दिसून येणारी उत्कट सामाजिक दृष्टी. 'हाच मुलाचा बाप' वयाच्या दृष्टीने 'शारदे'चा मुलगा शोभेल हे खरे आहे. आपल्याकडे खऱ्याखुऱ्या सामाजिक नाटकांचा पायंडा 'शारदे'ने घातला, हेही ऐतिहासिक सत्य आहे. पण 'शारदे'नंतरच्या अठरा वर्षांत कितीशी अस्सल सामाजिक नाटके आमच्या रंगभूमीवर आली? कोल्हटकर आपल्या नाटकांतून सामाजिक विषय हाताळीत होते हे खरे पण ते किती आडपडद्याने! केवढा द्राविडी प्राणायाम करून! 'मतिविकारा'सारख्या त्यांच्या शुद्ध सामाजिक नाटकावरसुद्धा कल्पनारम्यतेची गडद छाया आहे. 'प्रेमसंन्यासा'तले नाट्यही एका बाजूने भडक, तर दुसऱ्या बाजूने काव्यात्म व कल्पनारम्य आहे.

हा सर्व इतिहास लक्षात घेतला म्हणजे सामाजिक नाटककार या दृष्टीने

वरेरकरांनी 'हाच मुलाचा बाप'पासून 'अपूर्व बंगाल'पर्यंत जी विविध नाटके लिहिली, त्यांचे अपूर्वत्व चटकन लक्षात येते. गेल्या चाळीस वर्षांतल्या कालखंडातले तुमच्या-आमच्या जीवनातले कितीतरी महत्त्वाचे विषय त्यांनी लीलेने नाटकरूपाने सादर केले आहेत. काळाबरोबर सतत धावण्याचे चापल्य आणि वर्तमानातले नाट्य अचूक हेरून ते रंगभूमीवर साकार करण्याचे कौशल्य वरेरकरांखेरीज दुसऱ्या कोणाही नाटककाराने दाखविलेले नाही. त्यांच्या या गुणांची परिपूर्ण जाणीव असल्यामुळेच हे लिहिताना माझ्या मनात येत आहे – कदाचित याच वेळी मामा ग्रामदानावरले आपले नवे नाटक पूर्ण करीत असतील.

मामांच्या नाट्यरचनेमुळे घडून आलेला एक महत्त्वाचा बदलही त्यांच्या सामाजिक दृष्टी इतकाच मला महत्त्वाचा वाटतो - तो म्हणजे त्यांनी निर्माण केलेला साधासुधा खेळकर नायक हा होय. नाटक सामाजिक असले, त्यातील बहुतेक पात्रे तुमच्या-आमच्याभोवती वावरणारी सामान्य माणसे असली तरी त्यांचा नायक हा 'व्यापुनि विश्वा दशांगुळे उरला' अशा थाटाचा असला पाहिजे, ही समजूत आपल्यात दृढमूल झाली होती. 'शारदे'तल्या कोदंडाचं स्वभावचित्र या दृष्टीने अभ्यसनीय आहे.

पण मामांनी आपल्या नाटकांतून जसा निरर्थक आणि हानिकारक अशा रूढींवर हल्ला चढविला त्याप्रमाणेच नाटकातल्या नायकाचा धीरोदत्तपणाचा परंपरागत मुखवटाही त्यांनी दूर केला. गुलाब व वैकुंठ हे त्यांचे नायक या दृष्टीने फार महत्त्वाचे आहेत. मामांच्या या उपक्रमामुळे वाळीत टाकलेल्या माणसाप्रमाणे नाटकाच्या गंभीर भागाशी फटकून राहणाऱ्याला विनोदी प्रवेशांची रचना ठिगळवजा वाटू लागली आणि एकसंध व कलात्मक विनोदी नाटके रंगभूमीवर येण्याचा मार्ग मोकळा झाला.

'हाच मुलाचा बाप'मधल्या मंजिरीपासून 'भूमिकन्या सीता'मधल्या उर्मिलेपर्यंत मामांनी जी नवी स्त्री निर्माण केली आहे, तिचे बोलणे एकसुरी असले आणि तिच्या चित्रणाचा उगम 'मूकनायका'तल्या वेत्रिकेत असला, तरी स्त्रियांचे नानाविध प्रश्न हाताळून, त्यांची विविध दुःखे वाङ्मयाच्या वेशीवर टांगून आणि पावलोपावली पोटतिडिकेने त्यांचा कैवार घेऊन मामांनी गेल्या अर्धशतकातल्या स्त्रीजीवनाच्या प्रगतीला फार मोठी मदत केली आहे. या बाबतीत त्यांचे स्थान हरिभाऊंच्या पंक्तीत आहे आणि तेही त्यांच्यापासून अगदी जवळ.

वरेरकरांची साहित्यसेवा विपुल आहे, विविध आहे. सतत अर्धशतक लिहीत राहून शहात्तराव्या वर्षात पदार्पण करण्याच्या बाबतीत त्यांची बरोबरी करणारा मराठी साहित्यिक एखादाच आढळेल! मागील पिढीतले गुर्जर, मधल्या पिढीतले फडके आणि नव्या पिढीतले गो. नी. दांडेकर हेच काय ते विपुल लेखनाच्या बाबतीत

मामांशी तुल्यबळ ठरतील. साहजिकच वरेरकरांच्या साहित्यात नाटकांच्या जोडीने कथा, कादंबऱ्या, टीका, चित्रपटकथा वगैरे सर्व प्रकारचे वाङ्मय समाविष्ट झाले आहे. 'विधवाकुमारी' किंवा 'धावता धोटा' यांसारख्या त्यांच्या कादंबऱ्यांचे आयुष्य अल्प ठरणार नाही, हे त्यांतील गुणांवरून उघड आहे. असे असूनही मराठी साहित्याच्या इतिहासात नाटककार म्हणूनच मामांचा गौरवाने उल्लेख केला जाईल, असे मला वाटते.

मामांच्या पुस्तकांची मोजदाद करणे हे मोठे कठीण काम आहे. आज ते नाबाद १४६ आहेत की, नाबाद १६८ आहेत, याची मला कल्पना नाही. पण काही झाले तरी फळ्यावर द्विशतक झळकविल्याशिवाय ते लेखणी खाली ठेवणार नाहीत, अशी माझी खात्री आहे. हा पराक्रम करण्याला त्यांना सुदीर्घ आयुरारोग्य लाभो, असे मी मन:पूर्वक इच्छितो.

✫ ✫ ✫

८

हा हन्त हन्त : नाटककार गडकरी

And not for ourselves we plough the waste.
And not for ourselves we sow.
कुणाकारणे ही नांगरणे रूक्ष माळराने ।
कुणाकारणे तिथे पेरणे - देवाचे देणे ॥

कृष्णेच्या काठची सहल आणि तीही संध्याकाळची. पावसाळ्यांतले दुर्दिन संपून गेल्यामुळे सृष्टीचा मावळतानादेखील सोन्याचा दिवस होत होता. संध्याकाळचा हा दसरा साजरा करण्याकरता मेघ नटूनथटून शिलंगणाला निघाले होते. हृदयस्थ परमेश्वराप्रमाणे अदृश्य असूनही सूर्यनारायण नभ पटलावर निरनिराळी चित्रे रंगवीत होता. कृष्णेच्या शांत प्रवाहात या स्वर्गीय समारंभाचे पूर्ण प्रतिबिंब पडले होते. मांडीवर निजलेल्या बालिकेच्या श्वासाप्रमाणे वायूची मंद लहर मधूनच शरीराबरोबर हृदयाला आल्हाद देऊन जात होती. त्या लहरीबरोबर नदीच्या दोन्ही खांद्यांवरील हिरवा शेला किंचित हललासा दिसे आणि त्यातच सायं समयाची छटा मिसळून गेल्यामुळे या कलाकुसरीच्या कामाला क्षणभर विलक्षण शोभा येई. परमेश्वराच्या मधुर हास्याच्या या लहरीकडे, निसर्गाच्या तेजस्वी पण सौम्य कटाक्षांकडे, सृष्टीच्या साध्या पण मुक्या गाण्याकडे किती पाहिले तरी पुरेच होईना. या वेळेला डोळे मिटणे कायमचे डोळे मिटण्याहूनही अधिक दुःखदायक होते. किती-किती वेळ कधी न पाहिल्याप्रमाणे हा देखावा मी डोळे भरून पाहून घेतला; जणूकाय या जगातील ती माझी पहिली किंवा शेवटची संध्याकाळ होती! डोळे भरून पाहिला असे वाटले. परंतु थोडा वेळ गेला नाही तोच माझ्या डोळ्यांची तहान अद्याप आहे तशीच आहे,

असे वाटू लागले. त्या सौंदर्याच्या समुद्रातही माझे डोळे कोरडे पडले. टीचभर डोळ्यांनी आकाशातले अफाट भांडार हा-हा म्हणता गिळले आणि नजर त्या रंगीत बहिरंगाच्या आत शिरण्याचा प्रयत्न करू लागली. सौंदर्याच्या आतील सत्याचे दर्शन व्हावे म्हणून तिचे ध्यान सुरू झाले. आणि अशा मंगल वेळी व मंगल प्रसंगी उदास विचार क्रमाक्रमाने माझ्या मनामध्ये उद्भवू लागले. दिवसाच्या तापाने तापलेल्या हृदयाला गार वारा निववील, दुपारच्या अश्रूंचे ओघळ पुसून टाकून कृष्णा मला पुन्हा हसवील आणि जगाच्या जात्यात नि:सत्त्व झालेले मन आकाशातील संध्येने सतेज होईल या आशेने मी नदीकडे आलो होतो. त्या साध्या पण सर्वांगसुंदर दृश्याने मला लागलेले विंचू नाहीसे केले होते पण उदास विचारांनी माझ्या मनात काहूर उठविले. निमिषात कृष्णेवर वाहत चाललेल्या एखाद्या काडीप्रमाणे, वाऱ्यावर वाहून जाणाऱ्या एखाद्या वासाप्रमाणे मी निराशेच्या समुद्रात बुडण्याकरता विचारांच्या प्रवाहात वाहत चाललो. तीराला येण्याचा मी पुष्कळ प्रयत्न केला पण विचारांचा घोळ फारच भयंकर होता. त्यातून पार पडण्याच्या श्रमामुळे अधिक दुर्बल होऊन मी त्यांच्या धारेवर सापडलो. आयुष्य या ढगांवरल्या रंगांइतकेच चंचल आहे काय? मनुष्याची स्थिती घरट्याकडे थव्यांनी जाणाऱ्या पाखरांप्रमाणे आहे किंवा एकट्याच मावळणाऱ्या या सूर्यासारखी आहे? कृष्णेच्या काठची ही तळाची माती – केवढे तिचे पूर्वपुण्य की महाराष्ट्र गंगेचा तिला अखंड सहवास मिळावा! पण वर चार हातांवर असलेल्या मातीनेच एवढे काय पाप केले आहे की, हे भाग्य तिला लाभू नये! हे घाटाचे दगड; किती धन्य यांचे जिणे! पहाटेच्या प्रहरी गंगेवर आलेल्या प्रेमळ मातृ-कंठांतून भूपाळ्या ऐकत जागे व्हावयाचे आणि जनसेवेकरता देहाच्या पायघड्या पसरायच्या! दिवसभर थोर, पोर, उच्च-नीच, स्त्री-पुरुष हा भेदभाव न करता देह झिजवायचा आणि रात्रीची गणपतीची आरती ऐकून आकाशातल्या चांदण्यांशी गुजगोष्टी बोलत विश्रांती घ्यावयाची. कृष्णाबाई तर मंगलदेवता! मनुष्याच्या आयुष्याला नदीची उपमा देतात पण ती लाखांत एकाच्या बाबतीत तरी सार्थ होते काय? जिकडे बघावे तिकडे डबकी! भाग्याच्या पावसाने भरलेली पण स्वार्थाच्या किड्यांनी बुजबुजलेली डबकी! महाबळेश्वरापासून मच्छलीपट्टणापर्यंतचा प्रदेश आपला समजणाऱ्या कृष्णाबाईच्या ममतेचा लवलेश तरी त्यात मिळेल काय? भोवतालच्या मळींना फुलवीत, लाखो लोकांना डुलवीत कृष्णाबाईचा ओघ कवितेप्रमाणे सतत चालला आहे. अशा नदीसारखं आयुष्य व्हावयाला दुसऱ्यांच्या दु:खाने हृदयाचे पाणी होऊन ते वाहू लागले पाहिजे आणि तशाच पाणी झालेल्या हृदयाशी त्याचा संगम झाला पाहिजे. एक ना दोन! नाना प्रकारे विचार लहान मुलाप्रमाणे माझ्या मनात बागडू लागले. माझ्या दटावण्याला ते मुळीच भीक घालीनात. इतक्यात मला काही आठवण झाली; वाचण्याकरता मागून आणलेला 'मनोरंजन'चा अंक माझ्या खिशात होता.

संधिप्रकाश अंधूक होत चालला होता तरी पौर्णिमेचा चंद्र उगवत असल्यामुळे घटकाभर वाचण्याची सोय होण्यासारखी होती. मनातले वादळ थोडेसे कमी झाल्यावरच घरी जावे म्हणून मी चटकन घाटावर गेलो. पाणी तुळशीकट्ट्याच्या पटांगणावर थोडेसे होते. तुळशीकट्ट्यावर बसून मी पाण्यात पाय सोडले आणि वाचण्याकरता अंक काढला. तो 'मनोरंजन'चा १९१२च्या जुलैचा होता. मी काही पृष्ठे चाळली आणि 'गोविंदाग्रज' कवींची 'राजहंस माझा निजला' ही कविता सोपीशी वाटून मनाशी गुणगुणत वाचू लागलो. ओळीमागून ओळ म्हणता-म्हणता मी त्यात गुंगलो. मी कृष्णेच्या काठावर पाण्यात पाय सोडून बसलो आहे, ही गोष्टदेखील मी विसरलो; ते चित्र माझ्या डोळ्यांपुढे उभे राहिले. स्वर्देवीच्या मांडीवरील चांदणीप्रमाणे आईच्या मांडीवरील तो 'राजहंस', त्याला झाकण्याकरिता गोळा झालेले ते मेघ, आणि आईचे बोलके हृदय मला दिसू लागले. मनाचे विचार भुरट्या अभ्राप्रमाणे नाहीसे होऊन मी त्या चांदण्याच्या झोतात आनंदाने वाहत चाललो होतो. 'या अर्ध्या उघड्या नयनी। बाळ काय पाहत नाही'॥ या ओळींच्या वेळी मी सहज वर पाहिले. आकाशातील चांदणीचेही डोळे अर्धे उघडे असेच दिसत होते. मी खाली पाहिले तो तरंगांनी एका लहरीचे तोंड अर्धवट मिटलेले दिसत होते! 'या अर्ध्या मिटल्या तोंडी । बाळ काय बोलत नाही.' मी बावरल्यासारखा झालो; परंतु त्याच वेळी सृष्टिदेवी 'अर्थ या अशा हसण्याचा । मज माझा कळतो बाई॥' – म्हणत आहेशी दिसली. वाऱ्यावर विरत जाणाऱ्या सुराप्रमाणे मी निजलेल्या राजहंसाबरोबर दूर-दूर जाऊ लागलो. 'हृदयाची खणुनी खांच । झाकिन मी बाळ असाच॥' या ओळी आल्या. विसाव्याच्या हेतूने मी मान वरती केली; क्षणभर चमक दिसली. मी डोळे मिटून पुन्हा उघडतो तोच मघाची चांदणी नाहीशी झाली होती! स्वर्देवीने हृदयाच्या खाचेत तिला लपविली की काय देव जाणे! वरची नजर खाली वळविली तो कृष्णा तरंगांना आपल्या हृदयाच्या खाचेत लपवीत होती. मी पुन्हा कविता वाचू लागली. निजलेला राजहंस कायमचा निजला आणि माझे हृदय उदासीन आनंदाने, सात्त्विक दु:खाने भरून आले. स्वर्देवी निजलेल्या राजहंसावर चंद्रिकेच्या रूपाने अमृताचा वर्षाव करीत होती. या अमृताच्या दुथडी प्रवाहानेदेखील निजलेला राजहंस पुन्हा उठणार नाही! नदीच्या लाटा बुडबुड्यांच्या रूपाने आसवे गाळीत होत्या पण त्यांच्या शीतल स्पर्शानेदेखील निजलेला राजहंस जागा होणार नाही. दूरच्या देवळातील सनईचे सूर वाऱ्यावरून रडत येत होते. मला वाटले, चंचल वाऱ्यालादेखील राजहंस पाहून हुंदके आवरेनात. राजहंस रसिकांच्या मानसांत कायमचा निजणार आणि आपल्या पित्याला चिरंजीव करणार. 'गोविंदाग्रज' – कोण बरे कवी असतील हे? गोविंदाचे वडीलभाऊ जगात काय थोडके आहेत? पण असले नामधारी गोविंदाग्रज काय करावयाचे? गोविंदाग्रज या सामान्य नामाला विशेषनाम करणारी व्यक्ती कोण

असावी बरे? काळाच्या प्रवाहात वाडवडिलांच्या व पदव्यांच्या मदतीनेदेखील बड्या-बड्या नावांना तरता येत नाही. पण त्याच कालाच्या प्रवाहावर जलदेवतेप्रमाणे नेहमी नाचत राहील असे नाव कोणाचे? देहाआधीच ज्या जगात नाव जाते, त्यात हे मार्कंडेयाचे आयुष्य मिळवणारे नाव कुठच्या मूर्तींचे असावे? जुन्या काळी तरवार गाजवून नाव मिळत असे; आजच्या कलमबहादुरीच्या काळात नाव मिळविणे जितके सोपे तितकेच राखणे कठीण आहे. पण राजहंसाबरोबर हे नाव रसिकांच्या हृदयात कोरण्याची प्रतिभा परमेश्वराने कुणाला दिली असावी? गोविंदाग्रज कोण?

नावात काय आहे हा प्रश्न कवीच्या दृष्टीने योग्य असेल पण व्यवहाराला नावातच विश्व दिसत असते. गुलाबाला कोरांटी म्हटले म्हणून त्याचा वास कमी होत नाही हे जितके खरे, तितके कोरांटीच्या नावाबरोबर जग नाक मुरडते हे खरे आहे. हिच्याला कोळसा म्हटले की, तो उगाळीत बसणारेच पुष्कळ सापडतील. खरा रत्नपारखी एखादाच! शिवाय मानवी स्वभाव जिज्ञासेला फार लवकर वश होतो. तोंडावर बुरखा असणारी व्यक्ती भेटली की, निदान तोंडओळख व्हावी अशी इच्छा उत्पन्न होते. पडद्यापुढल्या गोष्टीपेक्षा पडद्यामागील गोष्टीकडेच डोळे अधिक लागलेले असतात! चित्रांच्या प्रदर्शनात झाकलेल्या चित्रांकडे सर्वांचे लक्ष एकदम वेधते. टोपणनावाने पुढे येणाऱ्या व्यक्तीविषयीही असेच कौतुक वाटत असते. 'राजहंस' प्रसिद्ध झाला त्या वेळी गोविंदाग्रज कोण व 'रिकामपणची कामगिरी' प्रसिद्ध झाली त्या वेळी बाळकराम कोण, हे मूठभर लोकांनाच माहीत असेल. पण ही झाकली मूठ उघडली जाऊन सव्वा लाखाची किंबहुना अधिक झाली आहे म्हटले तरी चालेल. सात वर्षांपूर्वी 'कोण बरे हे लेखक?' या न सुटणाऱ्या प्रश्नाचे 'राम गणेश गडकरी' असे एखादे पोरही आज उत्तर देऊ शकेल.

पण कालचक्र किती विलक्षण आहे! गडकऱ्यांचा वाङ्मयातला संसार जितका सुखाचा तितकाच क्षणिक झाला आहे. गडकरी गेले, ते पळ गेले, तो दिवस गेला, तो महिना गेला, फार काय ते वर्षही गेले. म्हणून आज कृतज्ञतेने त्यांचे स्मरण करावे लागत आहे!

'मरावे परी कीर्तिरूपे उरावे' हा रामदासी बाणा गडकऱ्यांनी धरला म्हणूनच आज त्यांचा बोलबाला होत आहे. परंतु कीर्तीची चढण तानाजी सिंहगडावर ज्या बाजूने चढला, त्या बाजूइतकी बिकट असते! कीर्तीसारखी हट्टी नवरी पाश्चात्य देशांतदेखील सापडायची नाही आणि तिच्या स्वयंवराच्या गोंधळापुढे रुक्मिणीचे स्वयंवर बाहुलाबाहुलीच्या लग्नाइतके शांत वाटते. ती स्वतः अप्सरा असल्यामुळे नेहमी तरुण असते हे सरळ आहे. पण तिची निवड पाहिली की, सुधारकांना व पुराणमतवाद्यांना सारखेच वाईट वाटेल. इकडे सुधारक बालविवाह बंद करायच्या गडबडीत आहेत. तर ही कुमार दत्तासारख्या एखाद्या कुमारालाच माळ घालून

त्यांच्या कार्यात अडथळा करते. तिकडे जुने लोक म्हाताऱ्यांशी तिचे लग्न लावू पाहतात, पण ही त्या बावनकशी बुक्क्यांकडे ढुंकून पहायलादेखील तयार नाही पण एवढ्यावर तिची लहर थांबते थोडकीच! वैधव्याच्या भीतीने ती म्हाताऱ्याला वरीत नसेल म्हणावे तर कधी-कधी मेलेल्यांबरोबरच ही बोहोल्यावर चढते. एकूण कीर्ती म्हणजे शुद्ध त्राटिका आहे पण गडकऱ्यांसारखे प्रतापराव तिला मधून-मधून भेटतातच.

गडकरी जमिनीवरल्या फुलाप्रमाणे सुकून न जाता ध्रुवाप्रमाणे अढळपदी जाऊन बसले याचे कारण ते १८८५ साली जन्मले व १९१९ साली वारले, हे काही खास नव्हे. या बिकट जगात गडकऱ्यांच्या पूर्वीच ज्यांनी आपला प्रवेश करून घेतला आहे व १९१९ उलटून गेले तरी शिर सलामत राखले आहे, असे रणधुरंधर कितीतरी सापडतील! गडकऱ्यांच्याबरोबर १८८५ साली जगात येऊन अद्याप मरणाच्या दारी न गेलेले कितीतरी स्वाभिमानी पुरुष आहेत. १८८५मध्ये जन्म व १९१९मध्ये मरण अशा तऱ्हेने आयुष्याचे वर्तुळ संपविलेले गणितीही काही थोडथोडके नाहीत! असे असताना गडकऱ्यांच्या बोलबाल्याबरोबर त्यांच्या संबंधाने एक बोल तरी निघावयाचा होता! दरवर्षी मरणाच्या पदवीधराबद्दल कुठे एक ओळही येत नाही आणि फक्त प्रीव्हिअस झालेल्या गडकऱ्यांचे गोडवे गाण्यात सगळे चूर झाले आहेत हे पाहून, बी.ए. म्हणजे मोक्षपद मानणारे महात्मे, या जगात याउपर राहणे योग्य नाही म्हणून साफ सांगतील! गर्भश्रीमंतांना तर गडकऱ्यांच्या कीर्तीचे कोडे कधीच सुटावयाचे नाही; कारण गडकऱ्यांचा जन्म काही राजेरजवाड्यांच्या घराण्यात झाला नव्हता! गडकऱ्यांनी सगळ्यांना हसविले, म्हणूनच सगळे त्यांच्याकरता रडत आहेत. तेच जर ते सगळ्यांना रडविणारे सावकार झाले असते तर – तरचा प्रश्नच आता राहिला नाही. गडकरी व्हायचे तेच झाले; महाराष्ट्र भाषेला आपले वैभव वाढविणारा पुत्र मिळाला आणि सरस्वतीच्या कंठात गडकरी चमकू लागले.

सरस्वतीच्या कृपाप्रसादाचा प्रभाव असो अगर निसर्गाची योग्य योजना असो; तरवार, तागडी आणि नांगर यांपेक्षा टीचभर लेखणीच अधिक भारी ठरली आहे. रणांगणावरील रक्ताचे पूर थोडे पावसाळे गेले नाहीत तोच धुऊन जातात. पण कागदाच्या कपट्यावरील शाईचा थेंब शेकडो उन्हाळे उलटले तरी ओलाच राहतो. सोन्याची तागडी मालकाच्या पश्चात मातीमोल होऊन जाते. पण लाकडाच्या लेखणीतून प्रगट होणारे नरसिंहरूप देव्हाऱ्यात जाऊन बसते! नांगराचे तास चार दिवसांत बुजतात आणि त्यांच्या श्रमांचे पीक वर्षभरात दृष्टिआड होते. पण लेखणीच्या रेखा कधीच पुसल्या जात नाहीत आणि तिची सोन्याची पिके कधीच कमी होत नाहीत. फुलांत सुगंधी गुलाब की निशिगंध, तीर्थांत श्रेष्ठ प्रयाग की काशी हे सांगणे एक वेळ कठीण आहे. पण मनुष्याच्या बुद्धीने उभारलेल्या सर्व जयस्तंभांत काळाच्या जोराला व जुमानणारा एकच आहे आणि तो वाङ्मयाचा होय.

अशा लेखकांच्या जन्मकाळी जर त्यांचे कार्य समजते, तर त्यांच्याविषयी कितीतरी मनोरंजक व मनोबोधक माहिती मिळाली असती! पण बोलूनचालून ही रत्ने! समुद्राच्या तळाशी असेपर्यंत ती असून नसल्यासारखीच! बाहेर काढल्यावर मात्र ती योग्य जागी जायला वेळ लागत नाही. गडकऱ्यांचे फूल १८८५च्या मे महिन्यात जगात मुग्धपणाने डोकावू लागले. पण त्या वेळी या भविष्याची कोणालाच कल्पना नव्हती! इंग्रजी थॅकरेचा जन्म ज्याप्रमाणे कलकत्त्यात झाला, त्याप्रमाणे मराठी गडकऱ्यांचा जन्म गुजराथेत नवसरी येथे झाला. नवसरी येथे जन्म होण्याइतका गडकऱ्यांच्या आयुष्यात नवेपणा होताच! पण राहण्याचे मूळ गाव सांगवी (कर्जत तालुका), जन्म नवसरीला आणि उदय पुण्यात अशी गडकऱ्यांची त्रिस्थळी यात्रा झाली म्हणावयास हरकत नाही.

गडकरी जातीने कायस्थप्रभू. ज्या बाजीने छातीची खिंड करून रांगण्याची खिंड राखली, ज्या मुरारबाजीने पुरंदरला शौर्याची शर्थ करून त्याचे नाव सार्थ केले त्याच बाजीच्या जातीत, गडकरी या ऐतिहासिक आडनावाच्या घराण्यात राजसंन्यास नाटकाचे जनक जन्माला आले.

गडकऱ्यांच्या वडिलांनी पोटाच्या पाठीमागे लागून गुजराथ गाठले होते. चार बंधूंपैकी गडकरी नावाने राम असले तरी अनुक्रमाने लक्ष्मणच होते. आपल्याकडे मुलाचे नुसते नाव ठेवून भागत नाही; टोपणनावाची ढालही पैदा करावी लागते. या धांदलीत पाळण्यातील मुलगीही 'माई' होते आणि एकुलता एक मुलगा 'भाऊ' होतो. गडकऱ्यांचे टोपणनाव मात्र त्यांना साजेलसे – काव्यदेवीच्या गळ्यातील लाल होतील असे – म्हणजे 'लालजी'च होते. गडकऱ्यांना अगदी लहानपणच्यादेखील स्पष्ट आठवणी होत्या व ओघाओघाने त्यांचा ते उल्लेख करीत असत. तथापि त्यांच्या लहानपणची हकीगत त्यांच्या कुटुंबातील जाणत्या माणसांशिवाय इतरांस फारशी माहीत असणे संभवनीय नाही. पुढे लेखणीवर सरस्वतीला नाचविणाऱ्या गडकऱ्यांना इतर मुलांप्रमाणेच काही दिवस बोलताही येत नव्हते व काही दिवस बोबडे बोलावे लागले. विचित्र मानवी स्वभावाला खेळणे करणाऱ्या या कवीला लहानपणी एखाद्या लाकडी खेळण्यावरच आपली तहान भागवून घ्यावी लागली आणि पुढे गगनात भराऱ्या मारणाऱ्या या कवीला लहानपणी या कुशीचे त्या कुशीवरदेखील होता येत नसे. गडकऱ्यांची अगदी पहिली आठवण गाण्याने आपले रडे थांबत असे, एवढीच होती.

गडकऱ्यांच्या पुढच्या आयुष्याप्रमाणे त्यांचे बालपणही फिरण्यातच गेले. नोकरीच्या निमित्ताने त्यांच्या वडिलांना नेहमी स्थलांतरे करावी लागत; परंतु स्थलांतराचा संस्कार लहान मुलांच्या मनावर फारसा होत नाही. बालपणी दिसेल तो मित्र आणि हसेल तो आप्त अशी मुलाच्या मनाची स्थिती असते. समजू लागल्यापासून

गडकऱ्यांना आपल्या वडिलांविषयी फार प्रेम वाटत असे. मुलाची चपळ व तीव्र बुद्धी पाहून त्यांचेही लालजीवर विशेष प्रेम असे, अस गडकऱ्यांच्या बोलण्यावरून दिसे. वडिलांचे छत्र म्हणजे संसाराच्या सहारातील सावली आणि बालपण म्हणजे भूलोकावरील वैकुंठ! अर्थात या बालपणाविषयी सगळ्यांच्या मनात कितीतरी गोड पण अंधूक कल्पना विहरत असतात. जगातील उन्हापावसाला कंटाळलेल्या फुलाला पुन्हा कळी व्हावेसे वाटते. आयुष्यातल्या शेकडो विषम प्रसंगांनंतर – आयुष्याचा ओघ नदीसारखा विशाल झाल्यानंतरही – गडकऱ्यांना आपल्या आयुष्याच्या आठीची (मिठी) आठवण होत असे. ज्याच्या कटिखांद्यावरून खेळत-खेळत आपण जाणते झालो तो पर्वत, आपल्या दोन्ही बाजूंनी हसत-हसत येणारी रानफुले, आकाशात फुगड्या खेळणारी फुलपाखरे आणि चंद्रिकेप्रमाणे शांत वाटणारे सूर्यकिरण – हे दिवस पुन्हा येतील काय? ते निष्पाप, निर्मल, निष्काळजी हृदय पुन्हा लाभेल काय? नेहमी हसतखेळत असलेला त्यांचा कंठ अशाच एका आठवणीने गहिवरलेला मी पाहिला आहे. पण 'सुकले फूल न देइ वास जरि अश्रूंनी भिजले' हेच खरे!

नोकरी काही झाले तरी स्त्रीजातीची! ती फिरवील तसे फिरावे लागत असल्यामुळे गडकऱ्यांच्या वडिलांनी दोघा वडीलमुलांच्या शिक्षणाला घरीच सुरवात केली होती. गडकऱ्यांच्या खेळकर व खोडकर स्वभावाला ती दुधात साखरच होती. पित्याच्या प्रेमळ दृष्टीत शिक्षकापेक्षा शतपट उत्तेजन आणि कठोर कटाक्षात छडीपेक्षाही भयंकर भीती त्यांना लाभली होती. ज्या मराठी भाषेवर ते सोन्याचा साज चढविणार होते, तिची धुळाक्षरे त्यांना शिकविताना या भावी भाग्याची कोणाला कल्पनादेखील झाली नसेल. मराठीतील 'श्री'ने या बालकाच्या हातात जाताना तिळमात्रदेखील विचार केला नसेल. तिला बापडीला काय माहीत की, हे अजाण अर्भक उद्या आपणाला सरस्वतीच्या सेवेला लावणार आहे? गुजराथी शिकताना आपल्या आवडत्या कलापीच्या केका याच भाषेत असतील किंवा मराठी शिकताना केशवसुतांची तुतारी व कोल्हटकरांचा मूकनायक याच भाषेत बोलणार आहेत, हे बाल गडकऱ्यांना तरी कुठे माहीत होते? हा-हा म्हणता धडे पाठ करावयाचे व त्यांच्याकडे लगेच पाठ करायची, हा तर त्यांचा क्रमच होता.

गडकरी सहा वर्षांचे झाले नाहीत तोच (१८९१) त्यांचे वडील आजारी पडले व अर्थात शिकणेही त्या मानाने अनियमित झाले. तथापि एकदा ओळख झाल्यावर जीवश्र कंठश्र करायचे हा गडकऱ्यांचा स्वभाव या वेळीही प्रत्ययाला आला. अक्षर ओळख झाल्यानंतर त्यांनी त्यांचा सहवास कधीच सोडला नाही. या नव्या मित्रांना कंठात घालून ते वाचू लागले व मुठीत धरून लिहू लागले.

गडकरी कुटुंबावर या वेळी चोहीकडून अभ्रे दाटत होती. घरांतील कर्ता पुरुष आजाराने अंथरुणाला खिळलेला, मुले तर पंख न फुटलेल्या पाखरांसारखी आणि आजाराला औषधोपाय (औषधोपचार) हे केलेच पाहिजेत. या वेळी गडकऱ्यांच्या

प्रेमळ मातेने जे हालकष्ट (हालअपेष्टा) काढले असतील आणि जे जिवाचे रान केले असेल, त्याची कल्पना करता येणे अशक्य आहे. दु:खात सुख एवढेच की, या जिवाच्या रानात त्यांना विसावा देणाऱ्या चिमण्या कोकिळा देवाने दिल्या होत्या.

परंतु ईश्वरी इच्छा निराळी होती. ऋणानुबंध सरला होता; मग सहवासाचे देणे देणार कोण? आयुष्याची दोरी अशी तुटली होती की, तुटणाऱ्या आतड्यांनीही ती सांधली जाणे शक्य नव्हते. गडकरीबंधूंनी पित्याचे छत्र देवाधिदेवापाशी मागितले नव्हते. आशेच्या झोपाळ्यावर हेलकावे खाणाऱ्या मनाचा आधार तुटला आणि आठव्या वर्षी गडकरी पितृहीन झाले. १८९३ साली जगातल्या राजमार्गावर नेऊन सोडणारा पितृदेव नाहीसा झाला.

आपल्यावर कोसळलेल्या परिस्थितीची साधारण मुलांपेक्षा गडकऱ्यांना बरीच तीव्र जाणीव उत्पन्न झाली. त्यांच्या पाठीवरून मायेने हात फिरविण्याला मातेचा हात असला तरी जगाच्या गर्दीत सावरून घेणाऱ्या पित्याच्या हाताला ते मुकले होते. पृथ्वीवर त्यांचे पाय स्थिर असले तरी त्यांच्यावर आकाश कोसळले होते. गडकऱ्यांच्या हृदयावर तो प्रसंग कोरल्याप्रमाणे झाला. बालपणाच्या गोड स्वप्नांतून ते जागे झाले आणि जगाच्या भयाणपणाची जाणीव त्यांच्या हृदयात शिरली. पित्याची सावली नाहीशी होताच उन्हाची आच त्यांना समजली व त्यांच्या हृदयाचे पाणी होऊ लागले. घराचा आधारस्तंभ कोसळला होता. पण नव्या चार अंकुरांपैकी सर्वांत मोठादेखील टेका (आधार) देण्याइतका मोठा झाला नव्हता. अशा वेळी त्याला तोडून घराला लावले, तर घरही सावरणार नाही आणि त्याची वाढ खुंटेल हे गडकऱ्यांच्या मातुश्री ओळखून होत्या. मुलांच्या चौकडीला विद्येचा उजाळा मिळाला तरच ती चमकेल, हे त्या समजून होत्या. परंतु समजले म्हणून उमजते आहे थोडकेच! दैवाचा काटाही या वेळी त्यांच्याविरुद्ध झुकत होता. कोसळलेले आकाश थोडेसे निवळत नाही, तोच गडकऱ्यांचा पाठचा भाऊ गोविंद वडिलांना भेटण्याकरताच की काय, चालता झाला. या धरणीकंपाचा धक्का तर या कुटुंबाला चांगलाच जाणवला. गडकरी कुटुंबावरील आपत्तीची परंपरा चालू झाली होती. तिची साखळी किती लांबणार होती कोण जाणे! वडिलांच्या मृत्यूने करकरीत तिनिसांज होऊन गोविंदाच्या मरणाने तर काहीच दिसेनासे झाले होते. दु:खाच्या रात्रीचा हा पूर्वभाग होता; काळोख अधिक-अधिक दाटत होता. नक्षत्रांच्या रूपाने आशेचे अंकुरदेखील दिसत नव्हते; मग चंद्रोदय तर दूरच राहिला!

संकट दूर असेपर्यंत त्याची भीती वाटते व उपाय दिसत नाही. दूरून पर्वताची चढण दुर्गम दिसते; परंतु जवळ गेल्यावर कुठून ना कुठून तरी चढायला मार्ग सापडतोच! आलेल्या प्रसंगाला तोंड देण्याकरता गडकऱ्यांचे वडिलबंधू चुलत्याकडे शिकावयाला राहिले व गडकऱ्यांच्या मातुश्री गडकरी व धाकटा मुलगा यांसह

कर्जतला येऊन राहिल्या. (१८९४) गडकऱ्यांसारख्या स्वाभिमानी बालमनाची या वेळची स्थिती मोठी कठीण होती. ते आता नुसते फुलपाखरू उरले नव्हते. पण आकाशाचा अंत काढण्याइतकी शक्ती त्यांच्या पंखांत आली नव्हती. दुर्दैवाने पारध्याप्रमाणे पाठलाग केल्यामुळे जीवावर उदार झालेल्या हरिणाप्रमाणे त्यांचे मन धावत होते. पण त्याला सुटकेचा मार्ग सापडेना. अशा तळमळीत ते शाळेत जाऊन शिकत होते. मराठी चांगले लिहिता-वाचता येऊ लागल्यामुळे तळमळणारे मन सहजच इतर वाचनात गुंगू लागले. त्यांच्यासारख्या हुशार विद्यार्थ्याला शाळेचा अभ्यास मुळीच जड नव्हता. परंतु मनावरील भार हलका करण्यात त्यांना त्यांचा मुळीच उपयोग होईना. त्यांनी वाचलेल्या इतिहासात अनेक स्फूर्तिदायक चरित्रे होती. परंतु त्यांच्या चरित्राचे उदाहरण निराळ्या तऱ्हेचे व अर्थात रीतही निराळीच होती. ठरलेल्या रीती आपल्या आयुष्याच्या उदाहरणाला लावून त्यांचे उत्तर बरोबर येणे शक्य नव्हते. अभ्यासात त्यांनी भूगोल उलथापालथा केला, तरी स्वतःचे हृदय सावरण्याइतके सामर्थ्य त्यांच्या मनगटात आले नव्हते. अंकगणितात व्यापाऱ्याला कोट्यवधी रुपये नफा झाला म्हणून त्यांचा हात ओला होणार होता थोडकाच? लुळ्यापांगळ्या श्रीमंतीपेक्षा धट्टीकट्टी गरिबी बरी, हा धडा पुस्तकीच होऊ पाहत होता. अशा बावरलेल्या बालमनाला सावरण्याकरता, जळणाऱ्या जीवाला जराशी शांती देण्याकरता, निराशेने निश्चेष्ट पडलेल्या प्राण्यांना सावध करण्याकरता त्यांनी पुस्तकांकडे धाव घेतली. पोरांनादेखील पटणारे पोथ्यापुराणांतील प्रेमळ प्रसंग त्यांच्या डोळ्यांपुढे घोळू लागले आणि प्राचीन काळच्या साधुसंतांच्या व राजेरंकांच्या दुःखाबरोबर अश्रू ढाळीत त्यांचे हृदय आपला भार हलका करू लागले. ग्रंथ हेच मनुष्याचे खरे मित्र होत, हे तत्त्व गडकरी नेणतेपणाने अमलात आणीत होते. लहान मुलांना अद्भुत व रम्य गोष्टीची आधीच भारी आवड असते; त्यातून गडकऱ्यांच्या स्वैर कल्पनेला तर कथासमुद्रातून कधीही बाहेर येऊ नये, असेच वाटे. श्रीधरांचे प्रासादिक, रसाळ ग्रंथ व इतर अशाच पद्धतीची पुस्तके पुन्हा-पुन्हा वाचून त्यांनी तोंडपाठ करून टाकिली. याच वेळी अर्वाचीन मराठी वाङ्मय – विशेषतः नाटक वगैरे – ते हळूहळू वाचू लागले. आतापर्यंत सोसलेल्या संकटांचा त्यांच्या मनावर चांगलाच ठसा उमटला होता. अर्थात निसर्गाच्या नियमाप्रमाणे त्यांच्या उचंबळणाऱ्या हृदयाचे तुषार लेखनाच्या रूपाने उडावयाला सुरुवात झाली. याच वेळी (१८९६- ९७) त्यांनी एक नाटक लिहिलं. लहानपणातील आशा फारच मोठ्या असतात! त्यांच्या स्वैर संचारात पर्वत आडवे येऊ शकत नाहीत किंवा दुथडी भरलेल्या नद्या त्यांना बुडवीत नाहीत. अनुभवाचा लगाम तोंडात बसला नसल्यामुळे त्यांची गती स्वैर असते. त्या चिमुकल्या बालसृष्टीत खाली-वरती जिकडेतिकडे आशेच्या चांदण्याच चमकत असतात. याच अजाण आशेने आश्वासन देऊन नाटक बसविण्याकरता

त्यांना किर्लोस्कर मंडळीकडे नेले. नव्या नाटककारकरता याच मुलाकडे जाण्याचा प्रसंग आपल्याला येईल, असे कुठल्या तरी मंडळीला त्या वेळी वाटले असेल काय? भविष्याचा पडदा थोडासा झिरझिरीत झाला तर जगाचा मोहकपणा नाहीसा होईल म्हणून एका क्षणाने होणारी गोष्टदेखील मनुष्याला दिसू नये, अशी देवाची इच्छा आहे. आपल्या भावी लेखनगुरूंचा 'वीर-तनय' ही याच वेळी त्यांच्या वाचण्यात आला. त्या वेळच्या समजुतीप्रमाणे त्यांचे वीरतनयाशी पटले नाही व आपल्या घरगुती लिहिण्यात त्यांनी त्याच्याशी दोन हातही केले. आपण लिहिलेल्या या बालटीकेसंबंधाने बोलताना गडकऱ्यांनादेखील एक प्रकारची गंमत वाटे.

लिहिण्याकडे गडकऱ्यांचे मन ओढ घेऊ लागले. या वेळेपासूनच हुशार विद्यार्थी थोडासा जाणता झाला की, त्याला लेखक – अधिक करून कवी – होण्याची लहर येत असते. गद्यापेक्षा पद्य रचणे अवघड आहे अशी सहज समजूत असल्यामुळे लहान लेखकाचा ओढा बहुधा पद्याकडे असतो. 'ट' ला 'ट' जुळवून 'क्ष'चा मुलगा या नावाखाली आपली कविता कधी छापून येईल, असे त्याला वाटत असते. परंतु हे कवितेचे वारे बहुतेकांच्या ठिकाणी तत्काळ ओसरते. एखाद्याच्या ठिकाणी मात्र त्याची वाढ होऊन काव्यरसाने भरलेली अभ्रे दिसू लागतात. गडकरी या 'एखाद्या'पैकीच होते. त्यांना कवितेचे पहिले चरण केव्हा, कुठे व कसे दिसले हे त्यांचे त्यांनाच नक्की सांगता आले नसते. कविता ही प्रीतीप्रमाणे आहे; तिची पाळेमुळे हृदयात खोल रुजली म्हणजेच तिचे अस्तित्व कळू लागते व ते कळू लागण्याच्या वेळी हृदयाला तिने अंकित केलेले असते. लपंडावाचा खेळ तिला फार आवडत असतो. एखाद्याला राज्य देऊन आंधळे केले की, ती त्याच्या हृदयात जाऊन लपून बसते. मधूनच दिसावे, हृदयात असल्यासारखे दाखवावे, सापडल्यासारखे करावे, आणि हृदयातल्या अंतर्गृहात अदृश्य व्हावे, असे तिचे खेळ सुरू होतात. गडकऱ्यांनाही कवितेने असेच फसविले. आभाळातून पडणाऱ्या विजेप्रमाणे निमिषात ती जी त्यांच्या हृदयात शिरली ती शिरलीच!

परंतु गडकऱ्यांच्या हृदयात व भावनांत रात्रीबरोबर उदय पावणाऱ्या नक्षत्रांप्रमाणे जे फेरफरक चमकू लागले होते, त्यांची बाहेरून कोणालाच कल्पना झाली नसती व नव्हती. कर्जत येथील तीन वर्षांत (१८९४–९७) गडकऱ्यांच्या मराठी पाच इयत्ता पुऱ्या झाल्या. तेथून सर्व मंडळी पुन्हा नवसरीला गेली. तेथे सुमारे दोन वर्षे काढल्यानंतर पुन्हा कर्जतला परत आली (१८९९) व शिक्षणाच्या निमित्ताने १९०० च्या सुमारास गडकरीकुटुंब पुण्यात येऊन राहिले.

या तीन-चार वर्षांत गडकऱ्यांच्या मराठी सहा इयत्ता पुऱ्या झाल्या होत्या व वडीलबंधूपाशी इंग्रजी शिकावयालाही त्यांनी हळूहळू सुरुवात केली होती. गडकरी पुण्याला आले त्या वेळी पंधरा वर्षांचे होते. आकांक्षेचा संधिप्रकाश याच वेळी मनात

डोकावू लागतो. उसळणारे रक्त याच वेळी आकाशापर्यंत उंच उडू लागते. लाथ मारीन तेथे पाणी काढीन, अशी धमक याच वेळी अंगात येते. कड्यावरून उडी टाकणाऱ्या ओढ्याच्या साहसाला आपण लाजवू, आकाशात उडणाऱ्या चंडोलाला आपण मागे टाकू, पाताळाचा भेद करणाऱ्या बिजलीला आपण दिपवू अशी तरण्याताठ्या मनाला उमेद असते. कळी फुलण्याची ही वेळ असते; ती कुठल्याही वेलीवर फुलो, बाजूला पडलेल्या वाळून गेलेल्या एखाद्या गरीब वेलीवर खुलो किंवा नजरेत भरणाऱ्या, दिमाखाने मिरविणाऱ्या एखाद्या श्रीमंत वेलीवर उमलो – तिचे नशीब अजून उघडावयाचे असते. दैवाने दान दिल्यास, गरीब वेलीवरील कळी एखाद्या राजकन्येच्या गळ्यात जाऊन पडेल आणि दुसरी कळी दैव फिरले तर जागच्या जागी सुकून जाईल. पण काळाच्या उदरातील ही चित्रे दिसत नसल्यामुळे, फुलताना आईच्या मांडीवर बसून दोन्ही कळ्या हसत असतात. गडकऱ्यांचे मनही त्या वेळी भविष्याची चित्रे रेखाटण्यात दंग होऊन गेले असावे! पंधरा वर्षांच्या लहान वयात जगाचा त्यांनी मोठा अनुभव मिळविला होता. दुर्दैवाच्या वावटळीने त्यांना बरेचसे भ्रमविले असले तरी संकटांची चांगलीच माहिती करून दिली होती. गरिबीच्या वणव्यात त्यांचे आशावादी हृदय काही होरपळून गेले नव्हते. परिस्थितीच्या ओसाड रानातही हृदयांचे कारंजे महत्त्वाकांक्षेने थै-थै नाचत होते आणि आशेच्या तुषारांची हिरवळ निर्माण होत होती. वडिलांच्या पश्चात इतक्या अल्पवयातदेखील उपजीविकेकरता त्यांना अनेक धंद्यांचा आश्रय घ्यावा लागला होता. लेखनातून अमृतरस ओतणाऱ्या या लेखकाला लहानपणी दूध विकावे लागले, काव्याच्या कमलात रमणाऱ्या भ्रमराला लाकडे विकावी लागली, भाषेच्या वृक्षावर मोहक मोहर निर्माण करणाऱ्या या कविराजाला शुष्क भाजीपाल्याच्या खरेदीविक्रीत मन घालावे लागले. स्वाभिमान संभाळण्याकरता त्यांनी किती हालकष्ट काढले असतील, याची कल्पनाच करवत नाही. मी कोणकोणते धंदे केले हे सांगण्यापेक्षा कोणकोणते केले नाहीत, हेच सांगणे सोपे आहे, असे ते म्हणत.

अशा स्थितीत व स्वभावात मराठी सहा इयत्ता पास झालेल्या विद्यार्थ्याने शिक्षकाच्या नोकरीचा राजमार्ग शोधून काढला असता! परंतु ज्या हृदयात सात्त्विक स्वाभिमान स्फुरत होता, त्यातच ईश्वरी ईर्ष्येची ज्योत प्रकाशत होती. प्याद्याचा प्रधान होणे पुरुषाच्या पराक्रमावर अवलंबून आहे, हे गडकरी जाणून होते. आपल्या पायांवर उभ्या राहणाऱ्या प्राण्याला देव हात देतोच देतो, हे त्यांच्या हृदयावर चांगले बिंबले होते. खरा पुरुषार्थ लढण्यात आहे, रडण्यात नाही हे त्यांच्या बालमनाला कळत होते. आपल्या तीव्र बुद्धीविषयी अंधूक का होईना, आत्मप्रत्यय त्यांना होता. आपल्यापेक्षा बुद्धीने मंद व निश्चयाने निर्बळ अशा लोकांनी विद्येची चढण संपविलेली त्यांना दिसत होती. गडकऱ्यांच्या साहसी स्वभावाला गरिबीमुळे खडा झालेला

शिक्षणाचा कडा मुळीच भयंकर वाटला नाही. स्वत:च्या हिंमतीवर चढून जाण्याकरता त्यांनी कंबर बांधली. देवाचे नाव घेऊन निश्चयाची 'यशवंती' त्यांनी फेकली आणि उद्योगाचा पट्टा धरून मार्ग आक्रमण करायला सुरुवात केली. सध्याच्या काळात भाग्याची भरती विद्येच्या चंद्रकलेवर अवलंबून असते. परंतु साधने अनुकूल असलेले लोकदेखील विद्येची तड पोचवावयाला कचरतात. अशा स्थितीत आप्तेष्टांचा आधार नसताना पंधरा-सोळा वर्षांच्या गडकऱ्यांनी दाखविलेला मनाचा निग्रह कौतुक करण्यासारखा होता. स्वत:लाच गुरू करून गडकऱ्यांनी आपल्या वयाच्या १९व्या वर्षी प्रवेशपरीक्षा दिली (१९०४). शाळेतील शिस्तीचे शिक्षण नसतानाही दृढभक्तीच्या बळावर गडकऱ्यांनी चांगल्या तऱ्हेने विद्यादेवीच्या अंत:पुरात प्रवेश केला.

हिंस्र दैवाच्या तोंडातही लगाम घालून गडकऱ्यांनी त्याला आपला गुलाम बनविले. गडकरी बिकट अशी चढण निम्मी चढून गेले. पात्राच्या मध्यभागी पोचल्यावर पट्टीच्या पोहणाऱ्यालासुद्धा एक प्रकारचे समाधान वाटते व पुढचा भाग पोहून जावयाला धीर येतो. गडकऱ्यांनी माळरानांतून मजल मारली होती व वाढत्या वयाबरोबर त्यांच्या आकांक्षा वाढत होत्या. आठव्या वर्षी पितृहीन झालेल्या व गरीब मुलाला मिळणाऱ्या शिक्षणालादेखील मुकलेल्या विद्यार्थ्याने इतका पल्ला गाठणे खरोखरच भूषणावह होते. गडकऱ्यांची आगगाडी आता मार्गाला लागली असेच कोणालाही वाटले असते! खुद्द त्यांनाही वाटले! पाया खणणेच त्रासाचे काम होते व ते त्यांनी पार पाडले होते. पुढची इमारत त्यावर उभारणे आता त्यांना पूर्वीपेक्षा सोपे होते. काडीचाही आधार नसता निधड्या छातीने त्यांनी उच्च शिक्षणाच्या समुद्रात उडी टाकली. पाठीमागे पैशाचा मोठासा भोपळा असल्याशिवाय या समुद्रात तरणे कठीणच आहे! पण गडकऱ्यांच्या निश्चयी स्वभावाने पुढे-पाठीमागे न पाहता आपला मार्ग धरला. अशा स्थितीत गडकरी उच्च शिक्षण संपादन करून पाच-सहा वर्षांत सुस्थितीला पोचले असते अशी अटकळ करणे चुकीचे झाले नसते; फक्त त्यांच्या कपाळीच्या रेषांनी मात्र किंचित हसून आपला उपहास व्यक्त केला असता. १९०४ साली प्रवेशपरीक्षा पास झालेले गडकरी १९१०/११ साली वकिलीची पाटी किंवा प्रोफेसराचा झगा तयार करण्याच्या नादात असावयाचे! पण नेमानेम निराळा होता. १९१०-११ साली अर्धपोटी राहून 'प्रेमसंन्यास' लिहीत त्यांना बसावे लागले! हा चमत्कार विलक्षण तर खराच! दैवाच्या सांध्याने गडकऱ्यांची आगगाडी एकदम विरुद्ध दिशेला झुकविली. असला तीव्र प्रसंग कल्पित नाटकातदेखील क्वचितच सापडेल.

परंतु या प्रसंगाचे बीज गडकऱ्यांच्या स्वभावात व परिस्थितीत कितीतरी दिवसांपासून वाढत होते. कर्जतला असताना त्यांना लागलेले वाचनाचे व्यसन दिवसेंदिवस बळावत होते. 'क्षणी पांढरा क्षणीच काळा । रंग आवडे असा जगाला'

हे ते तेवढ्या लहान वयातही समजून चुकले होते आणि या तेरड्याच्या रंगाची चित्रे असलेली पुस्तके त्यांना अधिक-अधिक प्रिय होत होती. जगातल्या काट्यांची त्यांना पूर्ण कल्पना आली होती व प्रतिभेने रंगविलेल्या गोष्टी त्यांच्या डोळ्यांपुढे उभ्या असल्यामुळे त्यांच्या वर्तनात व कार्यक्रमात अनियमितपणा उत्पन्न झाला होता. लहर लागली की, सपाटून अभ्यास करावा आणि लहर फिरली की, आपले आवडते वाचन हाती घ्यावे. अशा वेळी नाटक-कादंबऱ्या वाचणे कोणाला सुचले नसते व रुचलेही नसते. पण गडकऱ्यांच्या हृदयात त्यांनासुद्धा न समजता उदय पावलेली लेखनशक्ती असल्या वाचनाकडे त्यांना ओढून नेत होती. केशवसुत या वेळी 'तुतारी' फुंकून 'आम्ही कोण' हे जगाला बजावीत होते. कोल्हटकरांचा मूकनायक प्रेक्षकांच्या मुक्या हृदयांना बोलवीत होता. विविध ज्ञानविस्तारातून 'सुदाम्याच्या पोह्यां'ची एक-एक मुष्टी वाचकांना मिळत होती. म्हाताऱ्याकोताऱ्यांना हे पोहे चावता येत नसल्यामुळे ते त्यांच्यावर रुसलेले दात नेटाने खाऊ लागले होते. गडकऱ्यांच्या प्रगल्भ झालेल्या प्रतिभेला या उदय पावणाऱ्या नक्षत्रांनी चटकन वेध लावला. पर्वतातून खळाळत बाहेर पडणाऱ्या ओघाप्रमाणे वाहत चाललेल्या केशवसुतांच्या कवितेत ते रात्रंदिवस रमू लागले. कोल्हटकरांच्या नाटकांनी मराठी नाटकांत एक नवा मनू उत्पन्न होत आहे, अशी त्यांची खात्री पटली आणि सुदाम्याच्या पोह्यांची पारायणे केली तरी त्यांची तृप्तीच होईना (१९०४).

अशा मन:स्थितीत गडकरी कॉलेजात दाखल झाले. वाचनाच्या समुद्रात जसजसे ते अधिक आत जाऊ लागले, तसतसे त्यांना नवे चमत्कार दृष्टीस पडू लागले; त्या मोहात गुंतलेले त्यांचे मन मागे पाय घेईना. मनाला अस्वस्थ करणाऱ्या घरगुती गोष्टींचा विसर पडण्याकरिता ते वाचू लागत आणि वाचू लागले म्हणजे एकच पान, आणखी एकच पान, असे म्हणता त्यांना पुस्तक सोडवत नसे. आपल्या बरोबरीच्या सोबत्याबरोबर ते हसतखेळत. परंतु त्यांच्या कोमल हृदयात एक शल्य सलत होते! त्याच्या वेदनांपुढे अभ्यासाकडेदेखील त्यांचे दुर्लक्ष होऊ लागले. वर्गात गेले की, त्यांचा आनंदी स्वभाव जागृत होई. स्कॉटच्या शेवटच्या शाहिराच्या पोवाड्याच्या (Lay of the Last Minstrel) आरंभीच्या ओळींच्या धर्तीवर, 'The hour was long, the subject cold, The teacher was infirm & old' असल्या ओळी लिहून ते सगळ्यांना हसवीत. एखादा नीरस तास चुकवावयाचा असला, तर खोलीला बाहेरून कोणाला तरी कुलूप घालायला सांगून आपण आत निर्वेधपणे बसत. पण लहानपणापासून आशांच्या कोमल फुलांनी फुललेल्या त्यांच्या मनाला त्या शल्याने चैन पडेना! मन उदास झाले का, ते आपल्या आवडत्या ग्रंथकारांचा आश्रय धरीत! अशा धुमसणाऱ्या स्थितीत फार दिवस जाणे कठीण होते. शेवटी अभ्यासात अंतर पडल्यामुळे प्रीव्हिअसच्या परीक्षेत

त्यांना यश आले नाही. या ठिणगीचीच काय ती उणीव होती! कारण तत्क्षणी गडकऱ्यांच्या हृदयाला जाळणाऱ्या ज्वालामुखीचा एकदम भडका उडाला आणि त्यात त्यांच्या मनाचे मनोरे जळून खाक झाले. जितक्या वेगाने त्यांनी कॉलेजकडे तोंड केले, तितक्याच वेगाने त्यांनी त्याच्याकडे पाठ फिरवली. स्वत:च्या प्रयत्नांनी परीक्षेत उतरलेल्या व कॉलेजमध्ये चढलेल्या या हुशार विद्यार्थ्याने एकदम नाटक मंडळीची वाट धरली (१९०५-०६).

गडकऱ्यांच्या त्या वेळच्या हृदयाची कल्पना कोणाला करता येईल? लहानपणापासून वाढविलेला आशा-वृक्ष त्यांनी एका क्षणात तोडून टाकला; पण तो काही सुखासुखी नव्हे! आजपर्यंत कष्टाने वल्हवत आणलेली नाव एकदम खडकावर घातली ती काही सहजासहजी नव्हे! मनाला खरीखुरी वाटू लागलेली भविष्यकाळची चित्र त्यांनी आपल्या हाताने हा-हा म्हणता फाडून टाकली ती काही गमतीने नव्हे! जीवाभावाच्या इच्छा खाडकन तोडून टाकल्या, त्या काही हृदयाला पीळ पडल्यावाचून नाही! त्यांनी जाणूनबुजून राजमार्ग सोडला तो हृदयाची तळमळ असह्य झाल्यावरच! गडकरी बुद्धिवान होते, निश्चयी होते; पण हृदय दुभंगल्याबरोबर निश्चयाच्या आशा त्यात गडप झाल्या.

संसाराचा कर्कशपणा घालविण्याकरिता गडकऱ्यांनी गोड आलापांची कास धरली. किर्लोस्कर नाटक मंडळीत ते मुलांचे शिक्षक झाले व पुढे निरनिराळ्या अर्थांनी लागू पडणारी 'मास्तर' ही पदवी त्यांच्या नावापुढे लागू लागली. एक वर्षापूर्वी गडकरी कॉलेजात गेले त्या वेळी त्यांच्यासंबंधाने मोठमोठ्या आशा बाळगणारी हृदये त्यांच्या ह्या कृत्याने निराश झाली. गडकरी यापुढे कुठल्याही तऱ्हेने नाव काढू शकणार नाहीत, असे त्यांनी ठरविले. पण दैवासारख्या कुशल नाटककाराच्या कल्पनेची त्यांना कल्पना येणार कशी? पुढे मोती होण्याकरिता जलबिंदूला आकाशातून आपला अध:पात करून घ्यावा लागतो. लोकांना दिपविण्याकरिता विजेला मेघमंडळाचे मंदिर सोडावे लागते. संध्यावंदने मिळविण्याकरिता सूर्याला आकाशाच्या मध्यभागापासून क्षितिजापर्यंत खाली उतरावे लागते. गडकरी तरी या नियमाला अपवाद कसे होणार?

गडकरी नाटक मंडळीत गेले म्हणून त्यांचा वाचनाचा अभ्यास सुटला होता थोडकाच? त्यांची बुद्धी विकास पावली होती. ज्ञानाची मर्यादा वाढली होती आणि दु:खाच्या अश्रूंनी त्यांची लेखनशक्ती टवटवीत होत होती. किर्लोस्कर नाटक मंडळी महाराष्ट्रात त्या वेळी अग्रगण्य होती व तिची नाटकेही त्या वेळच्या नाटकांपैकी सर्वोत्कृष्ट होती. दैवाच्या झोक्याने गडकरी उत्कृष्ट नट व नाटककार यांच्यामध्ये जाऊन पडले. नाटके पाहणे व मार्मिकपणे वाचणे ही त्यांच्या घरची गोष्ट होऊन बसली.

देव करतो ते बऱ्यासाठीच हे जरी खरे असले, तरी आपल्या पायापुरते

पाहणाऱ्या प्राण्याला ते खरे वाटत नाही. दैवाची मीमांसा गोष्ट घडल्यानंतर केलेल्या भविष्याप्रमाणे हास्यास्पद होत असते. तथापि मानवी मतीला अगम्य अशा वळणांनी एखादा प्रवाह वाहू लागला की, त्याला सृष्टीचे पाठबळ आहे असे वाटू लागते. गडकऱ्यांसारख्या होतकरू तरुणाने नाटक मंडळीचा मार्ग धरावा, यात त्या सर्वसूत्रधाराचा काहीच हेतू नव्हता असे कसे म्हणावे? शेक्सपिअरने जगाला रंगभूमीची उपमा दिली आहे व रंगभूमी तर सर्वस्वी नाटक मंडळीची! तेव्हा नाटक मंडळी हे लहान प्रमाणावर एक जगच आहे असे म्हटले असता चालेल. बहुविध मनुष्यस्वभावाची सर्व अंगे सूक्ष्म दृष्टीला येथे पाहता येतात. निरनिराळ्या जातींचे व स्वभावांचे संमेलन आणि त्यापासून उद्भवणारे साधे पण मौजेचे प्रसंग अनुभवाला येऊ लागतात. नाटक मंडळीच्या पायावर – पोटाकरता का होईना – परमेश्वरानेच नक्षत्र पाडले असल्यामुळे प्रवासाचे सर्व फायदे तिच्या पदरात पडतात. वाईटातून निघणाऱ्या या बऱ्याचा – अंधारातून निघणाऱ्या उजेडाचा – उपयोग करण्याची उपजत बुद्धी गडकऱ्यांना होती आणि आपल्या बुद्धीच्या बळावर अनुभवाच्या या अफाट पाण्याची वाफ करून त्यांनी आपली लेखनशक्ती जोराने सुरू केली. प्राचीन प्रभावशाली प्रतिभांशी गुजगोष्टी कराव्या, त्यांच्या अंतरंगांत शिरावे, त्यांच्या मार्गांचे निरीक्षण करावे आणि त्यांच्यापेक्षाही आकर्षक मार्ग तयार करावा अशा त्यांच्या मनाच्या मारुतीउड्या सुरू झाल्या. जुन्या कवींपैकी तुकाराम, श्रीधरादी प्रासादिक कवींचे त्यांनी चांगलेच अध्ययन केले होते. माते मागे धावणाऱ्या मुलाप्रमाणे केशवसुतांच्या कल्पनेमागून ते फिरत होते. मेघमंडळात संचार करणाऱ्या कालिदासावर त्यांची भक्ती जडली होती आणि सृष्टी व मनुष्य यांच्या अंतरंगांना गुप्त सरस्वतीने जोडणाऱ्या पाश्चात्त्य कवींनीही त्यांना मोहिले होते. वरील कवींच्या मार्मिक अध्ययनाने त्यांचे विचार हळूहळू विकास पावत होते. केशवसुतांची कल्पनांची भरारी तर हवी पण त्या भरारीने वातावरणात उत्पन्न होणारा कर्कशपणा नको; कालिदासाप्रमाणे कल्पनेच्या सुताने स्वर्ग तर गाठायला हवा, पण त्याच वेळी अंतरंगही खुले व्हायला हवे. सारांश, कविता बहिरंगात प्रेमळ व रसाळ व्हायला हवी, असे त्यांनी आपले ध्येय धरले. चुटका लहानसाच असला तरी त्याचा विषय स्फूर्तिदायक, मांडणी मोहक आणि कल्पना सरस, साध्या व सुंदर असाव्यात अशी त्यांनी आपल्या काव्याची आखणी केली. घरोघरी दररोज लागणाऱ्या दिव्याची मिणमिण त्यांना कंटाळवाणी वाटे. वद्य चतुर्दशीची का होईना, चंद्रकोर त्यांना हवी होती. लेखनातील स्वत्व व नवीनपणा या गोष्टीवर त्यांचा फार कटाक्ष होता. १९०७ –१०पर्यंत ते किर्लोस्कर नाटक मंडळीत होते. या अवधीतच त्यांनी आपल्या बऱ्याचशा कविता लिहिल्या. प्रत्येक कवितेच्या उगमाची कथा त्यांच्या तोंडून ऐकल्यावर, त्या कवितेची गोडी अधिकच वाढत असे. चांगली वर्णनात्मक

कविता निर्माण व्हायला जे अलौकिक गुण लागतात, त्यांशिवाय भावनात्मक कवितेला प्रसंगाची तीव्रता व सूक्ष्मता हा एक अधिक विशेष आहे. माझ्या कवितांवरूनदेखील माझे चरित्र एखाद्याला सहज कळू शकेल, असे ते म्हणत आणि ते काही खोटे नव्हे! जग सगळे हे देखाव्याचे! गुलाम केवळ रे स्वार्थाचे! स्मशान की हे शुद्धत्वाचे! (अल्लड प्रेमास) या ओळी अक्षरश: खऱ्या ठरविणारे कितीतरी प्रसंग गडकऱ्यांनी अनुभविले होते. गडकऱ्यांनी वर्णन केलेले 'एखाद्याचे नशीब' अत्यंत विमनस्क स्थितीत त्यांच्यापुढे उभे राहिलेले त्यांचेच नशीब नसेल कशावरून? तेजाच्या बळावर दिमाखाने मिरविणारे त्यांचे नशीब एका क्षणात चांदणीप्रमाणे खाली आले नव्हते काय? 'बाळपणीचे प्रसंग जणु ते घडति आज फिरुनी' असे वाटून भरून आलेले डोळे, 'सुकले फूल न देइ वास जरि अश्रूंनी भिजले' या विचाराने त्यांनी किती वेळा झाकून घेतले असतील! 'विरामचिन्हे' सांगून जीवाचे शुद्धलेखन करावयाला ते केव्हा तयार झाले असतील. 'हे आशा, प्रेम, नवीन वैभव, तशी कीर्तिप्रभा सघश । ही एकेक समर्थ आज नसती चित्ता कराया वश । सर्वांचा परमोच संगम चिरं जेथे असे जाहला । देवा, पूर्णविराम त्या तव पदी दे शीघ्र आता मला' या श्लोकावरून चांगले कळून येते. भूतांचे 'स्मशानगीत' ऐकू येण्याइतकी आत्म्याची तळमळ त्यांनी सोसली होती. 'जगाचे गाणे' गाताना त्यातल्या ठरावीक सुरांचा त्यांना ऐकून-ऐकून कंटाळा आला होता. 'बाह्यसृष्टी जरि निद्रा भोगी । अंत:सृष्टी तरी हतभागी । रडते तशीच राहुनि।' व 'हाती संसाराची माती । मनिच्या आशा मनास खाती । भूतकाळची भूते रडती । मिटल्या जाग्या डोळ्यांपुढती शून्याचे मैदान ।। हे अवेळी ओरडणाऱ्या कोकिळेला उद्देशून केलेले वर्णन एके काळी त्यांनी स्वत:च भोगले होते. गरिबीने गाय झालेली माणसे एकीकडे मरताहेत तर दुसरीकडे लक्ष्मीचे लाल मारे मजा उडवून देताहेत, ही जगाची रीत पाहिल्याबरोबर 'कारंजाचे चढते पाणी पडता खाली असे । उदास गोविंदाग्रज हसे ।।' हे उद्गार सहजच त्यांना सुचले. 'तीन तरी'नी त्यांनी त्रिभुवनात लाभणारे समाधान प्राप्त करून घेतले होते. 'मनातल्या पाली'ने मनाला लागलेल्या विंचवांच्या नांग्या त्यांनी मारल्या होत्या. समाजात पदोपदी 'आंधळ्याची माळ' भेटल्यामुळेच त्यांची दृष्टी तिकडे वळली. आपली कविता विशिष्ट अनुभवाच्या प्रसंगावर उभारली असल्यामुळे तिचे पूर्वसूत्र ते कधी-कधी देत असत. परंतु प्रसंगाची पूर्ण कल्पना यावयाला ते पुरे पडत नसे. याच्या उदाहरणाकरता फार लांब जावयाला नको! 'घुंगुरवाळा' व 'निद्रागीत' या त्यांच्या कविता अनुक्रमे फेब्रुवारी १९१३ व नोव्हेंबर १९१४मध्ये मनोरंजनात प्रसिद्ध झाल्या. परंतु त्यांचे, विशेषत: दुसरीचे - रहस्य पुण्यप्रभाव पुढे येईपर्यंत कळणे शक्यच नव्हते. घुंगुरवाळ्यांच्या पहिल्या काही ओळींचा बरोबर रोख कळण्याकरता कालिंदीचा स्वभाव व परिस्थिती पूर्णपणे माहीत हवी. निद्रागीतांत तल्लीन व्हावयाला

वसुंधरेवरील पूर्वप्रसंग व तिची मन:स्थिती डोळ्यांपुढे उभी राहिली पाहिजे. गडकऱ्यांच्या कवितेची खरी गोडी एरवी कळत नाही.

परंतु या वेळी (१९०६–१०) गडकरी सरस्वतीच्या चरणकमलाच्या एकाच पाकळीत – फक्त काव्यात – गुंगून गेले होते असे नाही. सरस्वतीच्या पाकशाळेत अपूर्व असलेले 'सुदाम्याचे पोहे' त्यांना प्रसिद्धीच्या वेळीच भारी आवडले होते. मराठी नाटकांचा त्यांचा व्यासंग मार्मिक व सूक्ष्म झाला होता. रंगभूमीवर विनोदाला रंग चढविला कोल्हटकरांनीच हे ते जाणून होते. त्यांच्या निसर्गत: आनंदी व मोकळ्या स्वभावाला आणि नवेपणावर मोहणाऱ्या मनाला विनोदाची सहज गोडी लागली आणि पाश्चात्त्य कवींप्रमाणे पाश्चात्त्य विनोदी लेखकांचेही त्यांनी परिशीलन सुरू केले. या लेखकांपैकी मार्क ट्वेनवर त्यांचे अतिशय प्रेम होते. मार्क ट्वेनशी ओळख असलेला माणूस त्यांना आपल्या ओळखीचा असल्यासारखे वाटे. विनोदाची तत्त्वे पुस्तकांतून शिकावयाची आणि पृथ्वीप्रमाणे पृथ्वीवर फिरणाऱ्या नाटक मंडळीबरोबर जे-जे अनुभव येतील, त्यांत ती लावून पहावयाची असा अभ्यास करावयाला त्यांनी सुरवात केली. निव्वळ कार्याने त्यांच्या मनाला समाधान होत नसे; त्याच्या मुळाशी असलेल्या कारणाकडे ते हरप्रयत्नाने जात. लेखन म्हणजे नुसते भाषाप्रभुत्व किंवा लेखन म्हणजे नुसते विचारसौंदर्य नव्हे अशी अनुभवाने त्यांना खात्री पटत चालली होती. भाषेचे सुंदर बहिरंग व विचारांचे मनोहर अंतरंग यांच्या मदतीने ग्रंथाची छाप सहज पडते. समाज असल्या ग्रंथाने झुलतो; पण खुलू शकत नाही. निव्वळ बुद्धीच्या बळावर जे लेखन होते, त्याला एक प्रकारचे शास्त्रीय स्वरूप प्राप्त होते. मनुष्यरूपी यंत्राच्या चक्रातून बाहेर पडलेला तो माल असतो. हृदयाचे आकर्षण करणे त्याच्या आहाराबाहेर (आवाक्याबाहेर) असते. बुद्धी आपल्या बळावर गगनापर्यंत भराऱ्या मारू शकेल; ताराकांच्या तेजाचे प्रौढ भाषेत चित्र रेखाटील. पण डोळ्यांची एकसारखी उघडझाप करणाऱ्या चांदण्यांच्या जिव्हाळ्यात जाणे, परमेश्वराने पांघरलेला आकाशाचा निळा शेला दूर करून त्याच्या मूर्तींचे दर्शन घेणे या गोष्टी हाडांच्या पिंजऱ्यात सापडलेल्या आणि अहोरात्र उडत असलेल्या हृदयालाच करता येतील. 'भूगोलाचे लेखक असती सगळ्या जगती खोटे. खोलीमध्ये बसुनी लिहिती मन:पूत जे वाटे ॥' (सुखकर जागृती - गुरुवर्य श्री. कृ. कोल्हटकर) या ओळी सारस्वतातील उत्कृष्ट लेखकासंबंधानेही त्यांना पटू लागल्या. पौराणिक नाटकांत १९ व्या शतकातील गोष्टी आणि सामाजिक नाटकात दोन हजार वर्षांपूर्वीची कथा! लेखकांची बुद्धी नाट्यकलेशी असा करनकरीचा वसा का खेळत होती, हेच गडकऱ्यांना कळेना. वाङ्‌मयातील ही विचित्र लाट ध्यानात आणूनच गडकऱ्यांनी आपल्या मनाशी लेखनाची मीमांसा सुरू केली. वाङ्‌मयाची मनुष्यप्राण्याला आवश्यकता काय या प्रश्नापासून सध्याच्या वाङ्‌मयात कोणकोणते दोष आहेत, या प्रश्नापर्यंत सर्व

गोष्टींची त्यांनी छाननी केली व त्यातून निघालेल्या अनुभवाच्या पायावर आपल्या लेखनाचे मंदिर उभारण्याचे ठरविले. (१९०६).

या वेळी गडकरी एकाग्र मनाने सरस्वतीच्या भजनी लागले होते? यात शंका नाही. १९०७ साली त्यांनी 'कोल्हटकरांच्या नाटकातील सुंदर उतारे' काढले. कोल्हटकरांच्या नाटकांच्या दीर्घ अभ्यासाचे फळ अशा तऱ्हेने लेखनरूपाने पुढे आले. 'उताऱ्यां'चे छोटेसे पुस्तक प्रसिद्ध झाल्याबरोबर त्यांनी आपल्या रोजनिशीत त्याचा उल्लेख करून ठेवला होता. गंगेच्या ओघाला उगमातच आपल्या अंतरंगाची जाणीव असली तरी भविष्याविषयी एक प्रकारची हुरहुर वाटत असते. लक्ष्मीच्या चंचल कृपेला अपात्र ठरलेल्या गडकऱ्यांनी सरस्वतीच्या कंठी अढळ स्थान मिळविण्याचा निश्चय रोजनिशीत लिहून ठेवला. बरोबर बारा वर्षांनी प्रेमाने गळ्यात पडलेल्या कीर्तीला कायमची मागे ठेवून ते देवाच्या घरी चालते झाले.

१९०७-०८च्या सुमाराला म्हणजे वयाच्या बाविसाव्या वर्षी गडकऱ्यांनी या रणांगणावर शिपाईपेशा पुरता पतकरला. 'वलवदपि शिक्षितांना आत्मन्यप्रत्ययं चेत:' हे त्यांच्या बाबतीतही अनुभवाला आले. त्यांना सर्व कळत होते; पण वळेल की नाही, याची शंका वाटत होती. अर्धवट राहिलेला 'रामराज्यवियोग' त्यांनी पुरा करून पाहिला आणि प्रल्हादला 'गर्वनिर्वाणा'च्या मिषाने भूलोकावर आणिले. परंतु विचित्र योगायोगामुळे – गडकऱ्यांची ग्रहदशा अजून संपली नव्हती म्हणूनच की काय – हे गोड नाटक पुढे येऊ शकले नाही. तथापि साधूच्या चरित्रावर लिहिलेल्या या नाटकाने साधूप्रमाणेच कृती केली. ते नाटक स्वत: पुढे आले नाही, तरी त्याने गडकऱ्यांना पुढे आणले.

मनुष्यमात्राला स्वत:विषयी जितका अभिमान तितकाच आत्मप्रत्ययाचा अभाव असतो. गडकरीही ह्या मनुष्यांतलेच होते. आपल्या कवितांवरून व नेहमीच्या इतर लिहिण्यावरून त्यांनी आपल्या शक्तीचा योग्य अंदाज बांधला होता. परंतु कसोटीशिवाय सोन्याची पारख होत नाही हेच खरे! पट्टीच्या मल्लाच्या मनात सलामीबरोबरच क्षणभर भीती शिरत असते. क्रिकेटमध्ये शतायू होणाऱ्या खेळाडूला पहिल्या चेंडूशी तोंड देण्याच्या वेळी धागधुग वाटत असते. परीक्षेत पहिल्या येणाऱ्या विद्यार्थ्याचे ऊर प्रश्नाचा कागद वाचत असताना धडधडत असते. गडकऱ्यांची प्रतिभा प्रखर होती, व्यासंग मार्मिक होता, अनुभव सूक्ष्म होता आणि भाषा वळविण्यात ते पटाईत झाले होते. परंतु – या 'परंतु'चा गर्वनिर्वाणातल्या गर्वाबरोबरच शेवट झाला. गडकऱ्यांच्या बुद्धिसमुद्रातली काही रत्ने त्यांना दिसली; आपण रत्नाकर आहो हे प्रत्यक्ष पुराव्याने त्यांना पटले. एकही कळी नसल्यामुळे साशंक झालेल्या वेलीवर सुंदर फुले हसू लागली आणि उद्याच्या उष:कालाविषयी ती अधीर झाली.

गडकऱ्यांनी अल्लड प्रेमाला वाचकांच्या भेटीला १९०९च्या मे मध्ये पाठविले

आणि त्याच्या बळावर रसिकांना लवकरच वश करून घेतले. किर्लोस्कर मंडळीच्या रंगभूमीवर त्यांचा विनोद पुढे दिसावयाचा होता याची प्रस्तावनात म्हणून की काय, 'रंगभूमी' मासिकातून रंगभूमीविषयी गडकऱ्यांचे लहान-लहान विनोदी लेख प्रसिद्ध होऊ लागले. अनुभव व आत्मप्रत्यय या गोष्टींबरोबर त्यांच्या विनोदाला भरती येऊ लागली आणि दुनियेत पाहिलेला दिवाण्यांचा बाजार लोकांना दाखविण्याकरता त्यांनी वेड्यांचा बाजार हे प्रहसन लिहावयास सुरुवात केली. हे प्रहसन अपुरेच आहे; गडकऱ्यांच्या विनोदाचा खळखळाट त्यात चांगलाच ऐकू येतो. मार्मिकपणा त्यात फारसा नाही. परंतु शहाण्या जगाला या वेड्यांच्या बाजारात रमत रहावेसे वाटले असते!

पण अजूनही सोने चांगले तावूनसुलाखून निघाले नव्हते. मृगाची चाहूल ऐकू येण्याइतका उन्हाळा वाढला नव्हता. दुर्दैवाचे भांडे काठोकाठ भरले नव्हते, ते १९१०-११ साली भरले आणि विषातून अमृत निघावे त्याप्रमाणे त्यातून 'प्रेमसंन्यासाचा' उदय झाला.

काळासारखा धन्वंतरी दुसरा कोणीच नाही. दुभंगलेले हृदय कसे जोडावे आणि वठलेले झाड कसे पालवावे, हे त्यालाच कळत असते. नाटकमंडळीत जाताना हृदयाच्या तळमळीने गडकरी आंधळे झाले होते. हळूहळू ती तळमळ ओसरू लागल्याबरोबर पूर्वीचा मार्ग त्यांना पुन्हा दिसू लागला. लहानपणापासून कष्टाने बांधत आणलेले विद्याभ्यासाचे मंदिर! हाय! ते तसेच अर्धवट पडले होते. ते पुरे करण्याकरता त्यांचे आशावादी मन पुन्हा धावू लागले. अशक्य हा शब्द त्यांच्या अफाट भाषाप्रभुत्वात त्यांना कुठेच आढळला नव्हता. त्यांनी प्रीव्हिअसच्या परीक्षेचा पुन्हा नाद धरला. परंतु गडकरी पूर्वीइतके आता स्वतंत्र राहिले नव्हते. त्यांनी कवितेच्या मंतरलेल्या प्रदेशात पाऊल टाकले होते. त्याच्या बाहेर येणे आता त्यांच्या हातात नव्हते. सरस्वतीच्या हातात हृदयाचे सूत्र देऊन ते पतंगाप्रमाणे वातावरणात विहरत होते. अभ्यासाकरता व्यवहारात उतरणे व राहणे आता अशक्यच होते. मनाला निश्चयाचा बांध घालून ते अभ्यासाला लागत – लागत म्हणण्यापेक्षा लागण्याच्या बेताला लागत, तोच कवितेच्या डोळ्यांतील पाण्याने तो बांध कुठल्या कुठे नाहीसा होई. अभ्यासाखेरीज दुसरीकडे लक्ष द्यावयाचे नाही म्हणून ते एकांतात जाऊन बसत. परंतु मनाच्या मनातून कुणाच्या तरी पावलांचा मंजूळ आवाज त्यांच्या कानी पडे आणि त्यांच्या तपश्चर्येचा मध्येच भंग होई. काव्याच्या कमलात गुंगणाऱ्या भ्रमराला पुन्हा पुस्तकातील किडा (Bookworm) होणे कठीण होते. परंतु त्यांचे मन काही केल्या आपला हट्ट सोडीना. शेवटी किर्लोस्कर मंडळीतील काम सोडून त्यांनी ज्ञानप्रकाश ऑफिसमध्ये नोकरी धरली व पुढे न्यू इंग्लिश स्कूलमध्येही ते शिक्षक झाले. (१९०९-१०).

मन लावून व मन ठेवून त्यांनी कुठलेही काम केले असते, तर त्यात त्यांना यश आले असते. पण त्यांचे मन त्यांच्याजवळ होते कुठे? एकीकडे ते परीक्षेबरोबर

युनिव्हर्सिटीच्या मंडपात होते; तर दुसरीकडे नाटकांबरोबर रंगभूमीवर फिरत होते. अल्पावधीत त्यांनी याही नोकऱ्या सोडल्या. त्यांचा स्वभाव सरळ पण स्वाभिमानी व हट्टी होता. आयुष्यातल्या खडकांवर ठिकठिकाणी आपटल्यामुळे तो लहरी झाला होता; अर्थात घड्याळाच्या काट्याबरहुकूम त्यांचे वर्तन चालणे शक्यच नव्हते.

या वेळी गडकऱ्यांची पंचविशी नुकती उलटत होती (१९१०-११). विशी विद्या व तिशी धन या व्यावहारिक न्यायाची सत्यता पटण्याची वेळ येऊन ठेपली होती. पोट स्वतःचेच असताना त्याच्या पाठीमागे किती पाय तोडावे लागतात, हे त्यांना पुरते समजून चुकले. अशा वेळी दुसऱ्या कोणीही पोटाच्या आगीत स्वाभिमानाची आहुती दिली असती, निदान स्वतःच्या मनाविरुद्ध वर्तन केले असते. पोटात कावळे कावकाव करू लागल्याबरोबर कवितेच्या मंजूळ बोलाकडे कोणाचेच लक्ष वेधले नसते. दुपारची श्रांत पडल्यावर संध्याकाळच्या चांदणीमागे वेडा होऊन कुणीच भटकला नसता. पण गडकऱ्यांनी आपल्या स्वभावाला साजेलशी तोड या वेळी काढली.

त्यांच्या दुर्दैवाची मध्यरात्र उलटून जात होती. रात्र निवळणार असा रंग दिसत होता. गडकऱ्यांना जिकडे पहावे तिकडे खडक दिसू लागल्याबरोबर मनाच्या ओघाबरोबर त्यांनी नाव सोडली आणि लेखणीच्या बळावर चरितार्थ चालविण्याचा निश्चय केला. गडकऱ्यांच्या हृदयाचे अशा तऱ्हेने मंथन होत असताना 'प्रेमसंन्यास' लिहिले गेले (१९१०-११).

परंतु नाटक लिहिले म्हणजे ते पुढे येते थोडकेच? नाटक हे संसाराचे चित्र असल्यामुळे गुणापेक्षा वशिल्याचे तट्टूच पुष्कळ वेळा बिनीला येत असत. एखादे अर्धवट नाटक पुरते नऊ महिनेदेखील गर्भवासात न राहता पुढे येते; तर एखाद्याला पाच-दहा वर्षांचाही गर्भवास भोगावा लागतो. गडकऱ्यांच्या सुदैवाने प्रेमसंन्यासाला ग्रंथकर्त्याच्या गुहेत फार दिवस राहण्याचा प्रसंग आला नाही. नाटकमंडळी व ग्रंथकर्त्यांचे घर यांच्यामध्ये येणारे सर्व अकल्पित अडथळे ओलांडून 'प्रेमसंन्यास' रंगभूमीवर आले (१९१२).

कायद्याचे मुद्दे माहीत नसतानाच एखाद्या कज्जासंबंधी तमासगीर लोकांत ज्याप्रमाणे वितंडवाद सुरू होतात, त्याप्रमाणे 'प्रेमसंन्यासा'वर चारी दिशांकडून बरीवाईट टीका झाली. परंतु वर्तमानपत्रातल्या नेहमीच्या जाहिरातीपेक्षा त्यांच्यात अधिक महत्त्वाचे काहीच नव्हते. नव्या ग्रंथाला यजमानाप्रमाणे 'यावे, बसावे' म्हणावे व हवापाण्याच्या गोष्टी करून निरोप द्यावा, असलाच टीकांचा प्रकार पुष्कळ ठिकाणी आढळतो. 'प्रेमसंन्यासाचा' विषय वादग्रस्त व नाटक उघड सुधारणेला अनुकूल असूनही, हे रंगभूमीवर यशस्वी झाले. गडकऱ्यांना आपल्या लेखनशक्तीची पूर्ण कल्पना आली. यापुढे गडकऱ्यांचे पोट लेखणीच्या रूपाने हातावरचे ठरले. गडकरी ग्रंथकार झाले आणि हा व्यवसाय त्यांच्या बुद्धीला व मनोधैर्याला सर्वस्वी

अनुकूल असल्यामुळे त्यांच्या लेखनाला रंग चढत चालला. प्रेमसंन्यास लिहिल्यापासून त्यांच्या राहणीला थोडीशी स्थिरता आली. (१९१२-१३).

गडकऱ्यांच्या आयुष्याचा पूर्वरंग इथेच संपला. वाङ्मयातल्या संसारात ते वावरू लागल्यामुळे ग्रंथकार गडकऱ्यांविषयी चारचौघांत चर्चा होऊ लागली. परमेश्वराने निर्माण केलेले हे मूर्तिमंत काव्य छापून प्रसिद्ध झाले. यापुढील गडकऱ्यांच्या चरित्राचा व स्वभावाचा परिचय त्यांचे लेखनच उत्तम तऱ्हेने करून देईल.

'प्रेमसंन्यास' प्रसिद्ध झाले त्या वेळी (१९१३) गडकऱ्यांच्या कवितांची चोहोकडे वाहवा होत होती. त्यांच्या वाणीच्या विलासावर स्तुतीचा वर्षाव होत होता व प्रतिभेच्या प्रतिमेवर पुष्पांजली पडत होती. परंतु काव्याने काही गडकऱ्यांचा चरितार्थ चालणार नव्हता. १९१३मध्येच त्यांच्या रिकामपणाच्या कामगिरीचे चार अध्याय प्रसिद्ध झाले; परंतु यशाशिवाय या लेखनाने त्यांच्या पदरात विशेष काही पडणे शक्य नव्हते. नाटकाची कितीतरी संविधानके नको-नको म्हणत असतानाही त्यांच्या डोक्यात थैमान घालत होती. चंडोल पक्ष्याप्रमाणे एक डोळा हातात असलेल्या नाटकावर, तर दुसरा उदय पावणाऱ्या नव्या संविधानकाकडे अशी त्यांची स्थिती होती. परमेश्वराने तेजस्वी प्रतिभा दिली असली तरी खाणीतील अशुद्ध धातू जशाच्या तसा पुढे करणे त्यांना केव्हाही संमत नव्हते. अशुद्ध धातूवरील त्यांची कारागिरी आश्चर्य करण्यासारखी होती. नाटके म्हणजे कुठल्यातरी राजाराण्यांची लग्ने जुळविणे – व्यवहारातल्या लग्नापेक्षाही सोपे – अशी पुष्कळांची समजूत झालेली दिसते. पत्रिका पाहायला नको, जातगोत विचारायला नको, भरतवाक्य होईपर्यंतच्या चहापाण्याची काय ती काळजी! पुढल्या अन्नवस्त्राची पंचाईत हवी कुणाला? साहित्याची तयारी म्हणजे कागद व शाई! असल्या कोत्या कल्पनांचा गडकऱ्यांना विलक्षण तिटकारा असे. जगाच्या विषाच्या प्याल्यात वाङ्मय हाच एक अमृताचा कण आहे व तो शक्य तितका शुद्ध व सात्त्विक केला पाहिजे, असे त्यांना वाटे. नाटक हे संसाराचे चित्र असेल! पण संसार काही प्रेमी जोडप्याच्या लग्नाने संपत नाही! उलट, लग्नापासूनच संसाराचा आरंभ होतो. तेव्हा संसाराचे खरेखुरे चित्र होण्याकरता त्यातील सर्व छाया व छटा नाटकात आल्या पाहिजेत. नाटक ही दिव्य कला आहे व कला या नात्याने ती शक्य तितकी सर्वांगसुंदर करणे हे नाटके लिहिणाऱ्यांचे काम आहे, असे ते समजत. नाटकाच्या उगमापासून ते रंगभूमीवर येईपर्यंत आपल्या विचारांच्या चाळणीत ते त्याला सतत चाळीत असत. कथानक चटकदार पण स्वाभाविक व्हावे, प्रसंग अपूर्व पण सहज घडणारे असावेत, रसभंग न होता रसवैचित्र्य उत्पन्न व्हावे, भाषा कृत्रिम न वाटता काव्यमय व्हावी, विनोद सात्त्विक व सुंदर असावा याबद्दल ते आपली पराकाष्ठा करीत. त्यांचे लिहिणे म्हणजे एक तपश्चर्या होती. प्रसिद्धीच्या अप्सरेनेदेखील त्यांचा तपोभंग होत नसे. म्हणूनच आजचे

पद त्यांना प्राप्त झाले आहे. पूर्णता प्राप्त करून घ्यावयाला अशी सहनशीलता अत्यावश्यक असते. अंगवळणी पडून गेलेल्या अनियमितपणामुळे व तेजस्वी लेखनाला स्फूर्तीचे साहाय्य आवश्यक असल्यामुळे त्यांचे लिहिणे मर्यादित मुदतीतच होईल, असा भरवसा नसे. समुद्राप्रमाणे त्यांच्या बुद्धीवर नेहमीच तरंग उठत; परंतु भरतीच्या वेळीच त्यांची खरी मौज दृष्टीस पडे. पुण्यप्रभाव १९१७मध्ये प्रयोगरूपाने व १९१७मध्ये पुस्तकरूपाने त्यांनी पुढे आणले. पुण्यप्रभावानंतर अडीच वर्षांत एकच प्याला व भावबंधन ही नाटके त्यांनी लिहिली; पण ही मुले गुणी असली तरी पितृमुख न पाहण्याइतकी अभागी आहेत.

दहा वर्षांपूर्वी गडकरी यदृच्छेने संबंध आलेल्या लोकांपलीकडे मुळीच माहीत नव्हते. या खाणीतल्या रत्नाचे तेज सान्निध असलेल्या लोकांनाच काय ते अंधूक-अंधूक कळले असेल. पण आज ते रत्न सरस्वतीच्या मुगुटावर जाऊन बसले आहे आणि त्याच्या शीतल पण तेजस्वी किरणांनी हृदयातला गाढ अंधार निवळत आहे. 'अललल डुर्रर'च्या नाटकांपासून महाराष्ट्र एकच प्याल्यापर्यंत येऊन पोचला आहे. ग्राम्य कोट्यांनी होणाऱ्या विनोदाने गोकुळाला आपली जागा दिली आहे. 'ट' ला 'ट' जुळवून मोरोपंतांची स्फूर्ती नसताना त्यांचे अनुकरण करणारी कविता राजहंसाबरोबर रमली आहे. वाङ्मयाचा हा काही लहानसहान उत्कर्ष नाही.

गडकऱ्यांनी सामाजिक नाटके लोकप्रिय केली; विनोद शुद्ध व सात्त्विक बनवला; रसांचा उत्कर्ष आणि समाधानकारक प्रसंग कसे साधावेत हे दाखविले. आधुनिक मराठी कवितेला मुलाबाळांच्या गळ्यात नाचायला लावले.

गडकऱ्यांच्या लेखनशैलीचा मागील पिढीतील लेखकांवरदेखील फार परिणाम झाला आहे. मराठी भाषेतील अप्रतिम व अलौकिक लेखकांत त्यांचे स्थान किती उच्च आहे, हे एक काळच ठरवू शकेल. गडकऱ्यांनी आपल्या जीवाचे फूल पिळून जे अत्तर महाराष्ट्राला अर्पण केले आहे, त्याचा सुगंध सदैव दरवळत राहील. कोणाही मेहेरबानाच्या शिफारसपत्राची त्याला गरज नाही. परंतु या विजयाबरोबर तो मिळविणारा वीर आज आपल्यात नाही, ह्या आठवणीने डोळे भरून आल्यावाचून राहत नाहीत. गडकरी जाण्यापूर्वी सुमारे चार महिने त्यांच्या मरणाची बातमी चुकून छापली गेली. आपल्या मृत्यूची बातमी आपणच वाचणारा माणूस पुष्कळ वर्षे जगतो असे म्हणतात. परंतु गडकरी याही रूढीवर घसरले आणि देवाचा दसरा करण्याकरता जगाचे सीमाल्लंघन करून गेले (२३ जानेवारी १९१९).

आत्मा अमर आहे हे तत्त्वज्ञान खरे असेल पण सृष्टीच्या हिंदोळ्यावर बसून हलणारे गडकऱ्यांचे हृदय कोठे आहे? नवे नवे प्रसंग निर्माण करून ब्रह्मानंदात बुडविणारी गडकऱ्यांची प्रतिभा कोठे आहे? महाराष्ट्रभाषेला इतर भाषांपेक्षा अधिक भूषित करणारी महत्त्वाकांक्षा कोठे आहे? बोलता बोलता सहज हसविणारे गडकरी

कोठे आहेत? लहरीपणाच्या अभ्राखाली झाकून गेलेली त्यांची प्रेमळ वृत्ती कोठे आहे? हे चालतेबोलते कमल ज्या प्रेममयाने निर्माण केले, त्याच्याच पायी लीन होऊन गेले आहे. अखेर गळणाऱ्या आसवांचे मंथन केले म्हणून हे रत्न परत मिळायचे नाही. सतत वाहणाऱ्या निःश्वासांनी ह्या सुकलेल्या गुलाबाची एक पाकळीदेखील हलणार नाही; मग हसणार कोठून?

गडकरी बी.ए. होणार होते. गडकरी झेलम कादंबरी लिहून मराठीत एका उत्कृष्ट कादंबरीची भर टाकणार होते. त्यांच्या नाटकांची माळ जितकी सुगंधी तितकीच लांब झाली असती. सारस्वताच्या विविध शाखांवर त्यांची सुंदर लेखपुष्पे चमकली असती! परंतु काळाने ती स्फुट होण्यापूर्वींच स्वाहा करून टाकली आहेत.

गडकऱ्यांच्या स्वभावातले गुण – केवळ कृतज्ञता किंवा प्रेमच – पाहिले तर त्याची ढळढळीत उदाहरणे कितीतरी आहेत. 'गोविंदाग्रज' हे नाव कशाचे द्योतक आहे? प्रेमसंन्यासाच्या आरंभीचे कृतज्ञतेचे अश्रू किती निर्मल प्रेम दाखवितात! पुण्यप्रभावाची अर्पण-पत्रिका गडकऱ्यांचे मन उघड करून दाखविते. पण या गोष्टी गेल्या; पार गेल्या. फूल जितके चुरगळावे तितका त्याचा वास अधिकच.

चुकण्यातच मनुष्यपणा असल्यामुळे गडकऱ्यांचा हातून पुष्कळ चुका झाल्या असतील. मूर्ती तितक्या प्रकृती असल्यामुळे त्यांना सगळ्यांनाच संतोषविता आले नसेल. एक ना दोन! देव नाही असे म्हणणाऱ्या मनुष्याच्या उशाशी पुढे देवाची तसबीर सापडावी, ही मनुष्याच्या भ्रमणाच्या मनाची मोठीच साक्ष नव्हे काय? परंतु नश्वर देहाबरोबरच या सर्व गोष्टी दृष्टिआड झाल्या आहेत. आता रामलालच्या मुखाने लोककल्याणाचा मार्ग दाखविणारे, वसुंधरा व कालिंदी यांच्या साहाय्याने पुण्यप्रभाव पटवून देणारे आणि संसारातला प्रेमसंन्यास दाखवून लोकांना जागे करणारे गडकरी उरले आहेत. सरस्वतीच्या मनोमंदिरात महाराष्ट्रातला हा राजहंस अक्षय शांतीची झोप घेऊ दे. आमच्या तळमळणाऱ्या हृदयाला मात्र –

"ऋणानुबंधाच्या तुटल्या आता गाठी ।
मग कुठल्या भेटी गाठी ॥
हे देवघराचे लेणे ।
नशिबाने देणे घेणे ।
कुणितरी कुणास्तव रडणे ।
ती रडणारी रडतील धाईधाई ।
करि आता जो जो गाई ॥"

असे म्हणून समाधान मानून घेतले पाहिजे.

★ ★ ★

९

मातब्बर लेखक :
प्रो. ना. सी. फडके

'**यांना** ओळखलंत का?' तात्यासाहेब कोल्हटकर एकदम थांबले आणि माझ्याकडे पाहत म्हणाले.

तात्यासाहेबांना नमस्कार करून त्यांच्याशी बोलू लागलेल्या त्या व्यक्तीकडे मी कुतूहलाने पाहू लागलो. डोळ्यांत भरण्याजोगी उंची नाही. अंगकाठीही अशीतशीच! डोक्यावर टोपी नव्हती. पण त्यामुळे निश्चित तर्क करण्याचे दिवस नव्हते ते!

१९२६ सालच्या मे महिन्यातली गोष्ट. मुंबईला नुकतेच साहित्यसंमेलन भरले होते. पण तात्यासाहेबांच्या परिचयाची ती व्यक्ती संमेलनातल्या मेळाव्यात मला कुठेच दिसली नव्हती! त्यामुळे मला वाटले, कोल्हटकरांच्या परिचयाचे वऱ्हाडातले कुणीतरी तरुण वकील असावेत हे!

मी पुन्हा त्या व्यक्तीकडे निरखून पाहिले. त्या तरुण वकिलांची एक लकब एकदम माझ्या लक्षात आली. अगदी सहज पाहतानासुद्धा ती व्यक्ती अभिमानाने जगाकडे दृष्टिक्षेप करीत आहे, असा भास होत होता. पण हा अभिमान डोळ्यांत नव्हता; मानेच्या हालचालीत होता. जणूकाही त्या व्यक्तीच्या मानेची सूक्ष्म हालचालसुद्धा म्हणत होती, 'मी मोडेन, पण कधीही वाकणार नाही!'

बोलता-बोलता तात्यासाहेबांनी माझ्याकडे पाहिले. मी गोंधळलो आहे, हे त्यांच्या लक्षात आले असावे. किंचित हसून ते म्हणाले,

''अहो, हे फडके–''

तात्यासाहेबांचे पुढचे शब्द ऐकायच्या आधीच माझे मन एक मोठे भ्रमण करून आले. मी मनात म्हणत होतो – हे बहुधा शिल्पकार फडके असावेत. इतक्यात तात्यासाहेबांच्या शब्दांनी दचकून मी भानावर आलो. तात्यासाहेब म्हणत होते,

प्रो. ना. सी. फडके । १०१

'रत्नाकराचे संपादक!'

रत्नाकराचे संपादक!

मी आश्चर्याने पाहतच राहिलो. 'कुलाब्याची दांडी' ही रम्य कादंबरी ज्या लेखकाने लिहिली, त्या कादंबरीपेक्षाही सरस अशी 'जादूगार' कादंबरी ज्या लेखकाच्या हातून निर्माण होत आहे, ती व्यक्ती आणि आपल्यापुढे उभी असलेली व्यक्ती एकच –

मला विचार करायला वेळच नव्हता, फडक्यांना तात्यासाहेब माझी ओळख करून देत होते. 'रत्नाकरा'त माझी 'दत्तक' ही गोष्ट त्या वेळी येऊन गेली होती म्हणून बरे! नाहीतर कोल्हटकरांचे काम मोठे दुर्घट झाले असते!

गिरगाव बॅकरोडवरल्या कोपऱ्यावर उभ्या-उभ्या भेटलेल्या माणसांचे बोलणे कितीसे होणार? पण फडक्यांनी गोविंदराव टेंब्यांसह रात्री कोल्हटकरांच्या बिऱ्हाडी यायचे त्या वेळी कबूल केले, एवढे मला अजून आठवते.

निरोप घेऊन फडके चालू लागल्यानंतर मी मागे वळून त्यांच्या पाठमोऱ्या आकृतीकडे पाहिले. माझ्या मनात एकदम दोन-तीन प्रश्न उभे राहिले. वाङ्मय-क्षितिजावरला हा नवा तेजस्वी तारा परवाच्या संमेलनात कुठेच चमकला नाही हे कसे? मराठी कादंबरीला नवीन वळण लावण्याचे सामर्थ्य ज्याच्या लेखणीत आहे, त्याची मूर्ती इतकी लहान – लगेच गडकऱ्यांची आठवण झाल्यामुळे हा प्रश्न मनात उभा राहत असताना त्याचे उत्तर काही केल्या मी देऊ शकलो नाही. ती अभिमानपूर्ण मानेची हालचाल – फडक्यांच्या दृष्टिक्षेपात जगाचा अधिक्षेप आहे, इतरांविषयी उदासीनता आहे की, कलाकाराच्या व्यक्तित्वाचे ते एक दृश्य चिन्ह आहे?

* * *

या प्रसंगाला जवळजवळ बारा-तेरा वर्षे होऊन गेली असतील. कमल दीक्षित यांच्या घरी मी, यशवंतराव पेंढारकर, वामनराव ढवळे वगैरे मंडळी चहाला गेलो होतो. प्रो. पंगु आधीच येऊन बसले होते. चहापान व गप्पा यांत आम्ही सर्व रंगून गेलो असताना फडके माडीवर आले. अनपेक्षित रीतीने इतकी मंडळी जमलेली पाहून त्यांनी हसत प्रश्न केला ''अगदी संमेलनच भरलंय म्हणायचं!'' समोरच्या एका रिकाम्या खुर्चीकडे पाहत मी उत्तर दिले. ''अध्यक्षांचीच वाट पाहत होतो आम्ही!''

फडके बसले; पण ते पाचच मिनिटे!

या वेळी, १९२६ साली मी फडक्यांना प्रथम पाहिले त्या प्रसंगाची मला आठवण झाली. या मधल्या तपात फडक्यांनी इतकी विपुल वाङ्मयसेवा केली होती की, माझ्या मनाने गडकऱ्यांशी त्यांची केलेली तुलना आकृतीप्रमाणे कीर्तीच्या बाबतीतही सर्वस्वी बरोबर ठरली होती आणि त्यांच्या मानेच्या हालचाली बरोबर व्यक्त होणारा तो अभिमान, तो त्यांच्या व्यक्तित्वाचाच निदर्शक होता. गुन्हेगारी

जातींची वस्ती अगर बिडी कारखान्यातील संप प्रत्यक्ष पाहून त्यावर लिखाण करण्याइतके हल्ली ते प्रचार व कला यांच्या संगमावर उभे आहेत असा भास होत असला आणि एखाद्या पृच्छकाचे तोंड बंद करण्याकरिता 'मी मार्क्सिस्ट आहे', असे उत्तरही ते त्याच्या तोंडावर फेकत असले, तरी ललित वाङ्मय निर्माण करणारी त्यांची प्रतिभा मूलत: व्यक्तिवादी आहे, यात शंका नाही. कलेकरता कला या त्यांच्या तत्त्वाचा उगमसुद्धा त्यांच्या वैशिष्ट्यपूर्ण व्यक्तित्वातच आहे.

'दौलत' कादंबरी लिहीत असताना ती शोकपर्यवसायी (शोकांत) करण्याचा विचार आपल्या मनात आला होता. पण दु:ख आपल्या मनाला आवडत नसल्यामुळे आपण ती सुखपर्यवसायी (सुखांत) केली, असे त्यांनी 'अरुण' मासिकातल्या 'मी व माझे लेखन' या लेख मालेतल्या आपल्या लेखात लिहिले होते. या एका वाक्यात फडक्यांनी आपला तत्कालीन वाङ्मयविषयक दृष्टिकोन अत्यंत प्रामाणिकपणे व्यक्त केला होता. १९२६ ते १९३८ या काळात त्यांनी दहा कादंबऱ्या लिहिल्या. त्यांतल्या 'प्रवासी' या एकाच कादंबरीचा त्यांनी शोकान्त शेवट केला आहे. त्यांच्या लघुकथांची संख्याही शंभराच्या आतबाहेर असायला हरकत नाही. पण या कथांतही सहजासहजी सुखपर्यवसायी होणाऱ्या गोष्टींचाच भरणा अधिक! 'Life is a pleasure trip' असे नोएल कॉबर्डच्या नाटकातले एक पात्र म्हणते. पहिल्या प्रतीचे ललितवाङ्मय निर्माण करणाऱ्या फडक्यांच्या प्रतिभेलाही ते पहिल्यापासून मान्य असावे, असे दिसते!

* * *

'अटकेपार'च्या वेळी ते गोमंतक पाहण्याकरिता गेले होते. कुणालाही न कळविता ते गोव्यात गेल्यामुळे, गोमंतकात परक्या प्रवाशांच्या जेवढ्या गैरसोई होतात तेवढ्या त्यांनाही अनुभवाव्या लागल्या. दोन-तीन दिवसांतच ते कंटाळून परत आले. त्यानंतर कोल्हापूरला मी गेलो असताना त्यांची-माझी गाठ पडली तेव्हा ते उद्गारले, 'लवकर परत आलो म्हणून सुटलो! तुमच्या त्या गोव्याला कोपरापासून नमस्कार करायला हवा!' अंदमानातून सुटून आलेल्या माणसाप्रमाणे त्यांच्या तोंडून असले उद्गार निघालेले पाहून मला आश्चर्य वाटले. कारण गोमंतक म्हटले की, माझ्या डोळ्यांपुढे पणजीच्या खाडीतला रम्य सूर्योदय उभा राहतो, शांता दुर्गेचा सुंदर कळस चमकू लागतो, शांत शीतल कुळागरे नाचू लागतात. यामुळे महाराष्ट्रीय मनुष्याला आवडेल असे अन्न गोमंतकातल्या खाणावळींत मिळत नाही, उन्हाळ्याच्या दिवसांत घामाच्या चिकचिकीने परका मनुष्य तिथे अगदी कंटाळून जाण्याचा संभव असतो इत्यादी इत्यादी गोष्टी चटकन माझ्या लक्षातच येत नाहीत!

१९३३ साली राजाराम कॉलेजमध्ये मराठी वाङ्मयमंडळातर्फे माझे 'मराठी कादंबरी'वर व्याख्यान होते. 'आमच्या कादंबरीकारांनी कलाविलासाइतकेच

प्रो. ना. सी. फडके । १०३

कलाविकासाकडेही लक्ष दिले पाहिजे', असे मी बोलून गेलो. लगेच पुढल्या रांगेत माधवराव पटवर्धनांच्या शेजारी बसलेले फडके हळूच उद्गारले, 'विकासानंतर काय? विलाप?'

१९३९च्या अखेरची गोष्ट. माधवराव बागल शेतकऱ्यांचा मोर्चा घेऊन कोल्हापुरात येणार होते. माधवरावांचा व माझा स्नेह असल्यामुळे मोर्च्याच्या वेळी आपण स्टेशनवर जावे, असे राहून-राहून माझ्या मनात येत होते. पण टॉयफाइडने अंथरुणाला खिळलेल्या मनुष्याला घराबाहेर कोण जाऊ देणार? दुपारी तापाने माझ्या शरीराची जेवढी तलखी (तडफड) झाली, तेवढीच — किंबहुना त्यापेक्षाही अधिक मनाची तळमळ झाली. माधवरावांच्या मोर्च्याचे स्फूर्तिदायक दृश्य पाहण्याच्या आनंदाला मी मुकलो म्हणून मला फार वाईट वाटले.

दुपारी स्टेशनवर गेलेली काही मंडळी संध्याकाळी माझ्या समाचाराला आली. मी मोर्च्याची सारी हकिगत विचारली. त्या दिवशी स्टेशनवर आलेल्या मंडळींत फडके प्रामुख्याने दिसत होते, असे कुणीतरी सांगताच मला नवल वाटले. पण त्यापूर्वी मुंबईला झालेला सात नोव्हेंबरचा संप पाहण्याकरिता ते मुद्दाम गेले होते, हे आठवताच माझे आश्चर्य नाहीसे झाले.

या तिन्ही आठवणी सहज आठवल्या तशा दिल्या आहेत. त्या अगदी सामान्य आहेत. पण लेखक या दृष्टीने फडक्यांच्या व्यक्तिमत्त्वाचे (Personality) दिग्दर्शन करण्याच्या दृष्टीने त्या उपयुक्त आहेत. फडके अंतर्यामी व्यक्तिवादी, कलावादी, सौंदर्यवादी होते आणि आहेत. चित्रकाराने वासंतिक वायुलहरीप्रमाणे धुळीची वावटळही पाहावी तसे ते सध्याच्या प्रक्षोभक दृश्यांचे अवलोकन करतात. पण ते समाजवादी, प्रचारवादी किंवा उपयुक्ततावादी नव्हते आणि बदलत्या काळाबरोबर कितीही अट्टाहासाने प्रयत्न केला, तरी ते कुठल्याही तत्त्वप्रणालीचे कट्टर प्रचारक कधीच होऊ शकणार नाहीत. प्रचार हे त्यांच्या कलावृक्षावरले कलम वाटत नाही; बांडगूळ वाटते.

* * *

आणि ज्या कलावृक्षाला दरवर्षी नवा-नवा बहर येत आहे, ज्याच्या फळांची गोडी रसिकांना अवीट वाटत आहे, ज्याच्या सावलीत सरस्वतीचा मयूर नृत्य करीत आहे असा प्रेक्षकांना भास होत आहे, त्या वृक्षावर त्याच्याशी समरस न होणारे कलम करण्याची जरुरी तरी काय आहे? लोकप्रियतेच्या बाबतीत फडके यांनी गडकऱ्यांची बरोबरी केली एवढेच नव्हे तर हरिभाऊ आपटे, कोल्हटकर, खाडिलकर, केळकर, वामनराव जोशी, वरेरकर, डॉ. केतकर प्रभृती मागच्या पिढीतल्या बहुतेक ग्रंथकारांवर विपुल आणि लालित्यपूर्ण वाङ्मयनिर्मितीत ताण केली आहे. या थोर लेखकांपैकी कित्येकांचे कार्य वाङ्मयाच्या एखाद-दुसऱ्या क्षेत्रातच झाले आहे.

केळकर किंवा हरिभाऊ आपटे यांनी विविध क्षेत्रांत प्रवेश केला असला तरी त्यांची चिरकाल कीर्ती राहील ती निबंधकार आणि कादंबरीकार म्हणूनच. पण फडके मात्र कादंबरीकार, गुजगोष्टींचे लेखक आणि प्रबंधकार या तिन्ही नात्यांनी पुढील पिढीचेसुद्धा आवडते लेखक राहतील.

* * *

फडक्यांच्या या विलक्षण लोकप्रियतेचे रहस्य त्यांच्या शैलीत आहे. 'The style is the man' ही उक्ती त्यांच्याइतकी फारच थोड्या लेखकांना लागू पडेल. हरिभाऊ आपट्यांच्या भाषेत साधेपणा, गुर्जरांच्या बंगाली कथांच्या अनुवादांनी प्रचलित केलेल्या भाषेतील नादमाधुर्य आणि केळकरांच्या शैलीतील कुठलाही विचार अगदी सहज रीतीने व्यक्त करण्याचा घरगुतीपणा या तिन्हींचा मधुर संगम फडक्यांनी आपल्या लेखन संसारात आरंभीच साधला. 'चित्रपटांची चांडाळ चैन'सारख्या लेखात त्यांच्यावर पडलेली गडकऱ्यांची छाप स्पष्टपणे दिसून येते. पण चांदण्याचे सौंदर्य अभ्रांनी लोपून जाते, हे चटकन ओळखून त्यांनी शब्दालंकारांनी भारावलेल्या त्या शैलीचा त्याग केला व आपली नवीन मधुर भाषाशैली निर्माण केली. सध्याच्या उदयोन्मुख लेखकांच्या भाषेत अनेकदा माधुर्य आणि प्रसाद यांचा जो सुंदर संगम दिसतो, त्याचे निम्मे श्रेय फडक्यांनाच द्यावे लागेल.

* * *

भाषेप्रमाणे त्यांच्या कादंबऱ्यांतही आकर्षक वैशिष्ट्य आहे. हरिभाऊ आपटे व वामनराव जोशी यांच्यामागूनचे प्रमुख कादंबरीकार या दृष्टीने त्यांच्या कादंबरी वाङ्मयाकडे पाहण्याची जी प्रथा पडली, तिने त्यांना थोडातरी अन्याय झाला यात शंका नाही. मध्यम वर्गाच्या सामाजिक परिस्थितीचे आणि तिच्यात भरडल्या जाणाऱ्या विविध व्यक्तींचे – विशेषत: स्त्रियांचे – हरिभाऊंनी केलेले चित्रण अत्यंत हृदयस्पर्शी आहे. पण सजीवता हा हरिभाऊंच्या कलेचा आत्मा होता; सौंदर्य हा फडक्यांच्या कलेचा आत्मा आहे, या गोष्टींकडे या दोन श्रेष्ठ कादंबरीकारांची तुलना करणाऱ्यांचे कळत-नकळत दुर्लक्ष झाले, यात शंका नाही. बांधेसूद कथानक, त्याची प्रमाणबद्ध मांडणी, गुंतागुंत, निरगाठ व उकल यांचा चातुर्याने केलेला उपयोग, सामाजिक प्रश्नाला कथानकांत दिलेले गौण स्थान, वास्तवाला कल्पनारम्यतेची जोड देऊन त्याला आणलेली मधुर आकर्षकता इत्यादी फडक्यांच्या कादंबरीचे विशेष लक्षात घेतले म्हणजे त्यांनी कल्पनारम्य सामाजिक कादंबरीचा एक नवीन नमुना मराठीत रूढ केला, असे म्हणावे लागते. त्या दृष्टीनेही त्यांच्या कादंबऱ्यांचे परीक्षण होणे जरूरी आहे. अत्र्यांच्या नाटकांना नाट्यशास्त्राचे जुने नियम लावून त्यांचे महत्त्व ठरविणे जितके चुकीचे आहे, सॉमरसेट मॉम, नोएल कॉवर्ड किंवा मिल्ने यांची नाटके वाचल्यानंतर अत्र्यांच्या नाटकांचे नवे वैशिष्ट्य जसे चटकन

प्रो. ना. सी. फडके । १०५

ध्यानात येते, तशीच फडक्यांच्या कादंबऱ्यांचीही स्थिती आहे. आबालवृद्धांचे रंजन करणे हे जे ललित वाङ्मयाचे एक मुख्य कार्य, त्यांत फडक्यांच्या कादंबऱ्या नेहमी अग्रभागी राहतील.

* * *

फडके यांच्या इतका विविध कलासंस्कार असलेला लेखक मराठीत तरी विरळाच सापडेल. त्यांच्या चित्रकलेच्या प्रेमाने त्यांची वर्णने सूक्ष्म, जिवंत व रेखीव केली आहेत. त्यांच्या गायन कलेच्या आवडीने त्यांच्या भाषेला मोहक नादमाधुर्य आणले आहे. त्यांच्या प्रवासाने महाराष्ट्राबाहेरली कितीतरी स्थळे मराठीत मूर्तिमंत उभी केली आहेत आणि मराठी समाजाबाहेरल्या कितीतरी स्वभाव चित्रांना मराठी वाङ्मयाच्या जगात आणून सोडले आहे. 'To savour life as a vast luxury, none the less precious because it is leavened by pain, or because it is finite' हे वर्णन त्यांना आणि त्यांच्या वाङ्मयाला सारखेच लागू पडेल असे वाटते.

* * *

वरेरकर, अत्रे, माडखोलकर वगैरे लेखक सध्या ललितवाङ्मयाच्या आघाडीवर फडक्यांच्या बरोबरीने चमकत आहेत. प्रचार, विनोद व जीवनाकडे पाहण्याचा टीकात्मक दृष्टिकोन हे या तिघांचे अत्यंत आकर्षक विशेष आहेत. पण या तिघांचे वाङ्मय वाचूनही फडक्यांच्या लिखाणाची गोडी काही निराळीच वाटते. यामुळे फडके आज पन्नाशीकडे झुकले असले तरी महाराष्ट्रातला वाचकवर्ग एक तपापूर्वीच्या अपेक्षेनेच त्यांच्याकडे पाहत आहे. 'पहिला पांढरा केस' या आपल्या गुजगोष्टीत त्यांनी तारुण्याचे जे तत्त्वज्ञान सांगितले आहे ते लेखक या दृष्टीने त्यांच्या अंगी पुरेपूर बाणलेले असल्यामुळे ही अपेक्षा सफल होण्याला काहीच हरकत नाही. या गुजगोष्टीतला नायक डोक्यावर पांढरा केस दिसताच क्षणभर गोंधळून जातो, वार्धक्याने आपल्या मस्तकावर निशाण रोवले या कल्पनेने त्याचे मन विचलित होते. पण लगेच विचार करून तो म्हणतो, "जवानी अगर म्हातारपण केसांच्या रंगावर का अवलंबून आहे? ती एक मनाची व अंत:करणाची अवस्था आहे. मला माझी जवानी कायम ठेवायची असेल, तर मला खरी काळजी घेतली पाहिजे ती माझ्या अंत:करणाची! तरुण पिढीच्या विचारांशी, भावनांशी, महत्त्वाकांक्षेशी, सुखस्वप्नांशी समरस होण्याची माझी हौस आणि ताकद मी कायम ठेवली पाहिजे. नव्या जगात उदय पावणाऱ्या नव्या कल्पनांचे, तत्त्वांचे आणि सिद्धांतांचे मर्मग्रहण करण्याचे सामर्थ्य माझ्या अंगी सतत राहिले पाहिजे. नव्या सामाजिक अगर राजकीय प्रयोगांची मला भीती वाटण्याऐवजी उत्सुकताच वाटत राहिली पाहिजे. अशा प्रकारे तरुण जगात मी वृत्तीने मिसळू शकलो की, माझे तारुण्य सतत कायमच राहील. जोपर्यंत

तरुण पिढीला माझ्या विचारांनी मी आकर्षित करू शकतो, तोपर्यंत मी तरुणच राहणार. एका इंग्रजी ग्रंथकाराने म्हटले आहे की, 'A man is only as old as the girl, who loves him!' (ज्या मुलीचे प्रेम पुरुष संपादन करू शकतो, तिचे जे वय तेच त्या पुरुषाचे वय!) हे जर खरं, तर असेना का तो पांढरा केस माझ्या मस्तकावर!''

'जादूगार' व 'दौलत' या अत्यंत लोकप्रिय कादंबऱ्या आरंभीच लिहिल्यामुळे फडक्यांना मराठी कादंबरीचे 'जादूगार' म्हणण्याचा जो प्रघात पडला, तो अद्यापही रूढ आहे. पण 'दौलत'हूनही काही दृष्टीनी सरस अशी 'प्रवासी' कादंबरी अवघ्या तीन वर्षांपूर्वी त्यांनी निर्माण केली, हे लक्षात घेता ते आजच्या मराठी कादंबरीचे केवळ जादूगार नाहीत, तर तिचे आशास्थानही आहेत! त्यांनी मनात आणले तर टॉलस्टॉयच्या 'What is art'प्रमाणे कलामीमांसा करणारे सुंदर पुस्तक ते मराठीत लिहू शकतील. एथिल मॉनिनच्या 'Confessions and impressions'सारखे पुस्तक त्यांनी लिहिले, तर तो मराठीचा एक अपूर्व अलंकार होईल. महाराष्ट्राच्या १९०० ते १९४०मधील महाराष्ट्रीय जीवनाचे चित्रण करणारी एखादी महाकादंबरी लिहिण्याची त्यांना स्फूर्ती झाली, तर गॉल्सवर्दी किंवा पर्ल बक यांच्या तोडीची कादंबरी ते आपल्या मातृभाषेला अर्पण करतील. त्यांच्या अभिमानसूचक मानेच्या हालचालीतून 'माझी मातृभाषा तुमच्याइतकीच संपन्न आहे', असा इतर भाषिकांना उद्देशून निघणारा सार्थ ध्वनी निर्माण झाला, तर तो सर्वांना हवाच आहे! एवढा मातब्बर लेखक अध्यक्ष म्हणून लाभला, हे रत्नागिरीच्या साहित्यसंमेलनाचे भाग्य आहे. उद्या हिंदुस्थानच्या सर्व प्रांतांचे साहित्यसंमेलन भरावयाचे ठरले, तरी त्याचे अध्यक्षपदसुद्धा अलंकृत करण्याचा अधिकार फडक्यांनी आपल्या कलावंत प्रतिभेला अप्रतिम व्यासंगाची जोड देऊन मिळविलेला आहे.

✮ ✮ ✮

प्रो. ना. सी. फडके । १०७

१०

कोकणचे सत्कवी :
माधव काटदरे

तीस-बत्तीस वर्षांपूर्वी कोकणातल्या एका कोपऱ्यात बसून मी पांढऱ्यावर काळे करू लागलो त्या वेळी ज्यांनी मला प्रोत्साहन दिले, त्या काळ्यातूनही काही पांढरे निष्पन्न होऊ शकेल असा आत्मविश्वास माझ्या मनात निर्माण केला त्यांपैकी माधव एक आहेत. १९२०च्या जानेवारीत कै. गडकऱ्यांच्या प्रथम स्मृतिदिनानिमित्त नवयुग मासिकाने खास अंक काढण्याचे ठरविले. त्या मासिकाच्या संपादनाशी निकट संबंध असल्यामुळे कवी माधव यांनी त्या अंकाकरिता मी गडकऱ्यांचे चरित्र लिहावे, असे मला सुचविले. त्यांचे पत्र पाहून मी गोंधळलो, थोडासा घाबरलो आणि बराचसा आनंदलो. 'गोकलखां लढनेवाला' ही जितकी करुण तितकीच ओजस्वी कविता लिहिणाऱ्या थोर कवीने मला ते पत्र लिहिले होते! तेही पूर्व परिचय नसताना – महत्त्वाचे म्हणजे माझे कोणतेही लिखाण प्रसिद्ध झालेले नसताना!

माधवांच्या षष्ट्यब्दीपूर्तीनिमित्त होणाऱ्या सत्काराची वार्ता वाचून हे सारे क्षणार्धात माझ्या डोळ्यांपुढे उभे राहिले. माधवांचा व माझा पुढे काही वर्षे पत्रव्यवहार होता. ते नोकरीनिमित्त कैक वर्षे मुंबईत वास्तव्य करीत होते. अनेक कामांसाठी मी वारंवार मुंबईस जात होतो. माधवांना एकदा भेटायचे, त्यांच्यासारख्या अभिजात कवीचा एकदा परिचय करून घ्यायचा असे अधूनमधून मनात येई; पण हा मनातला संकल्प कधीच अमलात आला नाही. आज माधव चिपळूणला आहेत. मी कोल्हापूरला आहे आणि ज्यांच्या सुंदर व स्फूर्तिदायक ऐतिहासिक कवनांच्या धुंदीत माझ्या अनेक घटका मोठ्या आनंदात गेल्या आहेत, त्या कवीला मात्र मी अजून पाहिलेले नाही!

त्यांचा परिचय करून घेण्याच्या बाबतीत चालढकलपणामुळे माझ्या हातून जी चूक झाली, तीच थोड्याफार प्रमाणात त्यांच्या प्रतिभेच्या मूल्यमापनाने महाराष्ट्रीय

रसिकतेकडून झालेली आहे, असे मला वाटते. त्यांची 'गोकलखां लढनेवाला' ही कविता एके काळी फार गाजली. विद्यार्थ्यांकरिता पाठ्यपुस्तके तयार करणाऱ्या संपादकांनाही त्यांच्या कवितांचा आधार मिळतो हे सारे खरे असले तरी याचा अर्थ त्यांच्या कवित्वाचे यथार्थ तात्त्विक आणि व्यावहारिक अशा दोन्ही दृष्टींनी मूल्यमापन आम्ही केले आहे, असा मात्र होत नाही. ज्यांची प्रतिभा आम्हाला आयुष्यातला सर्वांत उच्च आणि निर्मल असा आनंद मुक्त हस्ताने देते, आपल्या जीवनपुष्पांचा चोळामोळा करून जे प्रतिभावंत किंवा विचारवंत आमची जीवनमृत्तिका सुगंधित करीत असतात, त्यांची कदर किंवा काळजी आपण कितीशी करतो, हे पाहण्यासारखे आहे.

माधवांनी थोडं पण जातिवंत बालवाङ्मय लिहिले आहे. त्यांचा इतिहासाचा व्यासंगही मोठा मार्मिक व नमुनेदार आहे. तथापि कवित्व हाच त्यांचा लौकिकदृष्ट्या प्रभावी विशेष असल्यामुळे त्यांच्या साहित्यसेवेच्या इतर पैलूंनी सर्वसामान्य वाचकांचे लक्ष वेधून घेतले नाही, याबद्दल नवल वाटायला नको. पण त्यांच्या वैशिष्ट्यपूर्ण अशा कवित्वाची तरी आम्ही कितीशी बूज केली आहे? सोळा वर्षांपूर्वी त्यांच्या निवडक कवितेचा संग्रह प्रसिद्ध झाला. हा संग्रह आता बाजारात मिळत नाही आणि पुनर्मुद्रण करायला कवीला प्रकाशक मिळत नाही.

माधवांची गणना थोर पण किंचित उपेक्षित कवींत केली पाहिजे. बालकवी व गोविंदाग्रज यांच्या नादमधुर आणि कल्पनारम्य रसवंतीची मोहिनी मराठी मनावर पूर्णपणे पडली असताना माधवांनी काव्यक्षेत्रात पदार्पण केलं. त्यांची शैली पहिल्यापासूनच प्रसन्न, मधुर व डौलदार आहे पण विजा चमकत असताना आकाशात उगवलेल्या ताऱ्याकडे कुणाचे लक्ष जाते का? तसेच त्यांच्या बाबतीत झाले. रसिकांना माधव प्रथम प्रिय झाले ते आपल्या ऐतिहासिक कवनांनी. १९१८ साली मराठेशाहीच्या मृत्यूला शंभर वर्षे झाली. त्या निमित्ताने जनतेमध्ये इतिहासाविषयी कुतूहलयुक्त प्रेमाची मोठी लाट उचंबळली. माधवांची प्रतिभाही विकसित झाली होती. साहजिकच त्यांच्या ऐतिहासिक कवितांनी अनेकांना आकृष्ट केले. आज तीन तपांनी – स्वातंत्र्य मिळाल्यानंतरही – माधवांच्या त्या कवितांतली गोडी फारशी कमी झाली आहे, असे वाटत नाही. कारण त्यांची कविता ही जातिवंत कविमनातून त्यांच्या क्षोभातून व लोभातून, तन्मयतेतून व सौंदर्य प्रेमातून निर्माण झालेली आहे. ती केवळ पारतंत्र्याच्या पार्श्वभूमीचा उपयोग करून केलेली पद्यरचना किंवा सुशिक्षित बुद्धीने हौस म्हणून केलेली काव्यक्रीडा नाही.

माधवांच्या कवितेतील ऐतिहासिकता केवळ स्थूल स्वरूपाची नाही तसेच तिच्यातले काव्यही सांकेतिक नाही. त्यांच्या ऐतिहासिक कवितांत मराठ्यांच्या इतिहासाचा सूक्ष्म अभ्यास आणि त्याचा उत्कट अभिमान, कवितेला अनुरूप अशी

वातावरणनिर्मिती करण्याचे कौशल्य, भरघोस पण चोखंदळ आणि रसपरिपोषक भाषाप्रभुत्व, विविध रसच्छटा आणि स्वभावरेखा चित्रित करण्याचे चातुर्य इत्यादी अनेक विशेष प्रतिबिंबित झाले आहेत.

मराठ्यांच्या इतिहासात मनसोक्त निमज्जन (बुडी मारणे) करणाऱ्या या कवीच्या प्रतिमेचा दुसराही एक पैलू रसिकांना संस्मरणीय वाटेल. तो म्हणजे अद्भुतरम्यतेच्या छटांनी भरलेली त्यांची कल्पकता. 'हिरवे तळकोकण' व 'संत तुकाराम' या दोन कवितांत त्यांचे हे सामर्थ्य सुंदर रीतीने प्रकट झालेले आहे. चंद्रशेखरांच्या 'गोदा-गौरव'सारखा एखादा सन्मान्य अपवाद वगळला तर सूक्ष्म निरीक्षण, वास्तववर्णन आणि त्यांच्या द्वारे केलेले हृदयंगम काव्याचे चित्रण असा त्रिवेणी संगम वर्णनपर काव्यात क्वचितच आढळेल. माधवांनी कोकण पाहिले आहे, ते काही केवळ चित्रकाराच्या दृष्टीने नाही. ते कोकणाशी पूर्ण समरस झाले आहेत. तेथल्या लोककथा, लोकगीते, विविध फुले, पाखरे, वृक्षवेली या सर्वांवर त्यांचे उत्कट प्रेम आहे. त्यामुळे त्यांचे सुप्त सौंदर्य त्यांनी मोठ्या सहजतेने चित्रित केले आहे.

★ ★ ★

११

साहित्यातला सेनापती : प्र. के. अत्रे

‍‍‍‍‍‍‍‍‍‍‍‍‍‍‍‍‍‍‍‍‍**''आचार्य** अत्रे यांना बेशुद्ध स्थितीत इस्पितळात नेण्यात आले आहे'', ही बातमी वृत्तपत्रात वाचली आणि अत्र्यांच्या पूर्वीच्या पोलादी प्रकृतीची परिपूर्ण कल्पना असूनही मन बेचैन झाले. साठी-सत्तरी मागे पडली की माणसे नकळत मृत्यूच्या दिंडी दरवाजापाशी येऊन थडकतात. अष्टौप्रहर वेडीवाकडी उघडझाप करणारा तो दरवाजा केव्हा कोणासाठी उघडेल आणि मृत्यू बर्फाहूनही थंडगार असलेला आपला हात लांब-लांब करून कुणाला केव्हा आत ओढून घेईल, याचा नेम सांगता येत नाही. माझे मन चरकले ते या जाणिवेमुळेच!

लगेच मनात आले, अत्र्यांचा मृत्यूशी काय संबंध आहे? अत्रे म्हणजे मूर्तिमंत चैतन्य! ज्याच्या बोलण्यातून, लिहिण्यातून, दैनंदिन कार्यक्रमांतून, भव्य संकल्पांतून आणि रम्य स्वप्नांतून जीवनाचा खळखळणारा प्रवाह दुथडी भरून वाहत असतो, असा हा जबरदस्त माणूस! हा प्रवाह अज्ञाताच्या वाळवंटात अचानक लुप्त होईल? छे! हे अगदी अशक्य आहे. मृत्यूने दार ठोठावून त्यांना हाका मारल्याच तर आपल्या भारदार, घोगर्‍या आवाजाने ते त्याला म्हणतील, 'अरे मूर्खा, जरा थांब. माझी अनेक कामे अजून अर्धवट राहिली आहेत. 'सीमा-लढा जिंकायचाय', 'तुका झाला पांडुरंग' लिहायचंय; तुला दुसरा काही उद्योग नसेल तर इथं बैस नि माझ्या अपुर्‍या कामांची यादी करायला लाग.'

पण नियतीला माझ्यासारख्या माणसाच्या असल्या स्वप्नरंजनाशी काही कर्तव्य नसते! दोन दिवसांनी सकाळी अत्रे गेल्याची अभद्र वार्ता कानी पडली आणि मन खिन्न-सुन्न झाले. जीवनातल्या संध्याकाळच्या सावल्या नाहीशा होऊन मध्यरात्रीचा काळोख भोवताली दाटल्याचा क्षणभर भास झाला. केवळ अत्रेच नव्हते तर

प्र. के. अत्रे । १११

अर्धशतकाचा एक जिवंत कालखंडच – ज्या कालखंडात आम्ही समकालीन साहित्यिक वावरलो, धडपडलो, पडलो, जिंकलो आणि हरलो तो कालखंड – एखाद्या कड्याप्रमाणे कोसळून अज्ञाताच्या दरीत गडप झाला आहे, असे वाटले. अफाट वृत्तीच्या आणि अचाट कर्तृत्वाच्या या माझ्या स्नेह्याच्या कितीतरी आठवणी मनात जाग्या झाल्या.

बाबूराव पुण्याच्या कॅम्प एज्युकेशन सोसायटीच्या हायस्कूलात शिक्षक होते तेव्हाची गोष्ट. (त्या वेळी ते बाबूराव अत्रे होते. आचार्य अत्रे झाले नव्हते. १९३८ साली निर्बंधमुक्त झालेले स्वातंत्र्यवीर सावरकर रत्नागिरीहून कोल्हापूरला आले. हंस पिक्चर्सला त्यांनी भेट दिली. त्या भेटीत चित्रपट व्यवसायात प्रचलित असलेल्या इंग्रजी शब्दांना मराठी प्रतिशब्द त्यांनी पटपट सुचविले. त्या शुद्धीकरणातून 'डायरेक्टर' दिग्दर्शक बनला. 'म्युझिक हॉल'चे रूपांतर संगीत शाळेत झाले. साहजिकच प्रिन्सिपॉल अत्रे आचार्य अत्रे म्हणून वावरू लागले.) 'रत्नाकरा'त येणाऱ्या माझ्या गोष्टी वाचून अत्र्यांनी शिरोड्याला मला प्रोत्साहनपर पत्र पाठविले होते. त्या पत्रात त्यांनी लिहिले होते, "तुम्ही मोठ्या हुरूपाने लिहीत आहात. मी मात्र फुलांतून उठून मुलांत येऊन बसलो आहे." एका दृष्टीने ते खरे होते. त्या वेळी त्यांचे चित्त मुख्यत: केंद्रित झाले होते ते शाळेवर – तिच्यातल्या गोरगरीब विद्यार्थ्यांवर – त्यांच्या भवितव्यावर. या काळात त्यांनी लिहिलेल्या 'झेंडूच्या फुलां'त त्यांच्या प्रतिभेची विलक्षण चमक प्रकट झाली असूनही शिक्षण हेच आपले प्रमुख कार्यक्षेत्र आहे, या श्रद्धेने ते वावरत होते.

पण अचपळ प्रतिभा, जबरदस्त महत्त्वाकांक्षा आणि बेदरकार स्वभाव यांच्या रसायनातून विधात्याने घडविलेले हे व्यक्तिमत्त्व शाळेच्या चिमण्या जगात दीर्घकाळ बंदिस्त होऊन राहणे कठीण होते. चिमणीच्या घरट्यात गरुडाचे पिल्लू वाढावे, तशातलाच हा थोडासा प्रकार होता. हे पिल्लू मोठे झाले. त्याने आपले पंख पसरले आणि पर्वतशिखराकडे उड्डाण केले. त्याला शोभेल आणि आवडेल असे तेच एक वसतिस्थान होते. त्या पर्वतशिखरावरून वाङ्मयीन, सामाजिक आणि राजकीय ढोंगासोंगाचे सर्वत्र सरपटणारे सर्प त्याला पळापळाला न्याहाळता आले. घटके-घटकेला त्याने त्यांच्यावर झडप घातली. त्यांना सळो की पळो करून सोडले. अधूनमधून त्याने देवांनी स्वर्गात लपवून ठेवलेल्या अमृताचा ध्यासही घेतला.

मनूच्या माशाप्रमाणे वाढणारे अशा प्रकारचे अत्र्यांचे व्यक्तिमत्त्व शाळेच्या भिंतीत कोंडून पडले नाही, हे महाराष्ट्राचे भाग्य! मात्र त्या चार भिंतींनी त्यांना जे जीवनदर्शन घडविले, त्यांना जे शिकविले, त्यामुळे त्यांच्यातला साहित्यकार अधिक समर्थ झाला. त्यांच्या मूळच्या कल्पक व विनोदी प्रतिभेला करुणेची किनार लाभली.

१९३२ ते ४० ही अत्र्यांच्या साहित्यिक जीवनातील सोनेरी वर्षं! या काळात

नामशेष होऊ लागलेल्या मराठी रंगभूमीवर उभे राहून त्यांनी मोठे नाव मिळविले आणि त्या रंगभूमीलाही थोडीफार उभी केली. याच काळात पौराणिक कथांच्या आणि सांकेतिक करमणुकीच्या आहारी जाऊन निर्जीव होत चाललेल्या रुपेरी पडद्याला त्यांनी खदखदून हसायला लावले. या छोट्याशा कालखंडातच साहित्यिकांचे व्याख्यान म्हणजे साहित्यातील घटपटादी खटपट. अशा व्याख्यानाला शेकड्यांनी श्रोते जमणे केवळ अशक्य, ही परंपरागत समजूत त्यांनी आपल्या वाणीने नेस्तनाबूद केली. त्यांच्या लेखणीतील आणि वाणीतील ही वीणाधारिणी प्रसन्न सरस्वती पुढे संयुक्त महाराष्ट्राच्या लढ्याच्या वेळी रणरागिणी महिषासुरमर्दिनी बनली. तिने श्रोत्यांनी भरलेली मैदाने रण मैदानाप्रमाणे गाजविली — जिंकली. राजकारणी पुरुषांनी लिहिलेल्या साहित्याचे कौतुक करण्याची पूर्वापार प्रथा होती पण आता अत्र्यांच्या रूपाने साहित्याच्या गंगेतून राजकारणाच्या समुद्रात प्रवेश करणारा, या समुद्रावरच्या भीषण वादळात दीपस्तंभाची दिशा दाखवीत 'सावध ऐका पुढल्या हाका' असा इशारा देणारा नेता लोकांनी पाहिला. हे नेतृत्व अभूतपूर्व होते.

अत्र्यांच्या सतत वाजत-गाजत राहिलेल्या जीवनाची सर्वांना परिचित असणारी ही रूपरेषासुद्धा 'सत्य कल्पितापेक्षादेखील अद्भुत असते', या उक्तीची आठवण करून देण्याला समर्थ आहे. मग या रूपरेषेच्या आत भरलेले नानाविध, सौम्य आणि भडक, प्रसंगी परस्परविरोधी असे रंग ज्यांनी जवळून पाहिले आहेत, त्यांना या अद्भुताची किती विविध रूपे आठवत असतील याची गणतीच करता येणार नाही. ती आठवावीत असेच लोकविलक्षण, कोणत्याही साच्यात न बसणारे, कोणत्याही संकेताला न जुमानणारे व्यक्तित्व अत्र्यांना लाभले होते. त्या व्यक्तित्वाला शोभेल असे कर्तृत्व त्यांनी करून दाखविले. इतरांची अतिशयोक्ती ही त्यांची स्वभावोक्ती होती. कारण सरस्वतीची वाणी ही त्यांच्या लेखी वीणा तर होतीच, पण जरूर पडेल तेव्हा ते लीलेने त्या वीणेचे धनुष्य करीत.

हे ते करू शकले याचे कारण एकच होते. ते जे हाती घेत, त्याने त्यांची स्थिती झपाटल्यासारखी होत असे. ते भाषाप्रभू असूनही त्यांच्या कोशात काही शब्द मुळीच नव्हते. 'आळस', 'थकवा', 'अशक्य', 'निराशा', 'न्यूनगंड' इत्यादी शब्दांना त्यांनी आपल्या कोशातून धक्के मारून हाकलून दिले होते. त्यामुळेच त्यांच्या ईश्वरदत्त विनोदी प्रतिभेला प्रथम सामाजिक करुणेची आणि नंतर विशाल पराक्रमाची जोड ते देऊ शकले. यांचे जय-पराजय, त्यांची स्वप्ने आणि कृती या सर्वांभोवती भव्यतेचे एक वातावरण सदैव पसरलेले दिसे, ते यामुळेच!

अत्र्यांचा आशावाद, त्यांची जीवनासक्ती, सामाजिक अन्यायविषयीची त्यांची चीड, उदात्ततेकडे असलेली त्यांच्या अंतर्मनातील ओढ या सर्वांमुळे त्यांचे साहित्य बहुरंगी, बहुढंगी झाले. त्याला धार आली. तेज चढले, आल्बेर काम्यूने नोबेल

प्र. के. अत्रे । ११३

पारितोषिकाचा स्वीकार करताना केलेल्या भाषणात म्हटले होते, To me Art is not a solitary delight. अत्रेही याच साहित्यसूत्राशी मनोमन बद्ध होते. आपल्या सर्व बौद्धिक आणि भावनिक शक्ती त्यांनी लेखणीत ओतल्या. त्या लेखणीवर महाराष्ट्राने अपरंपार प्रेम केले. अत्र्यांना खूप-खूप दिले. अत्र्यांनीही हे ऋण फेडण्याकरिता आपल्या सर्व शक्ती महाराष्ट्राच्या अभ्युदयाकरिता राबविल्या.

साहित्याच्या आकाशात अनेक नक्षत्रे नेहमीच चमकत असतात. गडकऱ्यांसारखी चंद्रकोरही अधूनमधून उदयाला येऊन जाते. पण भोवतालच्या काळळाला क:पदार्थ लेखून चमचमत राहणारी, आपल्या प्रकाशाने भयभीत वाटसरूंना दिलासा देणारी आणि तो देत असताना आपल्या नर्तनाने त्यांना प्रसन्न करणारी विजेसारखी प्रतिभा या आकाशात फार क्वचित दृष्टीला पडते. महाराष्ट्रातील जनमानसाने पूजा केली ती अत्र्यांसारख्या साहित्यिकातल्या या चमचमणाऱ्या आणि कडकडणाऱ्या विजेची!

अलीकडे अत्र्यांची आणि माझी गाठभेट झाली की, हंस पिक्चर्सच्या आठवणी हटकून निघत. पेशाची, कीर्तीची किंवा अन्य कशाचीही पर्वा न करता आम्ही दोघे त्या वेळी बरोबरीने एका भव्य स्वप्नामध्ये धावलो होतो. तसे आनंदाचे दिवस पुन्हा येणार नाहीत म्हणून आता हुरहुर होतो. यापुढे ही हुरहुर मीच मला सांगायची, मीच ती ऐकायची. कारण माझा हा थोर, कर्तबगार लेखणीबहाद्दर स्नेही अशा ठिकाणी निघून गेला आहे की, जिथून कुणी कधी परत येत नाही!

अत्र्यांची स्मृती मराठी साहित्याला आणि मराठी जीवनाला सदैव प्रेरणा देत राहो, हीच इच्छा.

★ ★ ★

१२

वाङ्‌मयीन व्यक्तिमत्त्व :
कुसुमावती देशपांडे

'खरंच?'

'अगदी खरं!'

'छे! तुम्ही थट्टा करता माझी!' माझे विद्वान मित्र माझ्याकडे गंभीर मुद्रेने पाहत उद्‌गारले. त्यांच्या दृष्टीत माझ्या बोलण्याविषयीचा अविश्वास स्पष्ट दिसत होता. मी त्यांना बनवीत आहे, असे त्यांना बहुधा वाटले असावे.

माझा देवावर विश्वास नाही. नाहीतर त्याची शपथ घेऊन मी खरे बोलतोय, असे त्यांना मी सिद्ध करून दाखविले असते.

ते थोड्याशा घुश्शयाने म्हणाले, 'तुम्ही ही गोष्ट आपल्याला आवडली म्हणून सांगता; पण हिच्यात आवडण्यासारखं काय आहे, हेच मला कळत नाही. हिला गोष्ट तरी का म्हणायचं? हवं तर शब्दचित्र म्हणा, लघुनिबंधवजा गोष्ट म्हणा.'

काही वर्षांपूर्वी कुसुमावती देशपांड्यांची 'जांभई' ही लघुकथा मासिकातून प्रसिद्ध झाली, तेव्हा रसिकतेबद्दल प्रसिद्ध असलेल्या एका स्नेह्याशी झालेले हे संभाषण अजूनही मला आठवते. 'जांभई' ही गोष्ट मला का चांगली वाटते, याची कारणे त्यांना मी सविस्तर सांगू लागलो. पण एक मोठी जांभई देऊन ते म्हणाले, 'हे पाहा, गोष्ट म्हणजे त्यात गंमत हवी, गुंतागुंत हवी, गोडवा हवा, रहस्य हवं, प्रेम हवं, आकर्षक प्रसंग हवेत, काही ना काही तरी घडतंय असं वाटून त्याच्या मागून वाचकाच्या मनानं धावत जायला हवं! या गोष्टीत काय सस्पेन्स आहे का, क्लायमॅक्स आहे का...छे! या कथेत पाहावं तो इकडं बायका जांभया देताहेत, तिकडं पुरुष जांभया देताहेत, याशिवाय दुसरं काही घडतच नाही.'

कलापूर्ण आणि जीवनदर्शी लघुकथा लिहिणाऱ्या आजकालच्या लेखकांत

कुसुमावती देशपांडेंचे स्थान उच्च असूनही त्यांना सर्वसामान्य वाचकांत मिळावी तशी लोकप्रियता लाभली नाही. याचे कारण कथेची ही साचेबंद कल्पनाच होय, असे मला वाटते.

अभिजात आणि लोकप्रिय यांत नेहमीच विरोध असतो असे नाही. पण कुठलीही चांगली व नवीन गोष्ट लोकप्रिय व्हायला ती हळूहळू लोकांच्या दृष्टीत भरावी लागते, त्यांच्या अभिरुचीत मुरावी लागते. तिच्यात जे वैशिष्ट्य असते, जे अपरिचित सौंदर्य असते, ते जुन्या चाकोरीतून जाणाऱ्या वाचकाला झटकन दिसत नाही; क्वचित दिसले तरी ते त्याच्या पचनी पडत नाही. कुसुमावतींच्या कथांच्या बाबतीतही हेच म्हणता येईल. आजच्यापेक्षाही उद्या त्या रसिकांना अधिक आवडतील. त्यांच्या कथांची व कथावजा साहित्याची संख्या तीस-चाळीस छोट्या प्रकरणांपेक्षा अधिक नसली तरी मराठी लघुकथेचे वैभव वृद्धिंगत करणाऱ्या आणि तिच्या विकासाला हातभार लावणाऱ्या कलाकारांत त्यांचे स्थान निश्चित आहे. तिची उंची आणि खोली वाढविण्याचा प्रामाणिक प्रयत्न करणाऱ्या विरळ साहित्यिकांपैकी त्या एक आहेत.

कथाविषय निवडताना त्यांचा सहानुभूतिपूर्ण दृष्टिकोन जसा स्पष्टपणाने दृष्टीला पडतो, तसा त्याचा विकास होताना त्यांचे कविमन, त्यांचा कलापूर्ण संयम, अनुभूतीकडे आत्मनिष्ठेबरोबर वस्तुनिष्ठेने पाहण्याची दृष्टी, त्यांची मानवतेवरली श्रद्धा इत्यादिकांचाही वाचकाला परिणामकारक प्रत्यय येतो.

त्यांच्या कथा या जाईजुईच्या फुलांसारख्या आहेत. त्या जशा आकाराने लहान आहेत, तसा त्यांचा सुगंधही सौम्य आहे. त्यांच्या आकर्षकपणात कुठल्याही प्रकारची उग्रता नाही, भपकारा नाही, भडकपणा नाही, अतिरेक नाही. केवळ रंजनाकरिता कथा वाचणाऱ्या आणि उठल्यापासून झोपेपर्यंत, किंबहुना स्वप्नात बहिर्मुख दृष्टीने जगाकडे पाहणाऱ्या वाचकाला अशा गोष्टी वाचून गोंधळल्यासारखे होत असले, तर त्यात नवल नाही. आपण ज्या वृत्तीने कविता वाचतो त्या वृत्तीने त्यांच्या कथा वाचल्या पाहिजेत. तरच त्यांचा खरा रसास्वाद आपल्याला घेता येईल. कवितेत व्यक्त सौंदर्यापेक्षा सूचित सौंदर्य अधिक असते. कुसुमावतींच्या कथांचे असेच आहे. त्या पाच मिनिटांत वाचून संपल्या, तरी अंतर्मुख मनाला दीर्घकाळ हुरहुर लावतात, त्याला अस्वस्थ करून सोडतात, काही काही वेळा त्याला विचारप्रवृत्तही करतात. 'जांभई' या गोष्टीने मला जो चटका लावला होता, तो अशाच प्रकारचा होता. शब्दचित्र व निबंध यांचे मिश्रण असलेल्या या कथेत कॉलेजातली मुले आणि मुली, घरातल्या बायका आणि पुरुष ही सर्व माणसासारखी माणसे – बुद्धिवान सुखवस्तू अशी लक्षावधी आपल्या देशातली माणसे – आलेला दिवस, महिना, वर्ष, किंबहुना सारा जन्म घाण्याला जोडलेल्या बैलाप्रमाणे कसे

मूक, बधिर, नीरस आणि प्रगतिशून्य जीवन जगत असतात, याचे मर्मभेदक चित्र कुसुमावतींनी रेखाटले आहे. ठरावीक ठशाचे, फक्त शारीरिक असे आयुष्य जगणाऱ्या, बौद्धिक आणि आत्मिक आनंदाच्या कल्पना नसणाऱ्या व पराक्रमाने पादाक्रांत करण्यासारखे अगणित प्रश्न मानवतेपुढे आ पसरून उभे राहिले असतानाही आपल्याच खुराड्यात फडफड करीत बसणाऱ्या आपल्या समाजाचे हे चित्र वाचल्यानंतर कुणाचे मन अस्वस्थ होणार नाही? या गोष्टीत कुणी काही करीत नाही – प्रेमसुद्धा नाही, मग खुनाची गोष्ट लांबच राहिली — हे खरे आहे. पण माणसांनी काही न करता प्रवाहपतित होणे, पिढ्यानुपिढ्या ध्येयहीन आणि पराक्रमशून्य जिणे जगणे ही केवढी घोर आपत्ती आहे?

'जांभई'मध्ये विरोधी विचारचित्रांच्या द्वारे या आपत्तीचे चित्रण कुसुमावतींनी केले आहे. 'दीपकळी', 'दीपदान' व 'मोळी' या त्यांच्या तीन लेखसंग्रहांपैकी शेवटचा विशेष सरस असून त्यातल्या 'त्याची काळजी', 'लहरी', 'समांतर रेषा' इत्यादी प्रकरणांत त्यांनी हेच विशिष्ट तंत्र कुशलतेने वापरले आहे, असे दिसून येईल. जीवनातला हरतऱ्हेचा विरोध त्या मोठ्या कुशलतेने टिपून घेतात आणि त्याची कल्पनाचित्रे अथवा विचारचित्रे जवळजवळ ठेवून त्या त्याला कथारूप देतात. त्यांची पद्धती विविध अथवा भडक रंग रंगवून चित्रात सौंदर्य निर्माण करणाऱ्या कलावंताची नाही. नुसत्या रेखांतल्या डौलाच्या आणि सामर्थ्याच्या बळावर त्या आपले चित्र उठावदार करतात. नंदलाल बोसांचे त्यांनीच एके ठिकाणी वर्णन केलेले 'शिव-विलाप' हे चित्र हा त्यांच्या कलेचा आदर्श असावा. या चित्राचे वर्णन त्यांनी असे केले आहे —

'सतीचे कलेवर शिवाच्या मांडीवर आहे. त्याची दृष्टी अंतराळात कुठेतरी विलीन झाली आहे. चित्राला पार्श्वभूमीही नाही आणि पुरोभूमीही नाही. त्या चित्राकडे पाहता-पाहता असं वाटतं की, सतीचा मृत्यू व शिवाचा उद्वेग ही दोनच सत्ये विश्वात शिल्लक उरली आहेत. चित्रात कुठं फरशा नाहीत, राजवाडे नाहीत, दक्षाचे ऐश्वर्य नाही. वेगवेगळे अंगविक्षेप करून नटूनथटून उभे राहिलेले सेवकजन किंवा राजसंबंधी नाहीत. एवढेच काय, शिवाचे निवासस्थान जो हिमालय, त्याची हिमाच्छादित निमुळती शिखरे नाहीत, गंगा नाही, मेघ-विजा नाहीत, झाडेपाने नाहीत, काही नाही. केवळ शिवाचे डोळे व सतीची अचेतन पण सौंदर्यपूर्ण आकृती यातच त्या चित्राचे सारसर्वस्व साठलं आहे.'

आविष्काराच्या या विशिष्ट पद्धतीबरोबरच त्यांच्या कथांतून प्रगट होणारे त्यांचे कविमनही मोठे वैशिष्ट्यपूर्ण आहे. त्याला विशालतेबरोबर सूक्ष्मतेचे आणि चमत्कृतीबरोबर अनुभूतीचे सहज आकलन करता येते. 'मध्यान्ह', 'मध्यरात्र' आणि 'चंद्रास्त' ह्या त्यांच्या लघुनिबंधांतला या कविमनाचा विलास मोठा हृद्य आहे. कविवृत्तीने कथा

हाताळणारे लेखक आपल्याकडे विपुल प्रमाणात आढळत नसले तरी दिवाकर कृष्ण, वामन चोरघडे, पु. भा. भावे वगैरेंची गणना अशा प्रकारच्या कथा लेखकांतच केली पाहिजे. दिवाकर कृष्णांच्या काव्यमयतेत हळवेपणाचा भाग अधिक आहे, उलट भाव्यांच्या कथांत केवळ काव्याचे धुंद वातावरण आहे. चोरघडे हेच त्यातल्या त्यात कुसुमावतींना जवळ आहेत.

काव्यात्म शैलीने कथा लिहूनही कुसुमावती कुठल्याही उथळ अथवा कृत्रिम भावनेचा परिपोष करीत नाहीत. वैयक्तिक जीवनापासून सामाजिक जीवन त्या सहसा अलग ठेवीत नाहीत. दुःख, दारिद्र्य, दुर्दैव इत्यादिकांच्या त्यांच्या चित्रणातही त्या नुसत्या अश्रू ढाळीत नाहीत. माणसाच्या हृदयात अश्रूंबरोबरच अग्नीही आहे, हे त्या सहसा विसरत नाहीत. 'मोळी' हा त्यांचा एकच संग्रह वाचला तरी त्यांच्या भावनासंपन्न पण बुद्धिनिष्ठ अशा व्यक्तिमत्त्वाची आणि सौंदर्यप्रवण पण संयमशील अशा कलेची वाचकाला ओळख पटल्यावाचून राहणार नाही.

कथाकारांप्रमाणे टीकाकारांतही त्यांचे स्थान मोठे मानाचे आहे. साहित्याच्या संस्कारशील सामर्थ्यावर त्यांची पूर्ण श्रद्धा असल्यामुळे त्यांच्या टीका लेखनात अभिजात वाङ्मयीन मूल्ये आणि प्रगतिपर जीवनमूल्ये यांच्याखेरीज अन्य निकष सहसा वापरला जात नाही. नकली कला ही जातिवंत कलेची वैरीण आहे; केवळ तंत्राचा व साफसफाईचा विचार करून लिहिले गेलेले आजकालचे, किंबहुना सर्व प्रकारचे, बहिर्मुख ललित वाङ्मय सोन्याचा मुलामा दिलेल्या पितळेच्या भांड्यासारखे असते, हे त्यांचे म्हणणे निःसंशय विचारणीय आहे. लेखकाच्या उत्कट अनुभूतीतून, विकसित व्यक्तिमत्त्वातून आणि प्रामाणिक आविष्कारातून जे साहित्य निर्माण होते, त्याच्यातच अधिक चिरंतन गुणांचा विलास आढळतो, अशी त्यांची निष्ठा आहे. त्यामुळे त्यांच्या टीकालेखनाची पातळी उच्च व वैचारिक झाली आहे. 'कला आणि कृत्रिमता' या 'दीपदान'मधील छोट्या लेखात त्या म्हणतात —

'कला आणि कृत्रिमता' यांत मुख्य फरक जीवनाचा आहे. जिवंत ती कला व जी निर्जीव ती कृत्रिमता! प्रत्येक युगातील उच्चतम कला लोकांच्या जीवनातून व जिवंत विचारप्रणालीतून स्फुरत असते.'

या अभिजात टीकादृष्टीमुळे त्यांच्या दोषदर्शनातही कटुता किंवा एकांगीपणा येत नाही.

साहित्याचे रसग्रहण त्या किती कल्पकतेने व तन्मयतेने करू शकतात, हे केशवसुतांच्या 'आम्ही कोण?' या कवितेवरल्या त्यांच्या लेखावरून सहज कळून येण्याजोगे आहे. अलीकडे मराठीत जाडजूड टीकाग्रंथ पुष्कळ निर्माण होत आहेत. पण एखाद्या दुकानातली किर्द-खतावणी लिहिल्याप्रमाणे पुढे असलेल्या साहित्याचा परामर्श घेणे अथवा फौजदाराने कबुलीजबाब घेण्याकरता समोर उभ्या असलेल्या

आरोपीला फेरावर धरावा तशी तावडीत सापडलेल्या ग्रंथकाराची संभावना करणे, या दोन सोप्या मार्गांचाच बहुतेक टीकाकार अवलंब करीत असतात. 'आज मला त्रैलोक्यसुंदरी पाहायला मिळणार', असे मूकनायकातला विक्रांत उद्‌गारतो; तेव्हा त्याचा मित्र प्रतोद त्याला म्हणतो, 'मी सांगू का आज राजकन्या तुम्हांला कशी दिसेल ती? शिरोमार्गी एक सर्पाचा विळखा दिसेल, त्याच्या खाली एक पट्टा, त्याच्या खाली दोन धनुष्यं, नंतर दोन कमलं, मग एक वेळूची काठी, तिच्या मागून दोन तोंडली व ही सामग्री एका चंद्रावर!' गाजावाजा झालेले आमचे अनेक टीकाकार प्रतोदाच्या या दृष्टीनेच साहित्यातल्या सौंदर्याकडे पाहत असावेत, असे पुष्कळदा वाटते. कुसुमावतींचा केशवसुतांच्या कवितेवरला लेख त्यांनी एकदा अवश्य वाचावा. केवळ त्या कवितेतले बाह्य आणि आंतर-सौंदर्यच त्यात व्यक्त झालेले नाही. केशवसुतांच्या प्रतिभेला झालेल्या जीवनदर्शनाची आपल्याला त्यातून प्रचिती येते. मराठी वाङ्मयाच्या विकासाला कुसुमावतींसारख्या स्वतंत्र बुद्धीच्या आणि तरल कल्पकतेच्या रसग्राहक टीकाकारांची आज फार जरुरी आहे.

जीवनातल्या सर्व क्षेत्रांत प्रत्येक व्यक्तीची आत्मशक्ती तिच्या गुणांना मर्यादा घालते. कुसुमावतींचे लेखन वाचताना त्यांच्या या मर्यादा आपल्याला जाणवतात; नाही असे नाही. पण त्या लक्षात घेऊनही माझ्यासारखे त्यांचे चाहते कथा, टीका व निबंध या क्षेत्रांत त्यांच्याकडून अधिक कामगिरीची अपेक्षा करीत आहेत, हे या ठिकाणी मला बोलून दाखवावेसे वाटते. सजीव सुंदर साहित्य हे माणसाच्या मनाचे अन्न आहे हे तर खरेच; पण ते मोठे विचित्र अन्न आहे. ते मिळू लागले म्हणजे आत्मक्षुधा तृप्त न होता प्रदीप्तच होत जाते, हे काय कुसुमावतींना सांगायला हवे?

✧ ✧ ✧

१३

काव्यवाटिकेतला कलमी आंबा : बा. भ. बोरकर

३ २ साली कोल्हापूरला साहित्य संमेलन भरले होते. त्या साहित्य संमेलनाला जोडून कविसंमेलनही ठेवण्यात आले होते. तांबे त्या कविसंमेलनाचे अध्यक्ष होते. त्यांच्याकडे नव्याजुन्या कवींच्या काव्यगायनाची बैठक झाली. त्या बैठकीत बहुतेकांना अपरिचित असलेल्या अशा एका तरुण कवीची 'विरोधी भक्ती' ही कविता तांब्यांनी ऐकली. लगेच ते शेजारी बसलेल्या माधवराव पटवर्धनांना म्हणाले, 'Madhavrao, here is a star on the horizon.'

'हा पाहा काव्याच्या क्षितिजावरला नवा तारा' असा तांब्यांनी कौतुकाने या बैठकीत ज्यांचा उल्लेख केला, ते बोरकर होते. या संमेलनाला मी हजर राहू शकलो नव्हतो. त्यामुळे तांब्यांचे हे उद्‌गार त्या वेळी मला अज्ञात होते. पण १९३१- ३२मध्ये बोरकरांच्या दुसऱ्या एका कवितेने त्यांच्याविषयी माझ्या मनातही अशाच मोठ्या आशा निर्माण केल्या होत्या.

ते झाले असे. व्याख्यानाच्या निमित्ताने मी पणजीला गेलो होतो. ज्यांच्या घरी मी उतरलो होतो, त्यांनी दुपारी जेवण झाल्यावर चाळण्याकरिता म्हणून माझ्यापुढे काही वर्तमानपत्रे आणि पुस्तके टाकली. त्यांतले 'प्रतिभा' हे पुस्तक मी उचलले आणि ते एका गोमंतकीय कवीचे आहे असे पाहून मी ते उत्सुकतेने वाचू लागलो. पहिल्या काही कविता मी थंडपणाने – आळसटलेल्या मनानेच म्हणा ना – वाचल्या. मधून सुंदर शब्दरचना भेटे, क्वचित कल्पकतेचा प्रत्यय येई. पण बालकवींच्या आणि तांब्यांच्या छायेत वाढलेल्या एका होतकरू कवीची रचना यापेक्षा त्या काव्यसंग्रहाला अधिक किंमत द्यायला माझ्यातला टीकाकार तयार होईना. जड जेवणानंतर येणाऱ्या गुंगीमुळे मी ते पुस्तक अर्धवट वाचून खाली ठेवून

देणार होतो; पण त्याच क्षणी त्या संग्रहातली 'माझी आगबोट' ही कविता माझ्या नजरेला पडली.

मी ती वाचू लागलो. मी ती एकदा वाचली, दोनदा वाचली, पण माझे समाधान होईना. रसिक आणि प्रेमिक यांच्यात फार साम्य आहे, हेच खरे! 'एकच घेईन मुका । केला निर्धार निका । दश शत घेऊन भुका । तो भुकाच राहिला', हा वल्लभाचा अनुभव रसिक वाचकालाही येतो. नाद, शब्द, अर्थ, कल्पना, भावना या सर्वांचे या कवितेत झालेले सुरस संमेलन पाहून मी चकित झालो. लहान मुलाने खेळायला घेतलेल्या विविध वस्तूंत एखाद्या कुशल शिल्पकाराने बनविलेली दुर्मिळ मूर्ती आढळावी, तशी माझ्या मनाची त्या संग्रहातली ती कविता वाचून स्थिती झाली.

या कवितेत वर्णन केलेले दृश्य वर्षानुवर्षे मी कोकणातल्या बंदरा-बंदरांवर पाहत आलो होतो. धक्क्यावर उभ्या असलेल्या प्रियजनांचा निरोप घेऊन प्रतिक्षणी बोटीबरोबर त्यांच्यापासून दूरवर जाणाऱ्या माणसाची व्याकूळ मन:स्थिती हा काव्याला मोठा सुंदर विषय आहे, असे मला अनेकवेळा वाटले होते. त्या वेळी मी थोडासा कवी – म्हणजे पद्यकार – होतोही. पण या दृश्याने अनेकवेळा माझ्या हृदयात कालवाकालव केली असूनही त्याचे रसयुक्त चित्रण मला कधीच करता आले नव्हते. त्यामुळे चार कडव्यांच्या या चिमुकल्या कवितेतून व्यक्त झालेल्या आर्तता, उत्कटता आणि कल्पकता या तीन गुणांनी मला अगदी मुग्ध करून सोडले. विशेषत: त्या कवितेतल्या शेवटच्या कडव्याने तर बोरकरांच्या कल्पकतेची झेप जेवढी नाजूक आहे तेवढीच मोठी आहे, अशी माझी खात्री झाली. किनाऱ्यापासून दूरदूर जाणाऱ्या या कवितेतला विरही प्रवासी म्हणतो –

'आशेने मीं आकाशांत पाहियलें जधी तुझीं प्रेमपुष्पें शुभ्र आलीं वाटे तधी परि हाय! पक्षी ते ग, स्वैर वाऱ्यामधीं सान बाळापरी मज कुणी फसवीत गं'

या कवितेने बोरकरांविषयी माझ्या मनात मोठे कुतूहल निर्माण केले. लगेच त्यांची मी चौकशी केली. ते मुंबईत शिक्षक आहेत, असे मला कुणीतरी सांगितले. 'ते गोव्यात येतील तेव्हा मला अगत्य भेटायला त्यांना सांग', असा निरोप ठेवून मी पणजीहून परतलो. मात्र त्या निरोपाबरोबर गडकऱ्यांनी मला दिलेला गुरुमंत्रही मी त्यांच्याकडे रवाना केला होता. 'खूप लिहा, पण छापण्याच्या मोहाला बळी पडू नका', हाच तो मंत्र होता.

या गोष्टीला वर्ष-दोन वर्षे होत आली. या काळात बोरकरांची कविता कुठल्याही मराठी मासिकात मी पाहिली नाही. 'माझी आगबोट' या कवितेची आठवण होऊन मला या गोष्टीचे मोठे नवल वाटले. मी दिलेल्या गुरुमंत्राचा भलताच परिणाम होऊन त्यांनी काव्यलेखन सोडून दिले की काय, हे मला कळेना! पण १९३३च्या ऑगस्ट-सप्टेंबरमध्ये एके दिवशी एक चमत्कार घडला! आपण अस्सल कवी

आहोत हे सिद्ध करण्याकरिताच की काय, आगाऊ पत्र वगैरे न पाठविता बोरकर एकदम दत्त म्हणून शिरोड्याला माझ्यापुढे येऊन उभे राहिले! ते गोमंतकातून पेडण्यावरून मोटारीच्या रस्त्याने आले होते. प्रवासात वेळ घालविण्याचा सोपा उपाय सिगरेट ओढणे किंवा कविता करणे हाच आहे, असे त्यांना वाटत असावे, हे मी लगेच ताडले. 'मी बोरकर. मागं तुम्ही मला भेटून जायचा निरोप ठेवला होता. म्हणून तुमच्याकडे आलोय.' एवढे बोलून स्वारी बोटात सिगरेट धरून नुकतीच रचलेली कविता स्वत:शी गुणगुणू लागली!

आपल्या नव्या कविता मला दाखविण्याकरिता ते आले होते. 'तुम्ही सांगितल्याशिवाय मी माझा पुढचा संग्रह छापणार नाही', असे त्यांनी मला सांगितले. त्यांची ती कलेवरली निष्ठा आणि आत्मविकासासाठी चाललेली दुर्दम्य धडपड पाहून मी चकित झालो. त्यांच्या नव्या रचनेत कितीतरी चांगल्या कविता होत्या. तीन-चार दिवस आम्ही दोघे एकत्र बसलो. त्यांच्या कविता वाचल्या, गुणदोषांची चर्चा केली. काव्याविषयी, वाङ्मयाविषयी खूप-खूप बोललो. सूर्योदयाच्या वेळी टेकडीवर, सूर्यास्ताच्या वेळी समुद्रतीरावर, मध्यरात्री अंगणात, खुर्च्या टाकून चांदण्यांच्या सहवासात आम्ही तासन् तास बोलत होतो, एकमेकांशी समरस होण्याचा प्रयत्न करीत होतो. वाङ्मयाच्या उन्मादाने धुंद झालेले ते दिवस आठवले म्हणजे मला अजूनही वाटते, शेक्सपिअरने कवी, वेडे आणि प्रेमिक यांना एका माळेत ओवले आहे, हे काही केवळ कल्पनेच्या भरारीने नव्हे; अगदी स्वानुभूतीने!

बोरकरांनी त्या वेळी आणलेल्या अनेक सुंदर कवितांत 'तेथे कर माझे जुळती' ही होती. 'माझी आगबोट' या कवितेत त्यांच्या सौंदर्यदृष्टीची सूक्ष्मता आणि उत्कटता यांचे मला दर्शन झाले होते. या कवितेने त्यांच्या प्रतिभेचा दुसरा तितकाच महत्त्वाचा पैलू माझ्या नजरेला आणून दिला. तो म्हणजे साधुत्वाची अंत:स्फूर्त पूजा – मांगल्यावरली अढळ श्रद्धा – उदात्ततेविषयी वाटणारे असीम आकर्षण.

सौंदर्याची आसक्ती व साधुत्वाची भक्ती हे बोरकरांच्या कविप्रकृतीचे दोन प्रभावी विशेष आहेत. ते तसे असणेच स्वाभाविक आहे. बोरी हे त्यांचे गाव निसर्गसौंदर्याबद्दल गाजलेल्या गोमंतकातही ज्याचे वैभव चटकन डोळ्यांत भरावे असे आहे. तिथली सृष्टी ही केवळ एक लावण्यवती युवती नाही, ती स्वर्गीय अप्सरा आहे. नारळी-पोफळींच्या बागा, विस्तीर्ण खाचरे, भव्य डोंगर आणि प्रशांत खाडी यांनी नटलेल्या परिसरात बोरकरांचे बालपण गेले. सुंदर देवालयांबद्दल प्रसिद्ध असलेला गोमंतकाचा भाग बोरीच्या आसमंतातच आहे. त्या निरनिराळ्या देवालयांतले सारे वैभवशाली उत्सव त्यांनी लहानपणी पाहिले. सौंदर्यातून प्रकट होणाऱ्या भारतीय संस्कृतीच्या त्या मोहक दर्शनाने त्यांचे बालपण संस्कारित झाले. त्यांच्या घरात भजनाची परंपरा पिढ्यान् पिढ्या चालू आहे. 'अमृतघट' या कवितेतल्या

'वडील वाचिति गाथा पोथी! काळ तिथे तू क्रमिलास किती?' या ओळी बोरकरांच्या अशा संस्कारांतून स्फुरलेल्या आहेत. त्या केवळ कल्पिलेल्या नाहीत. 'साद'मधली –

एकच माझा साद, ऐक प्रभू

एकच माझा साद

पचूं न देई मला कधीही

इवलासाही प्रमाद

पापासरशी देऊन शापा

सन्मार्गी मज लावी बापा

जाणतसे मी तुझ्या घरीं प्रभु,

शासन हाहि प्रसाद'

ही आर्त याचना लहानपणी ज्याच्याशी ते तद्रूप होऊन जात, अशा एका अभंगातून उद्भवली आहे. 'पापाची वासना नको दावू डोळा । त्याहुनी आंधळा बराच मी' हा तो अभंग. मात्र निसर्गसौंदर्याच्या, ईश्वरभक्तीच्या आणि विविध आप्तेष्टांच्या वैशिष्ट्यपूर्ण स्वभावांच्या संस्कारांनी त्यांच्या काव्यात्म व्यक्तित्वाचे पोषण केले असले तरी काव्यरचनेची त्यांना जी स्फूर्ती मिळाली, ती माडी काढणाऱ्या एका म्हाताऱ्या किरिस्तावापासून! या बाबतीतली त्यांची आठवण मोठी मनोरंजक आहे. ते म्हणतात, 'माझ्या लहानपणी माडी काढायला जाताना म्हातारा पात्रिस रोज मला आपण रचलेल्या कोकणी ओळी शिकवी आणि माझ्या तोंडून त्या ऐकल्यावर कृतकृत्य होई. एके दिवशी वडिलांबरोबर मी किरिस्ताव भंडाऱ्याच्या लग्नाला गेलो. तेथे पंगत बसली होती. 'स्लोक' म्हणण्याबद्दल माणसे एकमेकांना आग्रह करीत होती. बहुतेक सगळ्यांचा रोख पात्रिसवरच होता. लोक त्याच्याकडे मोठ्या आदराने पाहत होते. शेवटी म्हातारा पात्रिस थोडा थांबला आणि सहज बोलावे त्याप्रमाणे त्याने लग्नसराईवर कटाव म्हणण्यास प्रारंभ केला. तो दिव्य चमत्कार पाहून मी स्तिमित झालो. तोपर्यंत ईश्वरी प्रसादाने संतांना गाणी होतात किंवा झाडे, सूर्यचंद्र इत्यादिकांप्रमाणे त्यांचे अस्तित्व असते, असे मला वाटत असे. पण आता पाहतो तर ती आपल्या पात्रिसलाही करता येतात! लोकांनी त्याचे हे नैपुण्य पाहून त्याला नुसते डोक्यावर घेतले. मला त्या रात्री तो लंगोटीवाला म्हातारा पात्रिस एक महापुरुष वाटला आणि तसा होण्याची स्वप्ने मी रचू लागलो.'

चौदाव्या वर्षी बोरकर काव्यरचना करू लागले. त्यांच्या काव्यातली नादमधुर संस्कृत शब्दांची चपखल योजना पाहिली ('जलद भरुनि आले', 'सांध्य सुंदरी', 'बांगड्या' इत्यादी त्यांच्या कविता या दृष्टीने अभ्यासण्याजोग्या आहेत.) किंवा एखाद्या सिद्धहस्त वादकाने बीनातून विविध रसानुकूल सूर काढावेत त्याचप्रमाणे

बा. भ. बोरकर । १२३

भिन्न-भिन्न रसांच्या कवितांतून त्यांचे भाषाप्रभुत्व किती तरलतेने नर्तन करते हे लक्षात घेतले म्हणजे त्यांचे मराठीचे व संस्कृतचे शिक्षण फार व्यवस्थित रीतीने झाले असावेसे वाटते. पण वस्तुस्थिती अगदी निराळी आहे. आपल्या आवडत्या व्यासाची, वाल्मीकीची आणि कालिदासाची माधुरी मुळातून आस्वादता यावी म्हणून आता कुठे ते संस्कृत शिकू लागले आहेत. गोमंतकात मराठी शाळा केवळ खाजगी प्रयत्नांनीच स्थापन होत असत, चालवाव्या लागत. अजूनही तिथे तीच स्थिती असावी! घरच्या परिस्थितीमुळे असल्या एखाद्या शाळेत बोरकरांना अखंड असा कधीच अभ्यास करता आला नाही. फोंडा, मडगांव, धारवाड वगैरे ठिकाणी मधूनमधून खंड पडत त्यांचे शिक्षण झाले. मॅट्रिक होताच थोरला मुलगा म्हणून त्यांना आपल्या शिक्षणविषयक आशाआकांक्षा गुंडाळून ठेवून कुटुंबाची धुरा खांद्यावर घ्यावी लागली. पुढे काही दिवस शिक्षकाचे काम करून पणजीला ते ट्रेनिंग कॉलेजमध्ये गेले. ती परीक्षा दिल्यानंतर त्यांना चांगली सुखाची नोकरी मिळाली. काही वर्षांनी लोहियांच्या प्रेरणेने गोमंतकाच्या स्वातंत्र्याची चळवळ सुरू झाली. त्या चळवळीत बोरकरांनी उडी घेतली. आजही गोव्याबाहेर राहूनच गोमंतकाच्या सर्वांगीण प्रगतीला पोषक अशी अनेक कामे ते यथाशक्ति करीत आहेत. 'आमचा गोमंतक' हे त्यांच्या संपादकत्वाखाली निघणारे पाक्षिक ज्यांनी पाहिले असेल, त्यांना त्यांच्या या पैलूची सहज कल्पना येईल.

बोरकरांच्या जीवनात असे अनेक चढ-उतार आहेत, विविध वळणे आहेत पण त्या सर्वांच्या अनुरोधाने जाताना त्यांची काव्यात्मवृत्ती कुठेच कोमेजली नाही, हा त्यांचा विशेष आहे. कुटुंबाचा भार वाहताना, शिक्षक म्हणून काम करताना, चळवळीत पडल्यावर उद्या आपल्या कुटुंबाचे काय होईल अशी काळजी मनाच्या कोपऱ्यात कुठेतरी दबा धरून बसली असताना, निरनिराळ्या वेळी भिन्न-भिन्न परिस्थितींत मी त्यांना पाहिले आहे. पण प्रत्येक वेळी आपल्या नव्या सुंदर कविता त्यांनी मला ऐकविल्या आहेत. कुठल्याही कडूगोड अनुभूतीचे काव्यात रूपांतर करण्याची त्यांची शक्ती मोठी प्रभावी आहे. या शक्तीचा उगम, क्षणाक्षणाला आणि कणाकणाने आपले व्यक्तित्व संपन्न करून घेण्याच्या त्यांच्या प्रवृत्तीत आहे, असे मला वाटते.

आपल्या कविप्रकृतीचे साम्य तांब्यांशी आहे हे त्यांनी काव्यप्रांतात पाऊल टाकताच ओळखले. तांब्यांची आणि त्यांची गाठ अशी एकदाच पडली. पण त्यांच्यापासून प्रेरणा घेऊन प्रारंभी बोरकरांनी आपली कला कशी आणि किती विकसित केली हे 'प्रतिभे'पासून 'जीवन-संगीता'पर्यंतचा त्यांचा प्रवास बारकाईने पाहणाराला सहज दिसून येण्याजोगे आहे. आत्मविकासाकरिता कुणापासून काय घ्यावे, हे जणूकाही ते अंत:स्फूर्तीने जाणतात. आपल्या मृत्यूच्या पूर्वी तांब्यांनी

त्यांना लिहिले होते, 'माझे हात आता थकले आहेत. आणि कान तुमच्याकडे लागले आहेत.' आपल्या या श्रेष्ठ गुरूची काव्य-परंपरा बोरकरांनी किती निष्ठेने चालविली आहे, हे 'दूधसागर' या त्यांच्या दुसऱ्या संग्रहातल्या अनेक सुरस कविता सहज सिद्ध करतील!

उदाहरणार्थ, 'बांगड्या' ही कविता पाहा. तांबे वारले त्याच वर्षी ती लिहिली गेली. त्यामुळे ती तांब्यांना वाचायला मिळाली होती की नाही, हे मला ठाऊक नाही. मात्र ती जर त्यांना ऐकायला मिळाली असती, तर त्यातल्या कडव्याकडव्याला त्यांनी आपल्या या शिष्याच्या पाठीवर शाबासकीची थाप मारली असती, यात शंका नाही. विषय किती साधा! बांगड्या भरण्यापलीकडे या कवितेत दुसरे काय आहे, असा प्रश्नसुद्धा एखादा वेदाभ्यासजड पंडित तिच्याविषयी विचारायचा! पण हा साधा विषय नादमाधुर्य, अर्थसौंदर्य आणि कल्पनाचातुर्य यांच्या साहाय्याने बोरकरांनी मोठ्या बहारीने रंगविला आहे. धर्मशाळेत पुरून ठेवलेला मोहरांचा हंडा जाता-जाता प्रवाशाला सापडावा, तसे काहीतरी या कवितेतले मोहक आणि नाजूक काव्य पाहून वाटते. कासार आणि काच कारखाना यांच्याशीच अधिक संबंध असणाऱ्या या वस्तूत इतके काव्य लपून बसले असेल, अशी कल्पनासुद्धा प्रथमदर्शनी आपल्या मनात येत नाही. विविध रंगांच्या बांगड्यांचे बोरकरांचे खालील वर्णन किती रेखीव आणि रंगमय आहे ते पाहावे. निरनिराळ्या रंगांच्या सुंदर बांगड्याच भराभर आपल्या डोळ्यांपुढून विलोल नर्तन करीत जात आहेत, असा या ओळी वाचताना वाचकाला भास होतो.

या प्रदोषकांत निळ्या
या बिजल्या सोनसळ्या
लाजविती रुसुनि खुळ्या
आम्रकिसलया या
क्षितिजासम या जांभुळ
जलदासम या श्यामल
वत्सल या गंगेतील
सांध्य-मेघ छाया.

पण दत्ताने चोवीस गुरू का केले, याचे मर्म बोरकरांनी जाणले आहे. त्यामुळे तांब्यांप्रमाणे वरेरकर आणि कालेलकर यांच्यापासूनही आपल्या व्यक्तित्वाच्या विकासाला आवश्यक अशा गोष्टी त्यांनी मिळविल्या. या दोघांविषयी ते म्हणतात, 'मामांच्या साहित्याने मला व्यापक सामाजिक दृष्टीची आणि झुंजार नि:संकेत वृत्तीची दीक्षा मिळाली. त्यांच्याबरोबर केलेल्या तीन हजार मैलांच्या प्रवासामुळे मला विशाल क्षितिज दिसले. प्रवासाचा माझा खर्चही त्यांनीच केला. १९३९मध्ये मी काकासाहेबांना

गोव्यात पाहिले. त्यापूर्वी त्यांचा-माझा पत्रव्यवहार होता. त्यांचे साहित्य मी भक्तीने वाचले होते. त्यांच्या परिचयानंतर साहित्य हे साध्य नसून जीवन हे साध्य आहे, याविषयी माझी खात्री झाली. माझ्या जीवनसाधनेला दुसरी दिशा लागली.'

पण या सर्वांपेक्षाही त्यांच्या विकासाच्या कामी त्यांना अधिक हातभार लावला तो दॉन प्रॉपेर्सिय कर्रैय ऑफॉसु इ फिगैरेदु या विदुषीने! हिलाच त्यांनी आपला 'दूधसागर' हा संग्रह अर्पण केला आहे. हिच्याविषयी बोरकर म्हणतात, 'मी पणजीच्या ट्रेनिंग कॉलेजमधे गेलो, तेव्हा ती तिथे प्रोफेसर होती. गोमंतकीय स्त्रीचा आदर्श असा तिचा लौकिक होता. थोड्याच दिवसांत माझ्यावर तिचा इतका लोभ जडला की, तिने मला आपला मुलगा मानले आणि प्रत्यक्ष आईने केली नाही अशी माया माझ्यावर केली. मी कुणीतरी असामान्य प्रतिभावंत आहे, अशी तिने आपली भावना करून घेतली होती. माझा आंतरिक विकास करण्याची जबाबदारी आपल्यावर आहे, असे तिला वाटे. मानसशास्त्र, समाजशास्त्र, शिक्षणशास्त्र वगैरे शास्त्रे, फ्रेंच व पोर्तुगीजमधले अभिजात वाङ्मय, विविध कला आणि त्यांची विधाने यांचा तर तिने मला परिचय घडविलाच; शिवाय प्रतिभावंतांची चरित्रे, त्यांचे गुणदोष यांची चर्चा करून तिने मला एक नवी जीवनदृष्टी दिली. ख्रिस्ती धर्म आणि ग्रीक संस्कृती यांचे महत्त्व आणि सौंदर्य तिने माझ्या प्रत्ययाला आणून दिले. हिंदू धर्म आणि हिंदू संस्कृती यांच्याशी त्यांचा कसा समन्वय करावा, याची शिकवणही तिने मला दिली. तिचे ऋण जन्म-जन्मांतरी फिटणार नाही.'

असल्या विविध संस्कारांमुळे बोरकरांच्या सौंदर्यप्रेमाला, कल्पकतेला आणि भावनाशीलतेला वैचारिकतेची जोड मिळाली आहे. 'विश्वामित्रास'सारख्या त्यांच्या कवितांत काव्याइतकेच तत्त्वज्ञानाचेही सौंदर्य आढळते ते यामुळे! असे वैशिष्ट्यपूर्ण व्यक्तित्व असलेल्या कवीचे केवळ कविता लिहून नेहमी समाधान होईलच असे नाही. आत्माविष्काराकरिता त्याला मधूनमधून अन्य माध्यमाचा आश्रय करावासा वाटणे स्वाभाविकच आहे. म्हणूनच दहा वर्षांपूर्वी बोरकर एकदम लघुनिबंध लेखनाकडे वळलेले दिसले. 'कागदी होड्या' या त्यांच्या लघुनिबंधसंग्रहातले 'मखमली ठिगळें', 'पूर्णतेची तहान', 'दुःखाचा शोध' इत्यादी निबंध वाचले म्हणजे एका विचारप्रवण कविमनाचे आपल्याला दर्शन होते. त्यांच्या वरील लघुनिबंधांत वाचकाला अंतर्मुख करण्याची शक्ती असली, तरी त्यांचा अत्यंत खुमासदार निबंध 'गोल्ड फ्लेक' हा आहे. बोरकरांच्या कवितांवरून त्यांना विनोद सुसाध्य असेल, असे कुणालाही वाटणार नाही. त्यांच्या काव्याची प्रकृती तरल, उत्कट व गंभीर आहे. पण 'गोल्ड फ्लेक'चा नुसता आरंभ वाचला तरी त्यांची विनोददृष्टी किती मार्मिक आहे याची साक्ष पटेल. तो आरंभ असा आहे –

"माझी बायको व इंग्लंडची विल्स कंपनी यांचे वैर आज सहा वर्षे सतत चालू

आहे. बोलूनचालून हितसंबंधाचा झगडा आहे तो! जगातील वर्गकलहामुळे ज्याप्रमाणे जागतिक शांती धोक्यात आहे, त्याप्रमाणेच त्यांच्या या कलहामुळे माझ्या घरातील शांतीवर गंडांतर येऊ पाहत आहे!''

पुढे ते म्हणतात, ''माझ्या देशभक्त मित्रांनी मजजवळ विडीची शिफारस करून पाहिली. तिच्यामुळे दरसाल किती रुपयांची बचत होणे शक्य आहे, हे सप्रमाण मला दाखवून दिले. एकाने तर 'विढीवाली' ही वरेरकरांची परिणामकारक लघुकथा मला सन्मार्गाला लावू शकेल, या अपेक्षेने वाचायलाही दिली पण माझा नित्यक्रम काही बदलत नाही. या बाबतीत अंतरीचे वर्म असे आहे की, गोल्ड फ्लेक महाग असल्यामुळे सवयीला जो स्वाभाविकपणे संयम बसतो, तो उडून जाणार नाही हे मला पुरे ठाऊक आहे.''

असल्या वाचनीय लघुनिबंधाप्रमाणे 'मावळता चंद्र' व 'अंधारातील वाट' या त्यांच्या दोन कादंबऱ्यांतही त्यांच्या काव्यात्म प्रवृत्तीचे व वैचारिकतेने नटलेल्या जीवनदृष्टीचे वाचकाला दर्शन होते. बोरकरांनी कादंबरीलेखन सोडले आहे, असेही नाही. 'भावीण' ही त्यांची तिसरी कादंबरी सध्या प्रकाशनाच्या मार्गांवर आहे. पण त्यांनी लघुनिबंध किंवा कादंबऱ्या लिहिल्या तरी ती त्यांच्या कविमनाची क्रीडा आहे; ती त्यांची दैनंदिन उपासना नव्हे.

आता ते चाळिशीच्या घरात आले आहेत; पण त्यांचे कविमन आणि काव्यप्रेम अजून विशीपंचविशीतल्या इतकेच तजेलदार आहे. रम्यतेचे, भव्यतेचे, उदात्ततेचे आणि क्वचित रौद्रतेचेही – त्यांना पूर्वीइतक्याच उत्कटतेने अद्यापिही आवाहन होऊ शकते. नाजूक शृंगारापासून प्रखर ध्येयवादापर्यंत कोणतीही भावना त्यांचे मन उचंबळून सोडते. त्यामुळे त्यांच्या प्रतिभेचा पूर्ण विकास अद्यापि व्हायचाच आहे, असे मनात आल्यावाचून राहत नाही. पन्नाशीच्या घरात आल्यावर तांब्यांची प्रतिभा नव्याने मोहरली. आपल्या पूर्वीच्या रचनेच्यापेक्षा अधिक अंतर्मुख, अधिक सरस अशी निर्मिती तिने लीलेने केली. बोरकरांच्या बाबतीतही असे होण्याचा संभव आहे. त्यांचा तिसरा काव्यसंग्रह 'आनंद भैरवी' या नावाने लवकरच प्रकाशित होणार आहे. त्यात समाविष्ट होणाऱ्या अनेक कविता गेल्या काही वर्षांत मी वाचल्या आहेत, ऐकल्या आहेत. बोरकरांच्या परिणत होऊ पाहणाऱ्या प्रतिभेचा विलास मला त्या कवितांत आढळला आहे. 'जीवन संगीता'तल्या 'अमृतघट', 'माझी आगबोट', 'तीन सांजा', 'मुशाफिरा', 'तेथे कर माझे जुळती' या किंवा 'दूधसागरा'तल्या 'स्पर्श', 'साद', 'रमलाची रात्र', 'दुखणाईत दिवा', 'जलद भरुनि आले' इत्यादी कविता ज्यांनी वाचल्या असतील, त्यांना बोरकरांची प्रतिभा अशीच विकसित होत जाईल तर तिचे सौंदर्य किती मोहक होईल, याची सहज कल्पना करता येईल.

त्यांचे दोन्ही संग्रह वाचणाऱ्यांना इतक्या लोकप्रिय नसलेल्या अनेक कविताही

त्यांच्या काव्यशक्तीचा सहज प्रत्यय आणून देतील. 'दवरणे' या अशा एकाच कवितेचा इथे उल्लेख करतो. दवरणे म्हणजे ओझी ठेवण्याकरिता रस्त्यांच्या बाजूला केलेला चौथरा. गोमंतकांत पूर्वी बहुतेक प्रवास पायींच होत असे. अशा वेळीं थकून गेलेल्या वाटसरूला डोक्यावरले ओझे उतरून ठेवायला रस्त्याच्या बाजूचा हा चौथरा उपयोगी पडे. 'दवरणे' ही कविता म्हणजे अशा एका चौथऱ्याचे स्तोत्र आहे. उदासीन झालेला कवी कुठेतरी दूर एकांतात जावे म्हणून वाट फुटेल तिकडे भटकत जातो. शेवटी तो एका उजाड माळावर येऊन पोचतो. तो भोवताली पाहतो–

त्या दवरण्याकडे पाहून कवीच्या मनात येते – 'वर्षानुवर्षे हा दगडी चौथरा उन्हात भाजत आला आहे. पावसात भिजत आला आहे, काळपुरुषाचे सारे वेडेवाकडे आघात मुकाट्याने सहन करीत तो इथे निश्चल बसला आहे. त्याला नाव नाही, गाव नाही. यांपैकी त्याला कशाचीही अपेक्षा नाही. थकल्या-भागल्या वाटसरूंना आपल्या डोक्यावरला भार हलका करण्याच्या कामी साहाय्य द्यायचे एवढेच तो जाणतो. अशा शेकडो प्रवाशांची गळून गेलेली शरीरे याच्या स्पर्शाने ताजीतवानी झाली असतील, हे मनात येऊन मानवताधर्माचे अहोरात्र परिपालन करणाऱ्या त्या मूक चौथऱ्याकडे पाहून कवी म्हणतो –

१९३४ साली लिहिलेल्या या कवितेत अस्फुटपणाने दिसणारे बोरकरांचे सर्व काव्यगुण गेल्या पंधरा वर्षांत प्रफुल्लित झाले आहेत. किंबहुना निरनिराळ्या दशकांत कवितेचे निशाण डौलाने फडकत ठेवणाऱ्या आधुनिक कवींची नावे घ्यायची झाली तर केशवसुत – टिळक, बालकवी – गोविंदाग्रज आणि यशवंत –

माधव ज्युलियन याचप्रमाणे कुसुमाग्रज – बोरकर या जोडीचाही मराठी इतिहासकाराला उल्लेख करावा लागेल.

'महात्मायन' हे महाकाव्य सध्या ते लिहीत आहेत. गांधीजींच्या विशाल चरित्राचे आणि संजीवक व्यक्तित्वाचे काव्यातून यथार्थ दर्शन करून देणे हे काम पर्वताप्रमाणे प्रचंड आणि म्हणूनच फार अवघड आहे, यात शंका नाही. पण पर्वताच्या प्रचंडपणाचा उपयोग त्यात सुंदर लेणी कोरण्याकडे कलावंत करून घेऊ शकतो. बोरकरांनाही या श्रेष्ठ कार्यात तसेच यश मिळावे, असे मी मन:पूर्वक इच्छितो!

✩ ✩ ✩

बा. भ. बोरकर । १२९

१४

यशवंत : कविजीवन व काव्यजीवन

यशवंतांची नवी सरस कविता वाचताना एक भास मला अनेकदा होतो. भोवताली रूक्ष माळरान पसरले असले तरी शुक्ल पक्षातल्या चांदण्याने त्या माळावरल्या काळ्या पाषाणावर शुभ्र पुष्पराशी पसरून त्यांना देवकळा आणली आहे. एका छोट्याशा घरापुढल्या अंगणात हॅमॉकमध्ये पडून मी आकाशाकडे पाहत आहे. पहाडी आवाजातले भावगंभीर स्वर माझ्या कानांवर येत आहेत. त्या स्वरांनी सूचित होणारी भावना सभोवतालच्या चंद्रिकेहूनही मोहक, शीतल आणि प्रसन्न वाटत आहे आणि वर चमकणाऱ्या तारका – या जगाला वेड लावून गेलेल्या कवींच्या सुंदर कल्पना तर नाहीत ना, असा प्रश्न माझे मन स्वत:लाच विचारीत आहे. असा भास होण्याचे कारणही तसेच आहे. यशवंतांच्या 'आई'सारख्या अन्य काही कविता मी पहिल्यांदा ऐकल्या त्या काही वर्षांपूर्वी येरवड्याला, त्यांच्या बिऱ्हाडी चौसोपी अंगणात, एका चांदण्या रात्री, श्रीपाद कृष्ण कोल्हटकरांसारख्या रसिक साहित्यिकांच्या सहवासात!

तसे पाहिले तर यशवंतांची नि माझी ओळख १९२६पूर्वीच व्हावयास हवी होती. आम्ही दोघेही सांगली हायस्कूलचे विद्यार्थी, जवळजवळ एकाच वर्षाच्या फरकाने. आमची गाठ सांगलीच्या आमराईच्या शाळेच्या त्या चिमण्या बगीच्यात व्हायची, ती झाली नाही. इतर मुलांच्या मानाने कितीतरी लवकर मॅट्रिक होऊन मी प्रथम पुण्यात व नंतर कोकणात गेलो. चाफळच्या नंतर शिक्षणाकरिता यशवंत सांगलीत आले ते थोडेसे उशिरा! त्यामुळे १९३५ला पुण्याला भरलेल्या शारदोपासक संमेलनापर्यंत आम्ही एकमेकांना पाहिले नव्हते. मी यशवंतांच्याकडे दृष्टी टाकली. म्हणण्यापेक्षा पोलीस अधिकाऱ्याला शोभेल अशी देहयष्टी पाहून मी चकित झालो

होतो. जयराज या नटाच्या आणि कवींच्या चेहऱ्यात थोडे साम्य असल्यामुळे मी मोठ्या संभ्रमात पडलो. काही वर्षांपूर्वी जयराजांचा एक फोटो दाखवून मला एका गृहस्थांनी गंभीरपणे विचारले, ''यशवंत कवी चित्रपटात कधी शिरले?'' लगेच माझ्या लक्षात आले, की हा कवी कुसुमकोमल मनाचा असला तरी कवीच्या तोऱ्यात लहानाचा मोठा झालेला नाही. मांडवी आणि कृष्णेच्या परिसरात त्याचा पिंड पोसला गेला. कुस्त्या आणि फटके या दोन्हींवर सारख्याच प्रमाणात प्रेम असणाऱ्या दक्षिण महाराष्ट्राच्या भूमीत त्यांच्या जीवनाची जडणघडण झाली.

यशवंतांच्या काव्य विकासाच्या तीस वर्षांच्या काळात त्यांची काव्यप्रतिभा विविध अंगांनी विकसित झालेली असली तरी कऱ्हाड, चाफळ, सांगली इत्यादी क्षेत्री रामदासांपासून ते साधुदासांपर्यंतचे कवी आणि त्यांच्या काव्यावर असलेले पूर्वापार संस्कार यशवंत यांच्या काव्यावर स्पष्टपणे दृग्गोचर होतात. राकटपणाबरोबर कोमलपणा या गुणाविषयी वाटणारे प्रेम व मराठी बाणा, आत्मनिष्ठा व सामाजिक मन या सर्वांचे त्यांच्या कवितेत जे वैशिष्ट्यपूर्ण मिश्रण झाले आहे, त्याची पाळेमुळे विशीपूर्वी त्यांच्या कविमनावर झालेल्या विविध संस्कारांत सापडतील.

यशवंत विद्यार्जनाकरिता सांगलीला आले तेव्हा साधुदास सांगली हायस्कूलमध्ये शिक्षक होते. तरल कल्पना व उत्कट भावना यांचा वरदहस्त घेऊन आलेला हा विद्यार्थी साधुदासांच्या नजरेत चटकन भरला असला, तर त्यात नवल कसले? यशवंतांची परकरी कविता साधुदासांच्या पुंछ्रीसारख्या दिसणाऱ्या कवितेच्या पावलावर पावले ठेवून मार्गक्रमण करू लागली. पण या गुरु-शिष्यांच्या प्रतिभांत साम्यापेक्षा निराळेपणाचा भागच अधिक होता. साधुदासांचा प्रकृतिधर्म पडला पंडितकवीचा. साहजिकच भावजीवनाचा आविष्कार करणाऱ्या यशवंतांच्या काव्यशक्तीचा विकास त्यांच्या सहवासात फारसा झाला नाही. पण पद्यरचनेवरले प्रभुत्व, संस्कृत भाषेचे लालित्य आणि तिच्यातल्या काव्याचे चमत्कृतिपूर्ण सौंदर्य इत्यादी गोष्टी यशवंतांनी त्यांच्या सान्निध्यातच आत्मसात केल्या. साधुदासांच्या शैलीचा त्यांच्यावर झालेला संस्कार 'यशोधना'तल्या अनेक कवितांत स्पष्टपणे दिसतो. भावगीतांच्या स्वाभाविक विकासाशी आणि नाजूक आविष्काराशी विसंगत अशी गद्यप्राय संस्कृतप्रचुर किंवा बौद्धिक चमत्कृतीने युक्त रचना यशवंतांच्या कवितेत जी अधूनमधून आढळते, तिचे मूळ त्यांच्या या पूर्वसंस्कारांतच असावे. 'खातेऱ्यामधी लोटितों अमृत या सौंदर्यगंगानदी', 'जिला जपलों नैराश्यवारणार्थ', 'राबलों वृथा संसारसौख्य विभ्रमीं', 'विश्वपटावर नरदा फिरती' असल्या ओळी वाचताना या गोष्टींची वाचकाला अंधूक जाणीव झाल्यावाचून राहत नाही. पण या बाबतीतले अत्यंत उल्लेखनीय उदाहरण म्हणजे 'आई' या रसपूर्ण आणि भावगंभीर कवनातले पाचवे कडवे. आपल्या अजाण धाकट्या बहिणीला मृत्यूची कल्पना नसल्यामुळे 'आम्हास नाही आई' असे लोकांना

ती किती सहजतेने सांगते, हे चौथ्या कडव्यात कवीने मोठ्या हृदयस्पर्शी रीतीने वर्णन केले आहे. पण लगेच पुढल्या कडव्यात संस्कृत काव्यातल्या संकेतांनी आणि कल्पनांनी आईचे मोठेपण चित्रित करण्यात तो रंगून जातो. 'आई तुझ्याच ठायी । सामर्थ्य नंदिनीचे ॥ माहेर मंगलाचे । अद्वैत तापसांचे ॥' वगैरे ओळी एखाद्या कवीच्या काव्यात छान शोभतील. पण 'स्वामी तिन्ही जगांचा । आई विना भिकारी । ये रागवावयाहि । परि येई येई वेगे ।' असे भावमधुर उत्कृष्ट उद्गार काढणे, हळुवार कविमनाचा तो काही नैराश्याचा आविष्कार वाटत नाही.

मॅट्रिक होताच प्रपंचाचा भार सावरण्याकरिता यशवंतांना नोकरी पतकरावी लागली. त्यामुळे साहजिकच साधुदासांचे सान्निध्य दुरावले. यशवंतांच्या दृष्टीने ही अत्यंत इष्ट गोष्ट झाली, असे मला वाटते. नोकरीच्या निमित्ताने त्यांचे वास्तव्य सांगलीलाच झाले असते तरी साधुदासांच्या कवितेची सावली त्यांच्या प्रतिभेच्या विकासाला सावटासारखी राहिली असती. पांगुळगाड्याचा उपयोग रांगणाऱ्या मुलाला एका मर्यादेपर्यंतच होऊ शकतो. वाङ्मयातल्या गुरुत्वाचेही तसेच आहे. नोकरीच्या निमित्ताने १९२०च्या दरम्यान यशवंत पुण्याला आले. त्या वेळी 'यशवंत' या टोपणनावाने नवयुगात त्यांची मोठी प्रसिद्धी झाल्याचे मला आठवते. इथे येऊन ते जसे साधुदासांच्या परंपरेतून बाहेर पडले, तशीच त्यांनी 'यशवंत' या टोपणनावास रजा दिली.

काव्यक्षेत्रातली यशवंतांची उमेदवारी १९२१ साली संपली. केळकरांच्या अध्यक्षतेखाली बडोद्याला भरलेल्या साहित्य संमेलनात 'आई', 'देहाचा पूल' या त्यांच्या कवितांनी रसिकांना मोहिनी घातली. टिळक, बालकवी आणि गोविंदाग्रज यांच्या दोन वर्षांपूर्वी झालेल्या मृत्यूने काव्यमखरातली रिकामी पडलेली उच्चस्थाने यापुढे फार दिवस तशीच राहणार नाही, अशी त्यांच्या कवितांनी लोकांची खात्री करून दिली होती.

१९२१ ते १९३९पर्यंतचे दीड तप हा यशवंतांच्या प्रतिभा विकासाचा काळ होय. त्यांच्या काव्यशक्तीचे अनेक मोहक पैलू – कल्पकता, ओजस्विता, भावपूर्णता, सामाजिकता – या अवधीत लोकांच्या दृष्टीला पडले. या काळाचे दोन भाग पडतात. एक रविकिरण मंडळाच्या स्थापनेपर्यंतचा व दुसरा १९२५ नंतरचा! या पहिल्या छोट्या कालखंडात यशवंत गिरीशांच्या जोडीने काव्यरचना करीत होते. टिळक व बालकवी यांचे सुसंस्कार घेऊन आलेली गिरीशांची सरळ आणि प्रसन्न पद्यरचना यशवंतांच्या कवितेचे बहिरंग सफाईदार होण्याच्या दृष्टीने उपकारक ठरली. 'शेतकींतील सुख', 'आई', 'सुधेस', 'इंदुकला' इत्यादी 'यशोधना'च्या पूर्वार्धातल्या कविता त्यांच्या काव्यरचनेतले झालेले स्थित्यंतर दर्शवायला पुरेशा आहेत.

रविकिरण मंडळ स्थापन झाल्यानंतर पहिल्या तपात त्यांच्या प्रतिभेने आपल्या

विकासाच्या सर्व सीमा गाठल्या. जणूकाही पारिजात बहरला. काव्यविषयांचे वैचित्र्य, कल्पना व भावना यांच्या संमीलनाने निर्माण होणारे सौंदर्य, अनुभूती, आशय व आविष्कार या सर्वांच्या समरसतेतून होणारे एका उत्कट कविमनाचे दर्शन इत्यादी गुणांमुळे यशवंतांनी या काळात रसिकांना लीलेने अंकित केले. १९३५च्या आसपास लोकप्रियतेचे अत्युच्य शिखर त्यांनी गाठलेले होते, असे म्हणायला हरकत नाही. गडकऱ्यांसारखा एखादा नाटककार किंवा फडक्यांसारखा एखादा कादंबरीकारच त्या शिखरापर्यंत पोचू शकतो, असे वाङ्मयाचा इतिहास दर्शवितो. यशवंतांच्या या अपूर्व लोकप्रियतेत काळाचा भाग किती, रविकिरण मंडळाचा भाग किती आणि त्यांच्या प्रतिभेच्या कर्तृत्वाचा भाग किती, याची सविस्तर मीमांसा मोठी मनोरंजक होईल; पण येथे ती अप्रस्तुत आहे.

जवाहिऱ्याने एखादा हिरा कानसून, घासूनपुसून त्याचे तेज वृद्धिंगत करावे, तसे रविकिरण मंडळातल्या रानड्यांसारख्या यशवंतांच्या सहकाऱ्यांनी त्यांच्या विकासाला साहाय्य केले यात संशय नाही पण त्या साहाय्याचे स्वरूप विशेष आंतरिक नव्हते. कवी त्या नात्याने यशवंतांचा जो मूळचा पिंड होता, तोच पुढे रविकिरण मंडळाच्या स्थापनेनंतरही कायम राहिला. यशवंत मोठे रसिक आणि चोखंदळ वाचक आहेत; पण स्वतःच्या अथवा कविमित्रांच्या विविध वाचनाचे मोठेसे संस्कार त्यांच्या प्रतिभेवर कधीच झाले नाहीत. उलट, पुढे-पुढे रविकिरण मंडळाच्या कवितांची एक चाकोरी निर्माण झाली. या चाकोरीने यशवंतांच्या विकासाला मर्यादा पडल्या. 'यशोधना'पासून 'ओजस्विनी'पर्यंतचे यशवंतांचे सर्व काव्यसंग्रह चाळले म्हणजे त्यांचे कवित्व हा त्यांच्या भावनाकुल व्यक्तित्वाचा आविष्कार आहे. स्थळ, काळ, व्यक्ती, वाङ्मय वगैरेंचा परिणाम त्यांच्या कवितेवर झाला असला तरी तो फारच मर्यादित आहे. स्वतःच्या जीवनाच्या अनुषंगानेच त्यांची कविता निःश्वास सोडीत, अश्रू गाळीत अथवा क्षणभर हर्षित होत गेली आहे, हे सहज लक्षात येते.

हे जीवन किती खडतर होते, याची त्यांच्या असंख्य चाहत्यांपैकी बहुतेकांना कल्पना असणार नाही. कवित्वाला अनुकूल अशी वृत्ती लाभलेला एका प्राथमिक शिक्षकाचा मुलगा. कॉलेज-शिक्षण घेण्याची उत्कट इच्छा असूनही परिस्थितीच्या प्रचंड भिंतीने तो मार्ग कायमचा बंद केलेला. विशी उलटायच्या आत या प्रतिभावंताला प्रपंचाच्या गाड्याला जुंपून घ्यावे लागले. कुटुंबातला वडील मुलगा म्हणून साऱ्या बहीण-भावंडांना सांभाळायची आणि लहानाची मोठी करून मार्गाला लावायची जबाबदारी त्याच्या अंगावर येऊन पडली. कल्पकता पहिल्या दर्जाच्या कवीची; पण पोटासाठी पतकरलेली नोकरी कारकुनाची. दोन हातांचे चार हात झाल्यावर संसाराचा जो अनुभव आला, तो कुणाही मनुष्याने हातपाय गाळावे असा. गोड फळाला अचूक

कीड लागावी त्याप्रमाणे जणूकाही प्रत्येक संकट या कवीच्या जीवनात प्रवेश करायला टपून बसले होते. कुटुंबातले आजार, मृत्यू, लक्ष्मीची वक्रदृष्टी, आरोग्याची अवकृपा, एक ना दोन अनेक आपत्तींशी झगडत-झगडत यशवंतांनी विशीपासून पन्नाशीपर्यंत प्रपंचाचे तारू हाकारून प्रत्येक वेळी वादळी वाऱ्यातून ते किनाऱ्याला आणून लावले. ही सारी संकटे कमी होती म्हणून की काय, गांधी वधानंतर झालेल्या दंगलीत त्यांच्या चाफळच्या वडिलार्जित घराची, त्या वास्तूतल्या हरएक वस्तूची, त्यांच्या तिथल्या आवडत्या पुस्तकसंग्रहाची साऱ्यासाऱ्याची राखरांगोळी झाली. अशा रीतीने यशवंत आयुष्यभर दैवी आणि मानवी आपत्तींशी लढत आणि लढताना होणाऱ्या जबर जखमांनी विव्हळ होत जगत आहेत. त्यांच्या कवितेतल्या निराशेच्या शब्दांवर आणि असंतोषाच्या निःश्वासावर प्रेम करणाऱ्या लोकांनी त्यांचे संकटग्रस्त जीवन व त्यांची उत्कट आत्मनिष्ठ प्रतिभा या दोन्हींचा मेळ घालण्याचा कधी प्रयत्न केला नाही.

यशवंतांच्या कवितेत असमाधानाचे हुंदके आहेत, निराशेचे आक्रंदन आहे नाही असे नाही; पण हे दुःख वैयक्तिक जाणिवांतून स्फुरले असले तरी त्याचे स्वरूप सार्वत्रिक व प्रातिनिधिक आहे. आजच्या सर्वसामान्य मनुष्याच्या कोंडमाऱ्याचे ते वास्तव आणि विदारक चित्र आहे.

'गुलामाचें गाऱ्हाणें' या १९२३ साली लिहिलेल्या कवितेपासून १९४९पर्यंत लिहिलेल्या 'कवि व कविता' या कवनांपर्यंतच्या यशवंतांच्या अशा प्रकारच्या कविता अवश्य पाहाव्या. सत्तेच्या आणि संपत्तीच्या निर्दय पायांखाली पदोपदी तुडवल्या जाणाऱ्या असंख्य जिवांची विविध रूपे त्यांत प्रतिबिंबित झाली आहेत, असे दिसून येईल. 'जू बैसलें मानेवरी । चाबूक बसे पाठीवरी' हा अनुभव काही केवळ कायम घाण्याला जुंपलेल्या कविमनालाच येतो असे नाही. पोटासाठी अष्टौप्रहर राबणाऱ्या, कष्ट करून उरी फुटणाऱ्या, पण जगातल्या साध्या अन्नाला महाग झालेल्या बहुजन समाजाच्या दैनंदिन जीवनाचे ते चित्रण आहे. तिच्यात बंडखोरपणा नसेल पण मध्यमवर्गाच्या अगतिकतेचे हृदयस्पर्शी चित्रण निश्चित आहे.

शिवाय यशवंतांच्या कवितेवर नैराश्याची छाया फार मोठ्या प्रमाणात आहे असे म्हणणाऱ्यांना त्यांचे जीवन काय किंवा काव्य काय, याचे खरेखुरे दर्शन घडलेच नाही, असे म्हणावे लागेल. त्यांचे व्यक्तित्व हळवे तितकेच गंभीर आहे. त्यांना जीवनातले दुःख जाणवते, उणिवा बेचैन करतात. अतृप्ती सलते. आपल्या या वेदना ते अत्यंत व्याकूळतेने व्यक्त करतात. पण या भावनांच्या कृष्णच्छायांनी भांबावून ते अगतिक होत नाहीत. तीन शतकांपूर्वी चाफळच्या आसपास वावरलेल्या समर्थांच्या आशावादी तत्त्वज्ञानाचे जणूकाही त्यांच्या जीवनावर जन्मतःच संस्कार झाले आहेत. त्या संस्कारांनी त्यांच्या हळव्या व्यक्तित्वात एक प्रकारचा कडवा

झुंजारपणा निर्माण केला आहे. भारतात असहकारितेच्या पर्वाला सुरुवात झाली, तेव्हा 'वाढू दे कारागृहाच्या भिंतींची उंची किती । नाही मन्मना त्याची क्षिती ।। असे ओजस्वी उद्गार त्यांनी काढले, ते काही उगीच नव्हे. त्यांच्या या झुंजार प्रवृत्तीवर प्रकाश टाकणाऱ्या कविता त्यांच्या अनेक संग्रहांत सापडतात. 'यशोगंधा'च्या प्रारंभीची 'अन्य नको वरदान' ही कविता पाहावी. यशवंतांच्या मनाचा मोठा सुंदर आलेख आहे तो! या कवितेत कवी स्वत:साठी कुठल्याही लहानमोठ्या सुखाची परमेश्वरापाशी याचना करीत नाही. भोवतालचे दु:ख आपल्या हातून कमी व्हावे, या ना त्या रूपाने मानवतेची सेवा आपल्या हातून घडावी, एवढीच त्याची इच्छा आहे. आपल्या गाण्याचे मोल तो जाणतो; पण आपल्या कलेपेक्षाही श्रेष्ठ अशी जीवनमूल्ये या जगात आहेत, याचा त्याला क्षणभरसुद्धा विसर पडत नाही. तो देवाची प्रार्थना करतो –

तसाच येतां प्रसंग बाका
'अहो, उठा, जन, लज्जा राखा'–
अशा दशदिशी फुटता हाका,
घ्या हातात कृपाण
प्रभो, मज अन्य नको वरदान.
घावामागुनि घाव बैसुनी
देह शेणिते निघता न्हाउनी
विव्हळता जन, भवती मरणी
न चळो धैर्य इमान
प्रभो, मज अन्य नको वरदान.

जीवन हा सामाजिक यज्ञ आहे हे जाणणारा आणि त्या यज्ञात आपली आहुती आनंदाने टाकायला तयार होणारा असा हा कवी 'जगा, तुझी सारी तऱ्हा उफराटी' म्हणून जगाचे स्वरूप स्पष्ट करून दाखवितो, त्याच्या दांभिकतेवर हल्ला चढवितो, तेव्हा तो काही केवळ त्याचा वैयक्तिक वैताग नसतो. जीवनातल्या अन्यायाने, अमांगल्याने आणि अप्रामाणिकपणाने विद्ध झालेल्या कोमल कविमनाचा तो उद्गार असतो. म्हणूनच प्रो. वामनराव जोशींसारखी माणसे असल्या कविता पुन:पुन्हा मोठ्या आनंदाने ऐकत असत.

निराशाग्रस्त कलावंत अश्रद्ध बनतो. अश्रद्धा माणसाच्या सामाजिक मनाचा संकोच करते; पण हा संकोच यशवंतांच्या ठिकाणी आढळत नाही. 'बंदीशाळा' हे खंडकाव्य त्यांच्या सामाजिक मनाचे सामर्थ्य व त्यांच्या प्रतिभेची झेप या दोन्हींची रसिकांना पूर्णपणे कल्पना आणून देण्याइतके सरस उतरले आहे. नोकरीच्या

निमित्ताने यशवंतांनी येरवड्याची बालगुन्हेगारांची शाळा पाहिली; तिथल्या बालजीवनांनी त्यांचे कविमन अस्वस्थ करून सोडले. आजकालच्या कथाकारांनासुद्धा नवा वाटावा असा हा विषय यशवंतांनी दीड तपापूर्वी किती कौशल्याने हाताळला आहे हे पाहिले म्हणजे त्यांना महाराष्ट्रभर फिरता आले असते, विविध सामाजिक थरांशी समरस होता आले असते तर मराठी कवितेत कितीतरी मोलाची भर पडली असती, असे वाटल्यावाचून राहवत नाही.

१९३५पर्यंतच्या यशवंतांच्या कवितांत 'नौकाविहार', 'गोल घुमटांत', 'अन्य नको वरदान' असली सफल प्रीतीची किंवा उज्ज्वल ध्येयवादाची गीते चमकत असली तरी तिच्यावर एक प्रकारच्या विषण्णपणाची छाया आहे, हे कुणीही नाकारणार नाही. त्या विषण्णतेचा उगम त्यांच्या अत्यंत भावनाप्रधान वृत्तीत आणि सामान्य मनुष्यालासुद्धा सुसाध्य असणाऱ्या सुखाला पारख्या झालेल्या त्यांच्या जीवनात होता. ही स्थिती सौ. नीराताईंनी १९३४ साली त्यांच्या आयुष्यात प्रवेश केल्यावर पालटली. वस्तुस्थिती न जाणणाऱ्या अनेकांनी त्या वेळी यशवंतांच्यावर अकारण आग पाखडली. पण गेल्या पंधरा वर्षांत त्यांच्या कवितेत जे इष्ट बदल झाले, तिच्या मुखावर जी हसरी कळा आली, सुखाचे चिमणे क्षण वेचून त्यांची गीते गाण्यात कवीला जो आनंद वाटू लागला, त्याचे श्रेय सौ. नीराताईंना आहे. या काळात 'दैवते माय तात', 'तूच रमणी', 'आईचे मन', 'द्या आम्हाला सुळी', 'शृंखला', 'जमेचिना घडेचिना' अशा विविध प्रकारच्या सरस कविता यशवंतांच्या लेखणीतून उतरल्या. १९३५ पर्यंतच्या त्यांच्या प्रिय कवितांइतक्या त्या कदाचित गाजल्या नसतील. त्या तशा न गाजण्याचीही कारणे अनेक आहेत. लेखक नवा असेपर्यंत त्याचा जयजयकार करायचा आणि तो जुना झाला की, तेच-तेच लिहायला लागला असे म्हणत त्याला नाक मुरडायचे, यापलीकडे आपल्यापैकी अनेकांच्या रसिकतेची मजल गेलेली नाही. शिवाय प्रतिभाशक्तीचे आणि तिचे अनपेक्षित चढउतार व अन्य होणारी स्थित्यंतरे यांच्याकडे बघण्याची किंवा ऐतिहासिक दृष्टीने पाहायची इच्छा आपल्यापैकी फारच थोड्या लोकांना होते. (इच्छा आणि शक्ती यांच्यात अंतर असते, हा भाग निराळाच आहे.)

क्रिकेटसारख्या खेळामध्ये अजरामर ठरलेल्या ब्रॅडमनलासुद्धा विशिष्ट काळानंतर का निवृत्त व्हावे लागते, हे कालांतराने कळते. पण एका कालखंडात ज्याच्या प्रतिभेचा विकास झाला तो कलावंत त्या कालखंडाशी पूर्वीच्या समरसतेने तद्रूप होत नाही म्हणून आपण तो मागे पडला, निष्प्रभ झाला अशी विधाने बेधडक ठोकतो. तसेच अंध अभिमानाने जुन्याचा स्थानीअस्थानी उपहास करणे किंवा प्रतिभेची साधना ज्या अनुभूतींच्या आणि संस्कारांच्या मुशीत दृढमूल होऊन गेली असेल. त्यांच्याकडे दुर्लक्ष करून तिच्या विकासाची मीमांसा करणे, ही उथळ

रसिकतेची लक्षणे होत. अशा रसिकतेचे आघात सर्व कवी आणि प्रतिभावंतांना सोसावे लागले आहेत. यशवंत या नियमाला कोठून अपवाद होणार?

पण लोकप्रियतेच्या असल्या भरती ओहोटीकडे दुर्लक्ष करून यशवंतांच्या काव्याकडे अलिप्ततेने पाहण्याचा काळ आता आला आहे. एकीकडे बालकवी, गोविंदाग्रज आणि दुसरीकडे कुसुमाग्रज, बोरकर यांच्यामध्ये ते उभे आहेत. या मधल्या तपा-दीड तपाच्या काळात माधव ज्युलियनांच्या जोडीने पण त्यांच्यापेक्षा अधिक मोठ्या प्रमाणात यशवंतांनी मराठी काव्याचे क्षेत्र आपल्या प्रतिभेने उजळविले. त्या काळातल्या कनिष्ठ मध्यम वर्गाचे काव्यक्षेत्रातले ते खरेखुरे प्रतिनिधी आहेत. त्यांच्या काव्यातला असंतोष, स्वप्नरंजन, भावविवशता इत्यादी सर्व केवळ व्यक्तीच्या प्रकृतिधर्मातून उद्भवलेली नाहीत; ती विशिष्ट वर्गांची व विशिष्ट काळाची द्योतक आहेत.

मात्र यशवंतांच्या प्रतिभेची शक्ती व तिच्या मर्यादा यांचा उलगडा त्यांच्या मन:पिंडाची यथार्थ कल्पना असल्यावाचून होणार नाही. स्वभावत: ते अतिशय भावनोत्कट आहेत; पण त्यांची वृत्ती कौटुंबिक आहे. केशवसुतांसारखी ती मूलत: सामाजिक अथवा तत्त्वचिंतक नाही. त्यामुळे देशभक्तीचे किंवा सामाजिक क्रांतीचे स्थूल आवाहन त्यांच्या प्रतिभेला होत असले तरी तिचा सूक्ष्म, उत्कट आणि कलात्मक आविष्कार होतो तो त्यांच्या आत्मनिष्ठपर कवितांत किंवा कौटुंबिक तत्सम भावनांच्या चित्रणात! 'आई', 'गोल घुमटांत' व 'दैवते माय तात' या त्यांच्या तीन कविता याच कारणामुळे मराठी रसिकांना चिरकाल आनंद देत राहतील. 'सखीस' किंवा 'मृत्यूला म्हणतो सबूर' अशी त्यांची साधी कविता पाहिली तरीसुद्धा कुटुंबप्रेमाच्या नाजूक धाग्यांनी विणल्या गेलेल्या त्यांच्या हळुवार व्यक्तित्वाची कुणालाही सहज कल्पना करता येईल. पहिल्या कवितेची मध्यवर्ती कल्पना अशी आहे – कवी दरबारचा पाहुणा म्हणून बडोद्याला मोठ्या इतमामात आणि राजविलासात राहत आहे. पण त्या सुखातही त्याच्या डोळ्यांपुढे संसाराचा अवजड गाडा ओढून दमलेल्या आपल्या सहधर्मिणीची पाच-सहाशे मैल दूर असलेली मूर्ती उभी राहते. तिथले सर्व उपभोग त्याला कडवट वाटू लागतात आणि शेवटी तो म्हणतो, 'ऐसी पदोपदी तुझी सय येत येथे, ऐश्वर्य हे उलट आणि रुते जिवाते'. 'मृत्यूला म्हणतो सबूर' या कवितेत कवी मृत्यूच्या दर्शनाने भयभीत होत नाही. काळपुरुषाचे निमंत्रण प्रत्येकाला कधी ना कधी स्वीकारावेच लागते, हे तो जाणून आहे. पण तो मृत्यूला म्हणतो, ''माझ्या घरट्यात ही पंख न फुटलेली चिमणी पिले आहेत. त्यांना अजून घरट्याबाहेर जाण्याचे बळ नाही. भक्ष्य मिळविण्याचे त्राण नाही. ती मोठी होऊन उडू लागली, स्वावलंबी बनली की, मी मोठ्या आनंदाने तुझ्याबरोबर येईन.''

हृदयंगम कौटुंबिक भावनांनी नटलेल्या यशवंतरावांच्या अशा अनेक कविता –

त्यांत सफलतेचा सूर असो वा असंतोषाचे निःश्वास असोत – जेव्हा-जेव्हा मी वाचतो, तेव्हा-तेव्हा त्यांच्या कलागुणांपेक्षा त्यात व्यक्त झालेल्या आत्म्याच्या दर्शनाने मी अधिक मोहून जातो. ओज आणि जिव्हाळा, कल्पना आणि भावना यांचा त्यांच्या काव्यात अनेकदा हृदयंगम संगम झालेला असतो. पण त्या संगमापेक्षाही त्यांच्या आतून डोकावणारे कवीचे व्यक्तित्व मला अधिक मोहक व प्रेरक वाटते. त्या वाचताना धाकट्या भावाचे उच्च शिक्षण उत्तम रीतीने पार पडावे म्हणून पराकाष्ठा करणारा हा प्रतिभावान कवी 'चार दिवस पायात चपला नसल्या म्हणून काही बिघडत नाही', असे म्हणत येरवड्याहून पुण्याला अनवाणी चालत येई, ही गोष्ट मला हटकून आठवते. आई, वडील, बहिणी, भाऊ, पत्नी स्वतःची व भावाबहिणींची मुले आणि स्नेही यांच्यावर आपल्या स्निग्धतेचा वर्षाव करण्यात यशवंतांना नेहमीच परमानंद होत आला आहे. त्यांच्या कवितेत जी मोहिनी आहे – मग ती कविता भग्न आशांचे चित्रण करो वा मधुर वात्सल्याचे रेखन करो, सामाजिक असो वा कौटुंबिक असो – ती जीवन उत्कटतेने आणि सहृदयतेने जगण्याच्या त्यांच्या कृतीतून निर्माण झाली आहे. प्रतिभेच्या नैसर्गिक मर्यादा, प्रतिकूल परिस्थिती आणि कलावंताच्या पायांत नेहमीच पडणाऱ्या काळाच्या शृंखला यांचा परिणाम त्यांच्या कवितेवर झाला आहे. त्यामुळे काव्यमंदिरात केशवसुतांच्या मांडीला मांडी लावून ते बसू शकणार नाहीत; पण त्यांच्या मागच्या रांगेत बालकवी, गोविंदाग्रज, माधव ज्युलियन प्रभृतींच्या पंक्तीत, अगदी त्यांच्या जवळच त्यांचे आसन आहे. त्यांच्या बरोबरीने उदय पावलेले आणि काही कारणांनी अल्पकाळ लोकप्रिय झालेले अनेक कवी आज विस्मृतीच्या पडद्याआड गेले आहेत, जात आहेत. मराठी वाङ्मयाच्या इतिहासातील काव्याच्या प्रकरणात नावाचा उल्लेख होण्यापलीकडे त्यांचे महत्त्व राहणार नाही. पण काळाच्या कठोर चाळणीतूनही यशवंतांच्या अनेक कविता पुढल्या पिढीपर्यंत जाऊन पोचतील. बहुमताने शंभर-दीडशे उत्कृष्ट आधुनिक कवितांची निवड करायची झाली तरी 'आई', 'गोल घुमटांत' आणि 'दैवते माय तात' यांचा समावेश कुणाही संपादकास करावा लागेल. जवळजवळ अडीच तपे प्राप्त परिस्थितीत आत्यंतिक निष्ठेने ही काव्यसाधना यशवंतांनी केली, ती लक्षात घेतली म्हणजे यंदाच्या साहित्यसंमेलनाच्या अध्यक्षपदी त्यांची योजना करून मराठी रसिकतेने आपली जागरूकता सिद्ध केली, असेच म्हणावे लागते. कविता ही विजेसारखी असते. तिला धरू पाहणाऱ्यांपैकी शेकडा नव्याण्णव जळून जातात, असे केशवसुतांनी आपल्या एका खाजगी पत्रात म्हटले होते. अपवादानेच एखाद्याच्याच हाती ती लागते, असे त्यांचे मत होते. पण शंभरांपैकी ज्या एकाला ती वश होते, त्यालासुद्धा ती अंशतःच प्रभावित करते, हे सांगायला हे विसरले नाहीत. पण तेसुद्धा फार मोठे सत्य आहे. यशवंतरावांच्या

जीवनात या दग्धतेचा अनुभव पुष्कळच आहे. त्यांच्या तोलामोलाच्या इतर साहित्यिकांपेक्षा तो कितीतरी मोठा नि अधिक आहे. त्यांच्या जागी एखादा दुसरा कलावंत असता, तर त्याच्या हातात आलेल्या आयुष्याची राख उरली असती. पण कलावंताच्या भावनोत्कट प्रतिभेने त्यांनी तिचे पवित्र अंगाऱ्यात रूपांतर केले. दारिद्र्यावर आणि दुर्दैवावर प्रतिभा मात करू शकते, हे गडकऱ्यांप्रमाणे यशवंतांनीही महाराष्ट्राला सिद्ध करून दाखविले आहे. सत्य आणि सौंदर्य यांची निस्सीम उपासना करणाऱ्या पुढल्या पिढीतल्या साहित्यिकांना त्यांचे उदाहरण नि:संशय स्फूर्तिदायक ठरेल.

★ ★ ★

१५

ध्येयवादी कवी आणि
साहित्यिक : कुसुमाग्रज

दहा-अकरा वर्षांपूर्वीची गोष्ट आहे ही. मी त्या वेळी शिरोड्याला होतो. शिक्षकाच्या धंद्याबरोबरच दुसरा एक जोडधंदा मी त्या वेळी करत होतो. तो म्हणजे संपादकाचा! संपादकाचा धंदा हा अनेक अर्थांनी जोडधंदा होऊ शकतो. पण माझ्या बाबतीत त्यांपैकी कुठलाच अर्थ लागू पडण्यासारखा नव्हता. आम्हा सात मित्रांपैकी अनेकांच्या हौशीमुळे १९३६ साली 'ज्योत्स्ना' जन्माला आली आणि वडीलकीचा मान म्हणून सर्वांनी मला मुख्य संपादक बनविले. पण माझे संपादन म्हणजे उंटावरून शेळ्या हाकण्यापैकीच प्रकार होता. 'ज्योत्स्ना' निघायची मुंबईला आणि मी तर कोकणातल्या एका कोपऱ्यातल्या खेडेगावात शाळा चालवीत बसलेला. त्यामुळे 'ज्योत्स्ने'च्या संपादनाचे खरेखुरे कष्टाचे काम माझे स्नेही वामनराव ढवळे यांनाच करावे लागे. 'ज्योत्स्ने'च्या नव्या अंकात काय-काय मजकूर येणार आहे, हेसुद्धा कित्येकदा मला माहीत नसे. इंग्लंडच्या राजासारखा मीही नामधारी संपादक होतो म्हणतात! पण त्यामुळे मला एक फायदा मात्र नेहमी होई. 'ज्योत्स्ने'चा अंक हातात पडला की, एखाद्या अधाशी वाचकाच्या उत्सुकतेने मी तो उघडून अक्षरश: वाचून काढत असे. माझे हे भाग्य क्वचितच एखाद्या संपादकाच्या वाट्याला आले असेल. परिश्रमाने पंचपक्वान्नांचा स्वयंपाक करणाऱ्या माणसाची पुढे जेवणावर वासना राहत नाही. संपादकाचीही तशीच स्थिती होते. शेकडो गचाळ लेख वाचून, त्या रद्दीतली रत्ने निवडून, त्यांची आकर्षक मांडणी करून, त्यांच्याकरिता घाईघाईने चित्रे तयार करून घेऊन आणि त्यांची मुद्रिते पुन:पुन्हा तपासून लेख तयार करण्याच्या संपादकाच्या अंगी पहिल्या तारखेदिवशी त्याच्या जन्माचा आनंद उपभोगण्याचे बळ कुठून शिल्लक राहणार? बाळंतिणीपेक्षा शेजारपाजरणीच नव्या बालकाचे अधिक

कौतुक करतात, याचे कारण हेच आहे.

मी मात्र 'ज्योत्स्ने'चे पानन् पान मोठ्या उत्सुकतेने वाचीत असे. ही उत्सुकता एखाद्या वेळी इतकी सफल होई की, आपला या मासिकाशी संबंध आहे याचा क्षणभर मला अभिमान वाटे. कुसुमाग्रजांची 'स्वप्नाची समाप्ति' ही कविता 'ज्योत्स्ने'च्या ज्या अंकात प्रसिद्ध झाली, तो वाचताना माझी अशीच स्थिती झाली. एखाद्या ज्योतिषशास्त्रज्ञाला नवा तारा सापडावा तसा आनंद झाला मला. त्या कवितेतल्या अनेक मधुर रसपूर्ण ओळी मी त्या दिवशी किती वेळा वाचल्या, याची गणतीच करता येणार नाही. मराठी कवितेला ओहोटी लागली आहे असा आक्रोश त्या वेळी अनेक लोक सकारण, अकारण करीत होते. कुठेतरी जाळ दिसल्याबरोबर आग लागली म्हणून तमासगिरांनी धावत सुटावे ना, तसा थोडासा प्रकार तेव्हा मराठी कवितेच्या टीकाकारांत दिसू लागला होता. ही कविता वाचून माझ्या मनात आले, या साऱ्या टीकाकारांना ओरडून सांगावे की ही कविता आधी वाचा आणि मग तुमची ओहोटी-भरतीची घटपटादि खटपट सुरू करा. आज बालकवी असायला हवे होते, आज गडकरी असायला हवे होते! या नव्या कवीचे स्वागत करण्याकरिता गडकऱ्यांच्या कवितेने आपल्या मौनव्रताचा आनंदाने भंग केला असता.

या कवितेची अनेक मधुर कडवी पुढे मी कितीतरी दिवस मोठ्या आवडीने गुणगुणत होतो. कितीही आस्वाद घेतला तरी ज्यातला रस रतिमात्र कमी होत नाही, उलट त्याची माधुरी वाढत जाते, तेच खरे वाङ्मय! या व्याख्येला तंतोतंत उतरणारी अशी ती कविता होती. सुंदर कल्पना आणि नाजूक भावना हातात हात घालून तिच्यात नृत्य करीत होत्या. तिच्या चरणाचरणांतून त्यांच्या पैंजणांची किणकिण ऐकू येत होती. दहा वर्षे होऊन गेली; पण या कवितेचा रसास्वाद घेताना मला जो आनंद झाला, त्याची आठवण मी विसरलो नाही. एकांतात, रम्य निसर्गाच्या सहवासात अथवा उदास मनःस्थितीत या कवितेतल्या खालील चरणांनी कितीतरी वेळा माझ्या आनंदात भर घातली आहे, दुःखाची शल्ये बोथट केली आहेत –

स्नेहहीन ज्योतीपरी
मंद होई शुक्रतारा
काळ्या मेघखंडास त्या
किनारती निळ्या धारा
पहाटेचे गार वारे
चोरट्याने जगावर
येती, पाय वाजतात
वाळलेल्या पानावर

काढ सखे, गळ्यांतील
तुझे चांदण्याचे हात
        क्षितिजाच्या पलिकडे
        उभे दिवसाचे दूत
प्राजक्ताच्या पावलाशी
पडे दूर पुष्परास
        वाऱ्यावर वाहती हे
        त्याचे दाटलेले श्वास!
ध्येय, प्रेम, आशा यांची
होतसे का कधी पूर्ति?
        वेड्यापरी पूजतों या
        आम्ही भंगणाऱ्या मूर्ती!
खळ्यामध्ये बांधलेले
बैल होवोनिया जागे
        गळ्यांतील घुंगुरांचा
        ध्वनि कानीं येऊं लागे
काढ सखे, गळ्यांतील
तुझे चांदण्याचे हात
        क्षितिजाच्या पलिकडे
        उभे दिवसाचे दूत!
होते म्हणूं स्वप्न एक
एक रात्र पाहिलेलें
        होते म्हणूं वेड एक
        एक रात्र राहिलेलें!

'स्वप्नाची समाप्ति' ही कविता प्रसिद्ध झाल्यापासून कुसुमाग्रजांचे साहित्य मी मोठ्या उत्सुकतेने वाचू लागलो. 'गर्जा जयजयकार', 'पृथ्वीचें प्रेमगीत', 'जा जरा पूर्वेकडे' इत्यादी एकाहून एक सरस आणि विविध अशा त्यांच्या कविता वाचल्यानंतर 'केशवसुत' आणि 'तांबे', 'यशवंत' आणि 'माधव ज्यूलियन' ह्यांच्या पंक्तीत हक्काने बसू शकणारा एक नवा प्रतिभावान कवी महाराष्ट्राला मिळाला, अशी माझी खात्री झाली. माझे सहकारी वामनराव ढवळे व कुसुमाग्रज यांचा 'ज्योत्स्ने'मुळे जो संबंध आला, त्याचे लवकरच स्नेहात रूपांतर झाले. त्यामुळे कुसुमाग्रजांना पाहण्याची माझी इच्छा पुढे अल्पावधीत सफल झाली. मात्र या कवीच्या दर्शनाकरिता मला

गोदातटी किंवा समुद्रतीरी जावे लागले नाही. पुण्याच्या 'प्रभात' पत्राची कचेरी कुठे आहे, याचाच फक्त शोध करावा लागला! कुसुमाग्रज त्या वेळी सदर वृत्तपत्रात उपसंपादकाचे काम करीत होते. उपसंपादक हा वृत्तपत्राच्या रंगभूमीवरला अष्टपैलू नट असतो. त्यामुळे तिथे कुसुमाग्रजांना बातम्यांची भाषांतरेही करावी लागत. सुंदर शब्द आणि मोहक कल्पना यांच्या घोळक्यात नेहमी वावरणाऱ्या कविमनाला बातम्यांची भाषांतरे करणे हा फार रूक्ष धंदा वाटत असेल, असे आपल्या मनात येते. पण 'धोंड्यामधूनी दिसतें कवीला' हे त्रिकालाबाधित सत्य आहे. 'क्रांतीचा जयजयकार' ही कुसुमाग्रजांची अतिशय लोकप्रिय असलेली कविता त्यांना सुचली ती वृत्तपत्रकचेरीतल्या खडखडाटात आणि धावपळीत, राजकीय बंद्यांच्या अन्नसत्याग्रहाविषयीच्या मजकुराचे भाषांतर करताना! त्या कवितेतले ओज आणि कल्पकता पाहिली म्हणजे तिच्या जन्माची ही कथा कुणाला खरीसुद्धा वाटणार नाही.

अभिजात साहित्यिकाची ही उत्कट, अंतर्मुख व सौंदर्यनिष्ठ वृत्ती अंगी असलेल्या या कवीने पत्रकार म्हणून हरतऱ्हेची कामे केली आहेत, हे कोणाला खरेही वाटणार नाही. वृत्तपत्रात वावरणाऱ्या मनुष्याला कळत नकळत सार्वजनिक पुरुष व्हावे लागते. पण त्या क्षेत्रात भावनेच्या उत्कटतेपेक्षा ज्ञानाच्या चौरसपणाला आणि चिरंतनाकडे लक्ष देणाऱ्या अंतर्मुखतेपेक्षा क्षणिकाकडे तन्मयतेने पाहणाऱ्या बहिर्मुखतेलाच अधिक मोल असते. उलट, जातिवंत कवी स्वभावतः एकांतप्रिय असतो. तो कितीही सहृदय असला तरी आपल्या अंतरंगातल्या मित्र मंडळींपलीकडे इतरांशी फारसा मिसळू शकत नाही. सत्तेपेक्षा सौंदर्याचे आकर्षण त्याला अधिक वाटतं. तो फुलू इच्छितो; गाजवू इच्छीत नाही. कुसुमाग्रजही स्वभावतः असेच आहेत. प्रथमदर्शनी ते अबोलच वाटतात. स्वतः बोलण्यापेक्षा दुसऱ्याचे बोलणे ऐकून घेण्यात त्यांना आनंद होतो, असे दिसते. 'प्रभात', 'सारथी', 'धनुर्धारी', 'नवयुग' वगैरे वृत्तपत्रांशी त्यांचा आतापर्यंत संबंध येऊन गेला असला आणि आज ते 'स्वदेश' या साप्ताहिकाचे अर्धे संपादक असले तरी त्यांची मूळची मनोवृत्तीच अजून कायम राहिली आहे. मी हे मराठी साहित्याचे सुदैव समजतो. वृत्तपत्राचा शिडीसारखा उपयोग करून लौकिकदृष्ट्या उच्च व्हावे आणि दिवाण्या दुनियेला आपल्या लेखणीच्या बळावर झुलवावे, अशा इच्छेने प्रेरित झालेल्या गुणी साहित्यिकांच्या लेखण्या हळूहळू वाङ्मयदृष्ट्या वांझ होऊ लागतात, असा अनुभव आहे. पण कुसुमाग्रजांच्या स्वभावात कोणत्याच प्रकारचा सनसनाटीपणा नसल्यामुळे वृत्तपत्राशी निकट संबंध येऊनही त्यांचे कविमन गेली दहा वर्षे तजेलदार राहिले आहे. आपल्या आविष्काराकरिता निरनिराळ्या वाङ्मयप्रकारांचा ते यशस्वी रीतीने आश्रय करीत आहेत. वृत्तपत्राच्या संपादकाला सुलभ असलेल्या अंध आत्मनिष्ठेच्या किंवा सुलभ लोकप्रियतेच्या नादी ते लागले असते, तर त्यांच्या कल्पकतेचे यौवन यापूर्वीच म्लान होऊन गेले असते.

पण ते यौवन हाच त्यांचा मोठा आकर्षक विशेष आहे. गतवर्षी प्रसिद्ध झालेले त्यांचे 'दुसरा पेशवा' हे नाटक पाहावे. ऐतिहासिक कथेतले उत्कट काव्य शोधून 'राजसंन्यास' लिहिणाऱ्या गडकऱ्यांशीच त्यांची तुलना करणे योग्य होईल, असे ते नाटक वाचून खाली ठेवणाऱ्या वाचकाला वाटल्यावाचून राहत नाही. बाजीराव-मस्तानीच्या करुणरम्य प्रेमकथेवर उभारलेल्या या नाटकातली मस्तानी आपल्या प्रियकराच्या मृत्यूची वार्ता ऐकताच आनंदाने विषाचा पेला तोंडाला लावते व शेवटी चिमाजी आप्पाला म्हणते, ''जाते मी भावजी, असे कष्टी होऊ नका. आसवं गाळू नका. अमोल आनंदाची घटका आहे ही! आनंद... आनंद भरला आहे सगळ्या दिशांतून! मोहरलेल्या मांडवाखालून एखाद्या सुगंधाच्या लहरीसारखी मी चालले आहे. आले मी... सरकार... मी आले ... माझ्या डोळ्यांत आसवं असली तर ती सुखाची आहेत. मी रडणार नाही. माझ्या वीराबरोबर स्वर्गारोहण करताना मी हसत, अगदी मस्तानीसारखी हसत आले आहे. चला खाविंद, आपल्या अनंत प्रवासाला सुरुवात झाली. पांढराशुभ्र पोशाख करून आपण आपल्या आवडत्या अबलख घोड्यावर स्वार व्हा आणि मी तुम्हाला आवडणारा हा पोशाख करून माझ्या सारंगावर स्वार होते. मी तुम्हाला सांगितलं नाही का की, तुमच्या रिकिबीच्याबरोबर माझ्या रिकिबी राहतील म्हणून? एक रेसभर माझा सारंग मागं राहणार नाही... झालात स्वार?... चला, मोत्यासारख्या चांदण्यातून... रुपेरी मेघावरून... तारकांची फुलं खुडीत... क्षितिजावरील किनखापी झालरी बाजूला सारीत... माझ्या बाजीरावा, आपण दोघे... आपण दोघे... आपण दोघे... तुफान... वे... गा... नं...''

गद्यातसुद्धा काव्य लीलेने लिहावे, अशीच कुसुमाग्रजांच्या प्रतिभेची प्रवृत्ती आहे. गडकरी आणि बालकवी यांच्या एकाहून एक सरस अशा कविता मासिक मनोरंजनातून प्रसिद्ध होत होत्या, तेव्हा त्यांचा जन्म झाला (१९१२). म्युनसिपालिटीतील जन्मनोंदीच्या दृष्टीने ते पुणेरी ठरतील पण त्यांचे सारे बालपण नाशिकजवळच्या पिंपळगावी गेले. त्यांचे वडील तिथे वकील होते. टिळकयुगातल्या त्या काळात देशभक्ती आणि वाङ्मयप्रीती ही अनेक कर्तृत्ववान वकिलांची वैशिष्ट्ये असत. कुसुमाग्रजांचे वडील अशा वकिलांपैकीच होते. त्यामुळे कुसुमाग्रजांना वाचनाचा नाद लहानपणीच लागला. त्यांचे एक मामा रा. वा. जानोरकर हे कादंबरीकार होते. धाकटे मामा गंगाधरराव जानोरकर यांच्या कविता मासिक मनोरंजनात प्रसिद्ध होत असत. या वाङ्मयीन वातावरणामुळे साहजिकच कुसुमाग्रजांच्या मनात साहित्यविषयीचे प्रेम वृद्धिंगत होत गेले. आपल्या लहानपणाविषयी ते म्हणतात –

''वणी सप्तशृंग इथे उन्हाळ्याच्या सुटीत आम्ही जात असू. तेथे आत्याच्या घरात एक छोटी लायब्ररी होती व आम्हीच तिचे वाचक होतो. सप्तशृंगीच्या पायथ्याशी घालविलेले हे दिवस नेहमी आठवतात. आठवण्यासारखेच होते ते!

घरात वाङ्मयाप्रमाणे देशभक्तीचेही वातावरण असल्याने ते विचार मनात फार घोळायचे. या छुप्या देशभक्तीमुळेच लिहिण्याचा चंग बांधावासा वाटे.''

वाङ्मय आणि गणित ह्यांच्यामध्ये छत्तिसाचा आकडा का असावा, हे सांगणे मोठे कठीण आहे. पण हरिभाऊ आपट्यांपासून कुसमाग्रजांपर्यंत तसा तो असल्याचे आढळून येते, हे मात्र खरे! अगणित चुका करणे एवढाच आपला गणिताशी संबंध आहे अशा अर्थाची विनायक कवीची कोटीही – लक्ष्मी व सरस्वती यांच्याप्रमाणे वाङ्मय व गणित यांचे वैर सनातन आहे – या कल्पनेला पोषक अशीच आहे. विद्यार्थिदशेत भाषा व इतिहास हे कुसुमाग्रजांचे आवडते विषय होते. पण गणिताचे व त्यांचे कधीच फारसे सूत जमले नाही. कॉलेजच्या पहिल्या वर्षात गणिताने त्यांना दगा दिला. इंग्रजी सहावी-सातवीत असतानाच ते कविता लिहू लागले होते. बहुधा त्याचाच हा परिणाम असावा! मात्र कवितालेखनाला सुरुवात केल्यावरही त्यांची जी मुख्य वाङ्मयीन महत्त्वाकांक्षा होती, ती नाटककार होण्याची! त्यांना स्वप्ने पडत होती ती सोनेरी रंगीत छापून आलेल्या कवितांची नव्हती; ती रंगभूमीवर रंगणाऱ्या नाटकांची होती. कॉलेजमध्ये असताना गडकऱ्यांच्या नाटकांतले असंख्य उतारे त्यांना तोंडपाठ असत. नाटकाच्या या उपजत आवडीमुळेच त्यांनी विद्यार्थिदशेत रंगभूमीवर कामेही केली. इतर सर्व खेळांपेक्षा क्रिकेटमध्ये नाट्याला अधिक अवसर असतो म्हणूनच की काय, त्या काळी क्रिकेटचेही त्यांना तितकेच जबरदस्त आकर्षण होते.

वाङ्मयप्रेमी विद्यार्थ्यांच्या वाचनाला विद्यालयीन जीवनात बहर येतो. कुसुमाग्रजांनीही या काळात बरेचसे मराठी व इंग्रजी वाचन केले. अशा वाचनात पद्धतशीर अभ्यासापेक्षा आंतरिक ओढीचाच भाग अधिक असतो. विशीच्या आसपास वाचनातल्या आवडीनिवडी भराभर बदलत जातात. कुसुमाग्रजांचेही तसेच झाले. इंग्रजी वाचायला सुरुवात केल्यावर आरंभी त्यांनी गुप्त पोलिसांच्या कादंबऱ्या फार वाचल्या. एडगर वालेसपुढे त्या वेळी इतर मोठमोठे लेखक त्यांना अगदी तुच्छ वाटत! त्यांची हीच आवड वाढत गेली असती, तर आज 'वैष्णव' ऐवजी 'वेटिंगरूममधले सुंदर तरुणीचे प्रेत' या किंवा अशा पुस्तकांचे लेखक म्हणून आम्ही त्यांना ओळखू लागलो असतो! पण सुदैवाने त्यांच्या नाट्यप्रेमाने लवकरच त्यांना गुप्त पोलिसांच्या तावडीतून सोडविले. शॉ, सिंज, वाईल्ड, गाल्सवर्दी, मोलियर, शेक्सपिअर वगैरेंची मिळतील तेवढी नाटके त्यांनी वाचून काढायला सुरुवात केली. याच वेळी त्यांची आणखी एक आवड प्रगट झाली, ती म्हणजे विनोदाविषयीची भक्ती! वुडहौसीचे पुस्तक म्हणजे एक मेजवानी वाटते, असे ते अजूनही म्हणतात. काव्य आणि विनोद या दोन्हींचेही उत्कट आकर्षण हा श्रीपाद कृष्ण कोल्हटकर, शिवरामपंत परांजपे, गडकरी, अत्रे वगैरेंच्याप्रमाणे कुसुमाग्रजांच्याही प्रतिभेचा विशेष आहे. या आवडीमुळेच त्यांचा

ऑस्कर वाइल्डशी विशेष परिचय झाला असावा! आणि पुढे त्यामुळेच 'आयडियल हजबंड'चे 'दूरचे दिवे' हे सरस रूपांतर त्यांना करता आले. 'धनुर्धारी' व 'स्वदेश' या पत्रांमध्ये 'कृतानेक नमस्कार' या सदराखाली प्रसिद्ध होणाऱ्या पत्रांत जो खोचदारपणा दिसून येतो, त्याचे मूळ त्यांच्या विनोद दृष्टीतच आहे.

मात्र त्यांना विनोदाची दृष्टी असली तरी त्यांची वृत्ती विनोदी नाही! कोल्हटकर, गडकरी व अत्रे यांच्यासारखे त्यांचे विनोदावर प्रभुत्व नाही, याचे कारण हेच आहे. गडकऱ्यांच्या प्रतिभेला भावनेच्या सूक्ष्मतेपेक्षा तिच्या मनुष्यपणाचे आकर्षण अधिक होते. जीवनदर्शनातून निर्माण होणाऱ्या तत्त्वचिंतनापेक्षा कल्पनेची चमत्कृती त्यांना अधिक मोहिनी घाली. मानवी मनातल्या सूक्ष्म पण उत्कट संघर्षापेक्षा जीवनातले बाह्यसंग्राम किंवा विसंवाद त्यांना अधिक आवडत. कुसुमाग्रजांच्या प्रतिभेचा प्रकृतिधर्म त्यांच्यापेक्षा निराळा आहे. शिवाय त्या प्रकृतिधर्मावर झालेले काळाचे संस्कारही अत्यंत भिन्न आहेत. त्यामुळे एक बौद्धिक विलास म्हणून ते विनोदात रमू शकत असले तरी त्यांचे व्यक्तित्व दुहेरी नाही; ते एकेरीच आहे. त्यांचा आत्मा कवीचा आहे. 'दुसरा पेशवा' या नाटकात त्यांनी जे विनोदी प्रवेश लिहिले आहेत, त्यात खाडिलकरांच्या इतकेच ते अयशस्वी झाले आहेत; याचे कारण त्यांच्या प्रतिभेच्या या वैशिष्ट्यांतच आहे. खाडिलकरांच्या नाट्यप्रतिभेचे बळ तिच्या उग्र, उत्कट आणि उदात्त अशा स्वरूपात आहे – तिच्या तत्त्वचिंतनाच्या आणि जीवन-दर्शनाच्या शक्तीत आहे; खाडिलकरांच्या ठिकाणी आढळणारी परिणामकारक तात्त्विकता कुसुमाग्रजांच्यात अजून प्रगट झालेली नाही हे खरे; पण त्यांचे कविमन अंतर्मुख आहे, चिंतनशील आहे. 'दूरचे दिवे' किंवा 'दुसरा पेशवा' या दोन्ही नाटकांत नाट्यवस्तूचा आत्मा म्हणून ज्या संघर्षाची त्यांनी निवड केली आहे, त्यांत त्यांची ही प्रवृत्ती स्पष्टपणाने दृष्टीला पडते. पापाच्या – सांकेतिक नीतीच्या नव्हे तर मानवतेच्या दृष्टीने ठरणाऱ्या महापापाच्या – पायावर उभारलेले मोठेपण ही आधुनिक जीवनातली एक बिकट समस्या आहे. या समस्येची मांडणी 'दूरचे दिवे' या नाटकात त्यांनी केली आहे. माणसाचे प्रेमासाठी आसुसलेले, अगदी भुकेलेले असे मन आणि त्याचे सामाजिक मोठेपण, त्याची नैसर्गिक प्रीती आणि कृत्रिम सामाजिक नीती ह्यांच्यातल्या चिरंतन संग्रामावर त्यांनी 'दुसरा पेशवा' या नाटकाची उभारणी केली आहे. असले संघर्ष खाडिलकरांप्रमाणे नाट्यपूर्ण रीतीने चित्रित करण्याचे कौशल्य अद्याप त्यांना साधलेले नाही. पण मराठी रंगभूमी जिवंत राहावी म्हणून तिला सध्या उथळ, कृत्रिम आणि गुळचट कथानकांची जी साबुदाण्याची लापशी पाजविली जात आहे, तिच्यापेक्षा कुसुमाग्रजांच्या या नाटकात निःसंशय अधिक जीवनसत्त्वे आहेत. गेल्या तपातल्या मराठी नाटकांपैकी अत्र्यांचे 'उद्याचा संसार' व वरेरकरांचे 'सारस्वत' किंवा 'सिंगापुरातून' अशा अगदी हाताच्या बोटांवर मोजण्याइतक्या

कृतींतच मराठी रसिकांना श्रेष्ठ नाट्यकृतीला आवश्यक असणाऱ्या विशाल जीवनाचे व त्यातल्या उत्कट संघर्षाचे दर्शन झाले आहे. नाट्यलेखनात कुसुमाग्रज हीच परंपरा चालविण्याचा प्रयत्न करीत आहेत.

मात्र नाट्यदृष्टीपेक्षा काव्यप्रतिभा हा अजून तरी त्यांचा प्रभावी विशेष वाटतो. सुदैवाने ती प्रतिभा केवळ आत्मनिष्ठ नाही. पहिल्यापासून ती जीवनवादी आहे; समाजनिष्ठ आहे. भोवतालच्या सर्व घडामोडींशी, सुखदु:खांशी, मानवतेच्या अश्रूंशी आणि रक्ताशी ती समरस होत आली आहे. त्यामुळे तिला आपल्या विहाराला काव्याचे क्षेत्र अपुरे वाटावे, यात नवल नाही. कुसुमाग्रज अधूनमधून वाचनीय लघुकथा लिहीत आले आहेत, याचे कारण हेच आहे. प्रभावी कल्पकतेमुळे सामाजिक लघुकथांपेक्षाही रूपककथा व गद्यकाव्ये यांच्यांत त्यांचे मन अधिक सहजतेने रमत असावे. 'समिधा' या पुस्तकातली त्यांची अशा प्रकारची अनेक प्रकरणे मोठी सरस आहेत. भव्य अथवा रम्य कल्पना, नाजूक पण मार्मिक उपरोध आणि स्वप्नाळूपणा किंवा एकांगीपणा यांना बळी न पडता केलेले जीवनदर्शन यांचा संगम झालेली काही प्रकरणे काव्यप्रिय वाचकांना सुंदर कवितांइतकीच रमणीय वाटतील. जिब्रान किंवा टागोर यांच्या लहानशा चुटक्यांत जी सूचकता, आकर्षकता व अर्थगंभीरता आढळते, ती कुसुमाग्रजही आपल्या अशा प्रकारच्या लिखाणात निर्माण करू शकतात. जे मिळाले आहे त्याविषयी असंतुष्ट असायचे आणि जे केवळ दूरत्वामुळे रम्य वाटते त्याच्या पाठीमागे लागायचे, हे मानवी मनाचे एक सनातन वैगुण्य आहे. 'चांदणी' या चुटक्यात कुसुमाग्रजांनी ते किती सुंदर रीतीने दिग्दर्शित केले आहे ते पाहावे –

'शुक्राची तेज:पुंज चांदणी पाहून तो वेडा झाला. त्याने शुक्रावर जायचे ठरविले. आपले अर्धे आयुष्य खर्च करून त्याने एक प्रचंड शिडी तयार केली.

आणि एके दिवशी तो शुक्रावर चढून आला!

संतुष्ट दृष्टीने त्याने तिथून आकाशाकडे पाहिले.

शुक्राइतकीच तेज:पुंज अशी एक नवी चांदणी आकाशात तळपत होती. उर्वरित अर्धे आयुष्य खर्च करून त्याने पुन्हा एक प्रचंड शिडी सिद्ध केली – आणि तो पृथ्वीवर आला!

कुसुमाग्रज केवळ कल्पक आणि तत्त्वचिंतक असते तर अशा प्रकारचे लेखन हे त्यांचे आवडते क्षेत्र होऊन राहिले असते. पण ते जेवढे कल्पक तेवढेच भावनाशील आहेत. त्यांच्या भावनांचे आंदोलन केवळ वैयक्तिक सुखदु:खांनी होत नाही. सामाजिक जीवनातली भरती-ओहोटी त्यांच्यावर नेहमी फुलोरा फुलविते. त्यांच्या या वैशिष्ट्यांतूनच 'वैष्णव' ही त्यांची पहिली कादंबरी निर्माण झाली असावी.

१९४२च्या स्वातंत्र्याच्या लढ्याच्या पार्श्वभूमीवर हे कथाचित्र कुसुमाग्रजांनी

रेखाटले आहे. बेचाळीसच्या लढ्यातले पाच-दहा खरेखोटे भडक प्रसंग गोळा करून ते कृत्रिम प्रेमकथेच्या सूत्रात गुंफण्याचा अनेकांनी आतापर्यंत प्रयत्न केला आहे. कुसुमाग्रजांची 'वैष्णव' कादंबरी मात्र तशी नाही. नायकाचा मनोविकास हा तिचा आत्मा आहे. खेडेगावात प्रामाणिकपणाने आपले जीवन जगणाऱ्या एका प्राथमिक शिक्षकाची ही करुण पण उदात्त अशी कहाणी आहे. राखेच्या ढिगाऱ्याखाली सापडलेले अग्निस्फुलिंग जसे ओझरतेसुद्धा दिसू नये, त्याप्रमाणे दारिद्र्यामुळे व सामाजिक उपेक्षेमुळे या शिक्षकाचा आत्मा आपले अस्तित्व जणूकाही विसरूनच गेलेला असतो. पण ज्याच्यावर समाजात पदोपदी अमानुष अन्याय होत असतात, आपले वैभवमंदिर उंच व्हावे म्हणून धनिकाकडून पायाभरणीत ज्यांची लहानलहान सुखे आणि स्वाभाविक आकांक्षा पदोपदी पुरल्या जात असतात, अशा दलितांचा तो प्रतिनिधी आहे. त्याच्या सहनशीलतेलाही सीमा असते. बेचाळीसच्या वावटळीत त्याच्या आत्म्यावर साचलेली परंपरागत दुबळेपणाची राख उडून जाते. जागृत झालेला विनायकराव मास्तर चळवळीत हां-हां म्हणता ओढला जातो. एके काळी शाळेच्या इन्स्पेक्टरांच्या डोळ्याला डोळा न देणारा हा गरीब जीव आता आपल्या गावाचे स्वातंत्र्य पुकारीत क्रांतीचे निशाण फडकावितो! कादंबरीच्या उत्तरार्धात विनायकरावांचा मनोविकास चित्रित करण्यात घाई झाल्यामुळे ही कादंबरी निर्दोष उतरली नसली, तरी अनेक लहानसहान हृदयस्पर्शी प्रसंग, मालोजी महाराजांसारख्या संतापासून रंभाजीरावासारख्या जिवंत पण रासवट माणसापर्यंत त्यात आलेली विविध स्वभावचित्रे आणि एका प्रतिभाशाली कवीने लिहिलेले सुंदर गद्य यांच्या त्रिवेणी संगमामुळे ती आकर्षक वाटते. जाताजाता खेडेगावातल्या श्रावणाच्या आगमनाचे वर्णन कुसुमाग्रजांनी किती कल्पकतेने केले आहे –

"मुरारवाडीच्या सभोवारची सृष्टी कोवळ्या हिरव्यागार गवताने आच्छादून गेली होती. हिरव्या रंगाचा एक अमर्याद सागर सर्वत्र पसरल्यासारखे वाटत होते.

"आकाशातील देवांनी आषाढ महिन्यात जमिनीवर मोत्यांच्या ओंजळी पेरल्या आणि कोणातरी जादूगाराच्या किमयेने श्रावणात या मोत्यांचे रूपांतर पाचूंमध्ये झाले होते.

"कुमारिकेच्या प्रणयी परंतु मुग्ध स्मितासारखे भासणारे नाजूक, नवथर आणि आल्हाददायक ऊन मधूनच आकाशात पसरू लागे आणि कुठल्यातरी ढगाच्या आडोशाला दडून बसलेली पावसाची सर अकस्मात पुढे येऊन आपल्या सहस्र हातांनी त्या उन्हाला आपल्या छातीशी धरून ठेवायचा प्रयत्न करी.''

कुसुमाग्रज मानवतावादी आहेत असे त्यांच्या 'विशाखे'ला लिहिलेल्या प्रस्तावनेत मी म्हटले होते. टीकाकार हा साहित्यसृष्टीतला बेकार प्राणी असल्यामुळेच की काय, कुसुमाग्रज मानवतावादी आहेत की समाजवादी आहेत, याचा आमच्या मराठी

टीकाकारांनी पुढे खूप शाब्दिक काथ्याकूट केला. 'वैष्णव' कादंबरीच्या वाचकांना ते गांधीवादी आहेत असेही वाटण्याचा संभव आहे! गांधीवाद, समाजवाद व मानवतावाद यांच्या या तिरंगी सामन्यात लेखकाला गुंतवून तीन बायकांच्या दादल्यासारखी त्याची अवस्था करण्यापेक्षा त्याची जीवनश्रद्धा त्याच्याच शब्दांत व्यक्त करणे अधिक बरे. कुसुमाग्रज म्हणतात –

"गांधींच्याविषयी मला फार आदर वाटतो. परंतु गांधीवादावर माझा विश्वास नाही. गांधीवाद हा तत्त्वज्ञानापेक्षा जीवन-साधनेचा एक मार्ग म्हणून मला अधिक महत्त्वाचा वाटतो. माणुसकीच्या प्राथमिक मूल्यांवर तो आधारला आहे आणि त्याचे निष्कर्ष अमान्य असले तरी कुठल्याही जीवनक्षेत्रात या मूल्यांचे संरक्षण (निदान जास्तीत जास्त) व्हावे, असे मला वाटते. पैसा व स्त्रीपुरुषसंबंध यांच्या विपरीत संबंधाने आजचे मानवी जीवन सर्वस्वी पोखरून टाकले आहे. मानवतावाद या शब्दास स्वतंत्रत: काही विशेष अर्थ आहे, असे वाटत नाही. समाजवादी विचारांवर माझा विश्वास आहे. मानवी मन या विचारांचा आश्रय केल्याविना सुखी होणार नाही.''
व्यक्तिश: मला ह्या तिन्ही वादांनी सूचित केल्या जाणाऱ्या जीवनमूल्यांत जितके साम्य तितकेच भिन्नत्व आहे असे वाटते, एवढे नमूद करायला हरकत नाही.

प्रतिभागुणांच्या दृष्टीने पाहिले तर चाळिशीच्या अलीकडे असलेल्या पाच प्रमुख मराठी ललित लेखकांची निवड करायची झाली, तर भिन्न-भिन्न अभिरुचींचे रसिक त्या पाचांत कुसुमाग्रजांची गणना केल्याशिवाय राहणार नाहीत. जीवनातले सौंदर्य, सामर्थ्य आणि साधुत्व या सर्वांचेच आवाहन त्यांच्या प्रतिभेला कमी-अधिक प्रमाणात मिळत आले आहे, असे आजपर्यंतच्या त्यांच्या लिखाणावरून दिसून येईल. 'साहित्यिक हे समाजाचे शिल्पकार आहेत', ही उक्ती कितपत सत्य आहे याची परीक्षा होण्याचा काळ आता आपल्या देशात निर्माण झाला आहे. केवळ शब्द सौंदर्याने, भाषा प्रभुत्वाने, कल्पना चमत्कृतीने किंवा वैयक्तिक भावना विकासाने भावी काळातल्या सुबुद्ध वाचकांचे समाधान होणार नाही. ललित लेखक जसा स्रष्टा असतो तसे त्याने द्रष्टाही व्हावे, अशीच तो आता अपेक्षा करणार. त्या कसोटीला कुसुमाग्रज उतरावेत अशी माझी मन:पूर्वक इच्छा आहे. मित्रमंडळीत आळशी म्हणून जरी त्यांचा लौकिक असला तरी कलावंताचा आळस ही मुचकुंदाची निद्रा असते, ती कुंभकर्णाची झोप होऊ शकत नाही, असे मला वाटते. फार झाले तर तपकीर, सिगरेट, सुपारी, गप्पा या त्यांच्या आवडत्या गोष्टींच्या यादीत त्यांच्या आळसाचीही गणना करता येईल. मात्र त्यांच्यासारख्या अभिजात आणि विकासशील लेखकाने आपल्या सर्व वाङ्मयगुणांचा आता ईर्ष्येने आणि कसोशीने उपयोग केला पाहिजे. 'वैष्णव' मधल्या मालोजी महाराजांच्या तोंडी त्यांनी घातलेले खालील उद्गार आजही दोन वर्षांपूर्वींइतकेच सत्य आहेत. किंबहुना त्या सत्यातली कटुता गेल्या

दीड-दोन वर्षांत अधिकच वाढली आहे. ते शब्द असे आहेत –

"मला दुर्बलता पाहवत नाही. हिमालयापासून निलगिरीपर्यंत मी फिरून आलो आहे. आपल्या साऱ्या देशात ही दुर्बलता एखाद्या भयंकर साथीच्या रोगासारखी पसरली आहे. माणसे भेकडासारखी जगत आहेत आणि भेकडासारखी मरत आहेत. आपल्या या देशात चाळीस कोटी माणसे आहेत म्हणे! मी म्हणतो ही चाळीस कोटी जिवंत माणसे नाहीत; ती चाळीस कोटी प्रेते आहेत. चाळीस कोटी लोकांची ही मायभूमी नाही. चाळीस कोटी प्रेतांची ही केवळ स्मशानभूमी आहे! म्हणून तुम्हाला माझे जिव्हाळ्याचे सांगणे आहे की, आपण विष्णुदास आहोत. 'तुका म्हणे आम्हां देवाची सांगात.'' आम्ही परमेश्वराचे सांगाती आहोत, हे विसरू नका. जी गोष्ट तुम्हाला न्याय्य वाटेल, तिच्या संरक्षणासाठी डोंगरासारखे उभे राहा. जी गोष्ट तुम्हाला अन्याय्य, दुष्ट वाटेल, तिच्या संहारासाठी अवघ्या जीवनाचे शस्त्र करा.''

हे आवाहन स्वीकारून, मानवतेला पायदळी तुडविणाऱ्या प्रत्येक लहानमोठ्या अन्यायाविरुद्ध आपल्या प्रतिभेचे शस्त्र घेऊन लढणाऱ्या उद्याच्या मराठी साहित्यिकांत कुसुमाग्रज चमकत राहतील, अशी माझी खात्री आहे.

✭ ✭ ✭

१६

संवेदनशील व सौंदर्यलोलुप
कवी : वा.रा.कांत

मोगऱ्यांपासून माधवराव पटवर्धनांपर्यंत अनेक मराठी कवींनी मातृभाषेवरले आपले प्रेम कवितेत व्यक्त केले आहे. अशा उद्गारांपैकी आज ना उद्या जगाच्या भाषा माझ्या मायबोलीला खंडणी देतील, हा माधवरावांनी प्रकट केलेला आत्मविश्वास मोठा स्फूर्तिदायक आहे. या आत्मविश्वासापेक्षा अगदी निराळा पण तितकाच उत्कट असा भाव जर अलीकडे कुणाच्या काव्यात दृग्गोचर झाला असेल, तर तो कांतांच्या कवितेतच होय. मायभाषेला उद्देशून ते म्हणतात –

'माते मराठे तुझे पुत्र आम्ही

तुझी मृत्तिका नामरूपावते

गाणी तुला गावया, पूजकाचें

हृदीं रक्त हेलावतें वाहतें

बंदी अशा गायनातें करोनी

गळे आमुचे कापिले तरी

गातील गाणीं मराठी कबंधें

मराठी खुल्या माळरानावरी'

'आम्ही आपल्या मायबोलीतच आमच्या भावना प्रगट करणार, आमची सुख-दुःखे सांगणार, आमची गाणी म्हणणार! ती म्हणणाऱ्याला सत्ताधाऱ्यांनी फाशीची शिक्षा ठेवली, तरी आम्ही ती मुक्तकंठाने गात राहणार. मायबोलीवरल्या भक्तीच्या पायी आमची शिरे धडापासून वेगळी झाली, तरी हरकत नाही. शिरच्छेद झाल्यावरही मुरारबाजी हातात तरवार घेऊन पुरंदरावर लढत राहिला होता. आमची कबंधेही

वा. रा. कांत । १५१

तशीच आपल्या आवडत्या मराठी वाणीत गाणी गात राहतील. कुठलीही सैतानी सत्ता त्यांचा आवाज बंद करू शकणार नाही.' अशा अर्थाचे हे भावनोत्कट उद्गार कवीला सुचायला त्याच्या मातृभाषेची विलक्षण गळचेपी होत असली पाहिजे, हे उघड आहे. या एका त्वेषपूर्ण श्लोकावरून कांत हैद्राबाद संस्थानातले आहेत, हे कुणीही ओळखू शकेल.

हैदराबाद संस्थानात नांदेड येथे १९१३ साली कांतांचा जन्म झाला. या आधुनिक मोंगलाईत उस्मानिया युनिव्हर्सिटी स्थापन होऊन लोकभाषांचा पद्धतशीर कोंडमारा सुरू असताना ते लहानाचे मोठे झाले. मराठीच्या माहेरघरी तिचा होत असलेला छळ त्यांनी आपल्या संस्कारक्षम मुग्ध वयात पाहिला. ज्ञानेश्वर आणि एकनाथ यांच्यासारख्या श्रेष्ठ कवींच्या पद-रजाने पावन झालेल्या मराठवाड्याच्या पुण्यभूमीत त्यांच्या अमृततुल्य बोलीची होत असलेली अवहेलना पाहून जिव्हारी जखम व्हावी, तशी त्यांच्या मनाची स्थिती झाली. या दुखावलेल्या आणि संतापलेल्या मनाचे प्रतिबिंब त्यांच्या कवितेत अनेक ठिकाणी पडले आहे. रामदासांचे जन्मस्थान जांब गाव पाहताच ते उद्गारतात –

'देखिलें समर्था, तुमचे जन्मस्थान
घन जांब, राघुचे पाचूचें उड्डाण
अन् जीर्ण त्यांत घर तुमचे, धूळ उसासे
अर्धाच मनाचा श्लोक दिसे, जरि खिन्न.'

लगेच समर्थांना उद्देशून त्यांचे तडफणारे कविमन म्हणते, ''तुम्ही मेलेली घार जिवंत केली ही कथा आम्ही भाविकतेने ऐकली आहे. आता पुन्हा एकदा तो चमत्कार करून दाखवा. आज हा मराठी गरुड पंख कापल्यामुळे लोळागोळा होऊन जमिनीवर पडला आहे; त्याला पुन्हा आकाशात भराऱ्या मारण्याचे सामर्थ्य येईल असे काहीतरी करा. 'उदंड जाहले पाणी स्नानसंध्या करावया', असे मागे तुम्ही समाधानाचा सुस्कारा सोडीत उद्गारला होता; पण आज या मराठवाड्यातल्या कृष्णा आणि गोदा आटून चालल्या आहेत. मराठी भाषा, मराठी साहित्य आणि मराठी संस्कृती यांची इथे पदोपदी पायमल्ली होत आहे. या कृष्णेला आणि गोदेला महापूर केव्हा येईल, ते आम्हाला सांगा!''

आपल्याच राजवाड्यात राणीवर दासी व्हायची पाळी यावी, तशी मराठवाड्यातल्या मराठी जनतेची आणि मराठी भाषेची स्थिती आहे. परक्या ब्रिटिश सत्तेशी स्वार्थी संधान बांधून आणि प्रत्येक उगवत्या व्हॉइसरॉयांवर सुवर्णपुष्पांची वृष्टी करून गेल्या दीडशे वर्षांत निजामाने आपले आसन सुस्थिर केले. पण त्या आसनाखाली अन्याय, जुलूम, विषमता, धर्मवेड आणि पिळवणूक यांची भुते नेहमीच लपून बसलेली होती.

आज त्या भुतांचे क्रूर व किळसवाणे स्वरूप हैदराबाद संस्थानात नंगा नाच घालणाऱ्या रझाकारांच्या रूपाने प्रकट झाले आहे. पण त्या भुतांचा धिंगाणा या नाही त्या रूपाने तिथे नेहमीच सुरू होता. बहुजन-समाजाची भाषा, त्याची संस्कृती, त्याची आर्थिक प्रगती यांच्यावर तिथे वर्षानुवर्षे पद्धतशीर आक्रमण चालू आहे. त्या आक्रमणाचा प्रतिकार करण्याकरिता कार्यकर्त्यांनी प्रतिकूल परिस्थितीतही राजकीय व सामाजिक संघटना उभारल्या. त्याच प्रतिकारबुद्धीचे काव्यात्मक स्वरूप कांतांच्या कवितेत प्रगट झाले आहे. 'रुद्रवीणा' या त्यांच्या काव्यसंग्रहामधल्या पूर्वार्धातल्या सर्व कवितांत क्रांतीचा आणि मूर्तिभंजनाचा एकच एक संदेश आढळतो; क्रांतीसाठी वाहव्या लागणाऱ्या रक्ताच्या आणि कराव्या लागणाऱ्या बलिदानाच्या कल्पनांनी त्यांची ही गीते रंगून गेली आहेत. हैद्राबादच्या जीवनाशी अपरिचित असलेल्या वाचकाला या कल्पनांत एक प्रकारचे अतिरंजन आहे, असेसुद्धा वाटते. पण त्या कल्पना एका संवेदनशील मनाच्या प्रतिक्रिया आहेत, हे आपण विसरता कामा नये. त्याचे मूळ कवीच्या भोवतालच्या मध्ययुगीन राक्षसी राजवटीत आहे, धर्माच्या आणि सत्तेच्या सोज्ज्वळ बुरख्याखाली माणुसकीची हत्या करणाऱ्या तिथल्या वातावरणात आहे. कांत यांच्या या गीतात वीररसाबरोबर भयानकाचाही तो आविष्कार दिसतो, तो देशभक्तीने अथवा क्रांतिभावनेने प्रेरित झालेल्या आधुनिक मराठी कवितेत क्वचितच आढळतो. याचे कारण तरी दुसरे काय आहे? कांत आपल्या प्रतिभेला वारंवार असेच आळवतात –

देशास्तव वनवासी झाले.

न्यायास्तव फासावर चढले.

अराजकांच्या अभिलाषांचे

घुमते येथ तुफान

सखे, तूं गाशिल का हे गान?

लज्जारूपा विवस्त्र केलें

यौवनवस्त्रचि फाडुनि लुटलें

त्या लज्जेचे रंग वाहति

जळतचि रक्त समान

सखे, तूं गाशिल का हे गान?

पावसाळ्याच्या आरंभी सारे आभाळ काळवंडावे, वारा निपचित पडावा, उकाड्याने जीव गुदमरून कोंडल्यासारखे वाटावे, पण पावसाचा थेंबसुद्धा पडू नये, वाऱ्याची झुळूकसुद्धा लाभू नये! मात्र अशा वातावरणातच विद्युल्लता तेवढी आपल्या सुवर्णरिषांनी आभाळ उजळवीत चमकून जावी! कांतांच्या ओजस्वी कवितेचे स्वरूप

थेट असे आहे. मात्र या कवितांवरून त्यांच्या दैनंदिन जीवनक्रमाची कुणी कल्पना केली, तर ती अगदी चुकीची ठरेल. त्यांचे शिक्षण इंटरपर्यंत झाले आहे. कॉलेजच्या उंबरठ्यातूनच त्यांना परत यावे लागले. ऐन विशीत सरस्वतीची उपासना हेच आपले सर्वस्व मानून ते तिच्यात रमून गेले. त्यांनी व त्यांच्याबरोबरच्या पार्थिव, कृष्णाकुमार वगैरे कवींनी नांदेडला 'शारदाश्रम' या संस्थेची स्थापना केली. १९३२-३३च्या मानाने 'पहाटतारा' व 'फटत्कार' हे दोन छोटे काव्यसंग्रह या संस्थेने प्रकाशित केले. 'विहंगमाला' या नियतकालिकाचेही कांतांनी त्या वेळी संपादन केले. मराठवाड्यातल्या वाङ्मयीन चळवळींना त्या काळी अनुकूल परिस्थिती मुळीच नव्हती. त्यामुळे हे नियतकालिक साहजिकच अनियतकालिक झाले. आपल्या देशात सरस्वतीची कुणी कितीही नि:स्वार्थी उपासना केली, तरी त्याला शेवटी आपल्या चरितार्थाची सोय तिच्या मंदिराबाहेरच पाहावी लागते. माणसाचे मस्तक आणि हृदय ही दोन्ही रिकामी राहणार नाहीत, याची सरस्वती नेहमी दक्षता घेते; पण या दोन्हींच्या जोडीने त्याला पोटही असते, या गोष्टीचा वीणा वादनाच्या धुंदीत बहुधा तिला विसर पडत असावा! कांतांच्या बाबतीतही असेच झाले. पंख नुकतेच फुटलेल्या पिलाने घरट्याबाहेर पडून थोडीशी फडफड करावी, त्याप्रमाणे नांदेडला प्रकाशनाचे अल्पस्वल्प प्रयत्न त्यांनी केले; पण पुढे चरितार्थासाठी त्यांना नांदेड सोडावे लागले. काही किरकोळ नोकऱ्या केल्यानंतर त्यांना कायमची सरकारी नोकरी मिळाली ती हैदराबादला हिमायतगार शेतकी फार्मवर! कवीचे फुलांशी फार जुने नाते आहे. पण फुलांइतकाच भाजीपाल्यांशी आणि इतर शेतीविषयक गोष्टींशी निकट संबंध आलेले कांत हे बहुधा मराठीतले पहिलेच कवी असावेत. त्यांच्या जोडीने शेतकी कॉलेजात काम करणारे कथा-लेखक अरविंद गोखले यांचा उल्लेख करायला हरकत नाही. एके काळी पोस्टात काम करून साहित्यसेवा करणाऱ्या वरेरकरांच्याकडे लोक मोठ्या कुतूहलाने बघत असत. कांतांच्या शेतकी खात्यातल्या नोकरीकडेही कित्येकांनी त्याच भावनेने कदाचित पाहिले असेल. पण आता लवकरच कारखान्यात काम करणाऱ्यांतून कवी निर्माण होतील, लष्करी शिपायांतून नाटककार निपजतील आणि ही कुतूहलाची भावना जुनी-पुराणी वाटू लागेल!

तीन वर्षांमागे कांत हिमायत फार्मवरून औरंगाबादच्या रेडिओ कचेरीत आले. तिथल्या मराठी खात्याचे प्रमुख म्हणून ते काम करू लागले. चरित्राविषयी यापेक्षा अधिक माहिती विचारली तर ते म्हणतील, ''लाटांना कसलं आलं आहे चरित्र? भिरभिरत्या वाऱ्याच्या अज्ञात झुळुकेत उसळावं, तापल्या उन्हात किंवा शीतल चंद्रकिरणात हसावं, खळखळावं आणि अशाच कुठल्यातरी वाऱ्याच्या हसऱ्या झोतानं फेसाळावं, मोडावं हेच लहरीचं जीवन! माझ्यासारख्या सामान्याचं जीवनही असंच आहे!''

पण कांतांचे व्यावहारिक जीवन चारचौघांसारखे असलं तरी त्यांचं मन त्यांच्यासारखे नाही. ते एक संवेदनशील व सौंदर्यलोलुप असे कविमन आहे. स्वत:च्या अनुभूतीशी आणि भोवतालच्या परिस्थितीशी प्रामाणिक राहून आपला विकास करून घेण्याची धडपड या कविमनाने केली आहे. या विकासाची रूपरेषा पाहिली म्हणजे त्यांच्या काव्याची जडणघडण कशी होत गेली असेल, याची पूर्ण कल्पना येते.

अगदी लहानपणी श्रीधर कवी प्रथम त्यांच्या वाचनात आला. रोज रात्री झोपण्यापूर्वी हरिविजयाचा एक अध्याय वाचण्याचा त्यांच्या आईचा नियम असे. आई अध्याय वाची, बाकीचे सर्व ते ऐकत. वाचायला येऊ लागल्यावर कांत आईचे काम करू लागले. श्रीधराच्या रसाळ वाणीने त्यांना वाचनाची गोडी लावली. श्रीधराच्या या पहिल्यावहिल्या संस्कारामुळे प्रसाद हा त्यांच्या कवितेचा एक प्रमुख गुण व्हायला हवा होता. पण तो तसा झाला मात्र नाही. याचे कारण त्यांच्या प्रतिभेचा प्रकृतिधर्म कल्पकता हा आहे, असे मला वाटते. ते स्वत:च म्हणतात, ''जुन्या कवींत आता मला ज्ञानेश्वर व मुक्तेश्वर आवडतात. मुक्तेश्वराच्या कल्पनावैभवापुढे श्रीधर आता थोडा फिक्काही वाटतो. पण त्याच्या रसाळपणाचे आकर्षण मात्र अजून कमी झालेले नाही.''

आधुनिक मराठी कवींपैकी केशवसुत, सावरकर, तांबे, बी व माधव ज्युलियन हे त्यांना अधिक आवडतात. त्यांच्या या आवडी-निवडीवरून त्यांच्या कवितेच्या स्वरूपाची कुणी कल्पना केली, तर ती फारशी चुकीची ठरणार नाही. केशवसुत व सावरकर यांच्या कवितेतुन प्रकट होणारे ओज व तांबे आणि माधव ज्युलियन यांच्या गीतांतून व्यक्त होणारी प्रामाणिक प्रीतिभावना या दोन्हींचाच आविष्कार मुख्यत: कांतांच्या काव्यात झाला आहे. बींच्या तत्त्वचिंतनाचे प्रतिबिंब त्यांच्या कवितांत सहसा आढळत नसले, तरी त्यांच्या शैलीची अस्पष्ट छाया ''धराकंपघर्घरीत भीषण घनगर्जन मिसळले'' किंवा 'त्या गंधोन्मद मंदसांध्य पवने ह्या वृत्ती उन्मादती' अशांसारख्या ओळींत भासमान झाल्यावाचून राहत नाही. टागोर, शेली, बायरन हे परप्रांतीय व परदेशीय कवी त्यांना आवडतात, यात नवल नाही. ओज व कल्पकता यांचे प्रेम त्यांच्या प्रकृतिधर्माशी सुसंगतच आहे. वॉल्ट व्हिटमन हा मूर्तिभंजक अमेरिकन कवीही त्यांना प्रिय आहे. त्यांची रसिकता ही जातिवंत कलावंताची आहे. त्यामुळे सामान्यत: मराठी साहित्यिकांना अपरिचित असलेले अनेक हिंदी व उर्दू कवी त्यांच्या वाचनात आले आहेत. आपल्या काव्यवाचनाविषयी कांत म्हणतात, ''रशियन, स्कॅंडिनेव्हियन, जर्मन व काही आयरिश काव्यवाङ्मय वाचण्याची माझी इच्छ अजून अतृप्त आहे; निरनिराळ्या भारतीय भाषांतील काव्ये वाचायला मिळावीत असे वाटते; परंतु हिंदी व उर्दूशिवाय इतर भाषांत गती नसल्यामुळे नाइलाज होतो. हिंदीत सुमित्रानंदन पंत, निराला, मैथिलीशरण, प्रसाद, महादेवी वर्मा व बच्चन

यांची कविता विलोभनीय वाटते. उर्दूत इक्बाल, गालिब व जोष मला आवडतात.''

कांतांच्या कवितालेखनाचा आरंभापासूनचा इतिहासही मोठा मनोरंजक आहे. वळणे घेतघेत समुद्राला जाऊन मिळणाऱ्या नदीसारखी लेखकाच्या कलेची प्रगती होत असते. कांतांच्या बाबतीतही असेच झाले. अगदी लहानपणीच त्यांना शब्द जुळविण्याचा छंद लागला. श्रीधराच्या प्रासादिक ओव्यांच्या परिचयाचा तो परिणाम असावा. कवितेच्या भेंड्या खेळण्याचाही बालवयात त्यांना फार नाद होता. या निमित्ताने साहजिकच त्यांचे काव्यवाचन व कवितांचे पाठांतर वाढत गेले. हुतुतूच्या डावात एका कुशल गड्याने विरुद्ध बाजूच्या अनेक गड्यांशी यशस्वी टक्कर द्यावी त्याप्रमाणे पाच-पन्नास मुलांशी ते एकटे भेंड्या खेळत असत. काव्याविषयीच्या प्रेमाचा स्वाभाविकपणे व्हायचा तोच परिणाम झाला. मराठी तिसरी-चौथीत असतानाच या बालकवीने दोन कविता लिहिल्या. एक गणपतीवर व दुसरी ढेकणावर! ढेकणाबद्दलच्या कवितेत रक्तशोषणाबद्दल संताप व निषेध होता, असे कांतांना अजून आठवते. मनोगाहनावरली पुस्तके आवडीने वाचणारा एखादा टीकाकार या गोष्टीचा त्यांच्या आजच्या क्रांतिकवितेशीसुद्धा संबंध जोडायला मागेपुढे पाहणार नाही!

नांदेडची महाजन वगैरे प्रौढ मंडळी कविता करीत असत. त्यांच्या सहवासात आपणही कविता करावी, असे तरुण कांतांना वाटणे साहजिक होते. त्यामुळे ते लहानपणीच कविता रचू लागले. पण त्यांच्या कवितेच्या आत्म्याला आकार दिला तो मात्र अगदी निराळ्या गोष्टीने! सावरकरांचे 'मॅझिनीचे चरित्र' हे जप्त असलेले पुस्तक याच सुमारास कांतांच्या हातात पडले. ते पुस्तक त्यांचे दैवत बनले. त्यांनी त्याची पारायणावर पारायणे केली. त्यांचे मन एका नवीन दाहक भावनेने प्रज्वलित केले. आपल्या मातृभाषेची पदोपदी गळचेपी होत आहे, आपल्याच मायभूमीत आपण दलित, उपेक्षित व अवमानित आहोत, बहुसंख्य जनता या बाबतीत उदासीन व निष्क्रिय आहे याची जाणीव त्यांना त्या पुस्तकाच्या वाचनानंतर तीव्रतेने झाली. त्यांचे खरेखुरे कविमन जागे झाले. ते उद्वेगाने भरून गेले, दुःखाने भारावून गेले. आपले हे सारे दुःख, सारी चीड, सारा त्वेष कवितेतून व्यक्त केल्याशिवाय त्याला काही केल्या चैनच पडेना. कांतांची ओजस्वी कविता अशी निर्माण झाली आहे.

कुठल्याही एका भावनेने भारावून गेलेल्या वाङ्मयात एकसुरीपणा निर्माण होणे अपरिहार्य असते. तसा तो कांतांच्या क्रांतिकवनांतही आहे. पण त्यांच्या कल्पकतेमुळे हे वैगुण्य रसिक मनाला तीव्रतेने जाणवत नाही. आजच्या मराठवाड्यातली धूळ औरंगजेबाच्या कबरेचा उपहास करीत आहे. 'मराठ्यांचे स्वातंत्र्य धुळीला मिळवायला तू दक्षिणेत आलास, पण तू स्वतःच इथल्या धुळीत लोळत पडला आहेस', असे ती टोचून बोलत आहे आणि औरंगजेबाची कबर 'माझ्या गुलामांचे गुलाम होऊन

राहणाऱ्या माणसांनी हा प्रश्न मला करावा, ही किती विचित्र गोष्ट आहे!' असे तिला मर्मभेदक उत्तर देत आहे, अशी कल्पना ते एका कवितेत करतात. राणी दुर्गावतीच्या समाधीजवळ तिच्या रणदुंदुभी दगड होऊन पडल्या आहेत आणि ते दगड रोज रात्री येणा-जाणाऱ्या वाटसरूंना 'दुंदुभी आमुच्या बनवा' म्हणून विनंती करीत आहेत अशी जी लोककथा आहे, तिचा ते दुसऱ्या कवितेत उपयोग करतात. 'सदरा' या कवनात देशासाठी फाशी जाणाऱ्या भावाकरिता आपल्या स्नेहाच्या धाग्यादोऱ्यांनी सदरा शिवणाऱ्या प्रेमळ बहिणीचे करुण वर्णन त्यांनी केले आहे. उलट, 'ध्वज आज नवा उभवू' या गीतात 'कपोतबाळें रक्तपिपासू श्येनाशी लढवू' अशा प्रकारचा दलितांच्या शौर्याविषयी विश्वास प्रगट करणारा दुर्दम्य आशावाद त्यांनी प्रकट केला आहे. क्रांतिभावनेचा आविष्कार करताना विषय व पार्श्वभूमी यांत व्यक्त होणारी त्यांची कल्पकता, 'आग सुरेतुन जी धगधगते । अश्रुमधुनि जी दया ठिबकते । मिश्रण त्यांचे आपल्या रुधिरी उसळत बलिदानाला । अपुला ग्रंथ निराळा' किंवा 'शृंगाराचे दीप मालवा । चल नुपूर नट नाच थांबवा । युद्धी खचल्या प्रेतासंगे रडे मानवी प्रीत । गाऊ या अरुण तरुण संगीत ।' अशा कडव्यांतून प्रकट होत असल्यामुळे त्यांच्या या गीतांत आवेशाबरोबरच आकर्षकपणाही आला आहे. मात्र त्यांच्या या सामाजिक कवितेत मूर्तिभंजनाच्या आणि बलिदानाच्या कल्पना पदोपदी आपल्याला भेटतात. या कल्पनांशी संबंध असलेल्या रक्त, अस्थी, आतडी इत्यादी गोष्टींचाही कांत वारंवार उपयोग करतात. त्यामुळे ते एखाद्या अत्याचारी पक्षाचे किंवा केवळ विध्वंसक अशा एखाद्या वादाचे पुरस्कर्ते आहेत, अशी त्यांची कविता वरवर वाचणाऱ्या माणसाची समजूत होण्याचा संभव आहे. पण त्याचा तो तर्क सर्वस्वी निराधार आहे. 'गत शतकांची पापें घोरें । क्षालायाला तुमचीं रुधिरें । पाहिजेत रे स्त्रैण न व्हा तर!' हे दुबळ्या जनतेला हडसून-खडसून सांगणाऱ्या केशवसुतांहून त्यांची भूमिका फारशी भिन्न नाही. पोटातले पाणी हालू न देता समाजात क्रांती घडवू इच्छिणारे स्वप्नाळू पंडित केवळ शिळोप्याच्या गप्पा मारीत असतात, हे कांत पूर्णपणे ओळखून आहेत. क्रांती त्यागाच्या यज्ञकुंडातून जन्माला येते आणि आपल्या भक्तांच्या रक्तामांसावर ती लहानाची मोठी होती, अशी कांतांची श्रद्धा आहे. म्हणूनच त्यांनी आपल्या अशा प्रकारच्या कवनांत रुद्र व भीषण कल्पनांचा मनसोक्त उपयोग केला आहे. या बाबतीतले त्यांचे म्हणणे लक्षात घेतल्याशिवाय त्यांच्या क्रांतिगीतांवर प्रचाराचा, कृत्रिमपणाचा अथवा अतिरंजनाचा आरोप करणे चुकीचे होईल. ते म्हणतात, ''राष्ट्रवाद, धर्मवाद व वर्गवाद यांच्यापलीकडे गेलेली आणि समतेवर आधारलेली समाजरचना व शासनसंस्था हे मानवाचे अंतिम ध्येय असावे, असे मला वाटते. परंतु ही कल्पना फार दूरची आहे. सध्या आम्ही क्रांतिकालात आहोत. या क्रांतीला साहाय्य करणे, स्वातंत्र्य व विकास यांच्या आड येणारी सर्व

वा. रा. कांत । १५७

बंधने तोडणे हे आपले आजचे प्राप्त कर्तव्य आहे. आपल्या भोवतालची गुलामगिरी व अंधश्रद्धा नाहीशी करण्याकरिता मूर्तिभंजन आवश्यक आहे. म्हणून संहार व बलिदान यांसाठी आपली सिद्धता असली पाहिजे. त्याशिवाय आपले ध्येय साध्य होऊ शकणार नाही. मरणाच्या रथावर बसून आमचे, भारताचे किंबहुना साऱ्या जगाचे राजकीय जीवन आज प्रस्थान करीत आहे, असे मला भासते. म्हणून बेफामपणे उधळणाऱ्या भीषण संहाराच्या गतिमानतेतही मला रम्य भास होतात आणि प्रतिगामी शक्तींच्या आघातांनी क्षतविक्षत व क्षणभर मूर्च्छित होणाऱ्या रथीच्या - मानवतेच्या अनिरुद्ध सामर्थ्यावर माझा विश्वासही अढळ राहतो.'' कांतांचे 'अग्निपथ' हे खंडकाव्य वाचले म्हणजे त्यांची ही श्रद्धा किती प्रामाणिक आहे आणि तिचा आविष्कार ते किती कलात्मकतेने करू शकतात, याची स्पष्ट कल्पना येते.

केवळ तुलनेनेच बोलायचे झाले तर वैयक्तिक भावनांवर आधारलेल्या कांतांच्या कविता अशा कवनांपेक्षा अधिक प्रसन्न वाटतात. 'रुद्रवीणा' या त्यांच्या काव्यसंग्रहातल्या उत्तरार्धात भावगीतांच्या जोडीने नाट्यगीते आढळतात. सुंदर कल्पनांच्या हातात हात घालून नाजूक भावना प्रकट होतात. काही-काही चरणांत तर नादमाधुर्य आणि अर्थसौंदर्य यांची शर्यत लागल्याचा भास होतो. प्रीतिजीवनातली विविधता आणि उत्कटता यांचे पडसाद वाचकांच्या हृदयात उमटविण्याची शक्ती त्यांच्या या कवितांत आहे. 'वसंत ये मी', 'त्या तरुतळी विसरले गान', 'जलतरंग' 'आली मधु रजनी', 'रमणी उदविशी निज कचभार', 'पाषाण आणि मूर्तिकार', 'लोटू दे दार' इत्यादी त्यांच्या कविता कुणालाही आवडाव्यात इतक्या सरस आहेत. या कवितांत व्यक्त झालेल्या कांतांच्या वाङ्मयीन व्यक्तित्वाचा अधिक हृदयंगम विलास पाहण्याकडे आता माझ्यासारख्या त्यांच्या चाहत्यांचे डोळे लागले आहेत. ज्या विशिष्ट राजकीय व सामाजिक परिस्थितीमुळे त्यांचे मन आजपर्यंत एका स्थूल क्रांतिभावनेने भारावून गेले होते, ती परिस्थिती पालटत आहे. त्यामुळे कांतांच्या प्रतिभेला अधिक मुक्तपणाने उड्डाण करता येईल. यापुढे इतर साहित्यिकांप्रमाणे त्यांनाही क्रांतीच्या कल्पनेकडे नव्या विशाल आणि विधायक दृष्टिकोनातून पाहावे लागणार आहे. मूर्तिभंजनाचे काम संपले, असा याचा अर्थ नाही. पण जुन्या मूर्ती फोडताना त्यांच्या जागी नव्यांची प्रतिष्ठापना करण्याचीही दक्षता आता आपल्या कलावंतांनी घेतली पाहिजे. शतकानुशतके विस्कळीत झालेले हे विशाल प्राचीन राष्ट्र आपल्याला संघटित करायचे आहे. नानाविध भेदभावनांनी छिन्नविच्छिन्न झालेला भारतीय समाज समतेच्या पातळीवर जाणून आपल्याला समर्थ व सुखी बनवायचा आहे. त्यासाठी साहित्यातल्या सर्व शक्तींनी जीर्ण आदर्शांच्या विध्वंसा इतकेच नवीन ध्येयांच्या निर्मितीकडेही लक्ष देणे अगत्य आहे. कल्पकता व ओज हे कांतांच्या प्रतिभेचे प्रमुख गुण या पुढच्या काळातही त्यांच्या निर्मितीला प्रभावी स्वरूप प्राप्त करून देतील,

याबद्दल मला शंका वाटत नाही. या नव्या निर्मितीच्या आत्म्याचे स्वरूप कसे असावे, हे कांतांना इतरांनी सांगण्याची जरुरीच नाही. कलावंताला नवनव्या उच्च आदर्शांचे दर्शन कसे होते, हे मूर्तिकाराच्या मुखाने मोठ्या मार्मिकपणाने त्यांनी व्यक्त केले आहे. त्यांचा तो मूर्तिकार पाषाणाला म्हणतो –

> *'कुणाचें मी रूप देऊं तुला आता*
> *पाषाण मी स्वत: झालों असें*
> *घ्या हो कुणी माझीं हत्यारें हीं सारीं*
> *घाव माझ्यावरी घाला ऐसे*
> *माझ्यांतून घडे तींच दिव्य मूर्ति*
> *जिचा ध्यास चित्तीं घेतला मीं!'*

✩ ✩ ✩

वा. रा. कांत । १५९

१७

तपस्वी चरित्रकार :
धनंजय कीर

गेल्या दीडशे वर्षांतल्या भारतातल्या घडामोडींशी ग्रंथांद्वारे सुपरिचित असलेला एखादा अमेरिकन पंडित उद्या मुंबईत आला, तर या महानगरीतल्या ज्या मोजक्या व्यक्तींची गाठभेट त्याला घ्यावीशी वाटेल, त्यांत थोर चरित्रकार श्री. धनंजयराव कीर यांचे नाव निश्चित असेल. आपापल्या परी महामानवाची चमक दाखविणाऱ्या आधुनिक भारतीय नेत्यांच्या धनंजयरावांनी लिहिलेल्या चरित्रांनी त्या पंडिताची जिज्ञासा अंशत: तृप्त केली असेल. मात्र श्री. कीर यांची भेट घेण्याकरिता जेव्हा तो माहीम भागातल्या त्यांच्या निवासस्थानी जाईल, तेव्हा त्याला आश्चर्याचा धक्काच बसेल. दोन लहान-लहान खोल्यांत, कुटुंबीय मंडळींसह वावरणारे धनंजयराव, आपल्या लेखनाला आवश्यक असलेले वाचन, चिंतन आणि संशोधन या एवढ्याशा जागेत कुठं करत असतील, हे कोडं प्रथमदर्शनी त्याला उलगडणार नाही. कीरांची गॅलरीलगतची पहिली खोली हीच त्यांची स्वागतिका आहे, अभ्यासिका आहे आणि चार मित्रमंडळी जमली म्हणजे जरुरीप्रमाणे तिचाच ड्रॉइंग हॉल बनवला जातो, हे ऐकल्यावर त्याचं मन अमेरिकेतल्या पंडितांना आणि साहित्यिकांना उपलब्ध होणाऱ्या सुखसोयींशी इथल्या परिस्थितीची तुलना करू लागेल. मात्र धनंजयराव त्याच्याशी मोकळेपणानं बोलत राहातील. त्याच्या शंकांना समर्पक उत्तरं देतील. त्याच्या जिज्ञासेला नवं खाद्य पुरवतील आणि मानवेंद्रनाथ रॉयसारख्या आपल्या संकल्पित चरित्रग्रंथांची माहिती देऊन ती चेतवतील.

मुंबईसारख्या धावपळीच्या, घाईगर्दीच्या आणि सदैव कोलाहलाच्या समुद्रात बुडालेल्या अफाट शहरातल्या आपल्या घरकुलात बसून कीर चरित्रलेखनाचे एवढे प्रचंड कार्य करू शकले याचे कारण स्वभावत:च ते एका मोठ्या उज्ज्वल पंडिते

परंपरेचे वारस आहेत. इतिहासाचार्य राजवाडे, इतिहाससंशोधक वासुदेवशास्त्री खरे, ज्ञानकोशकार डॉ. केतकर यांच्यासारख्यांची ती परंपरा आहे. साधनांच्या कमतरतेमुळं किंवा परिस्थितीच्या प्रतिकूलतेमुळं अशा व्यक्तींच्या ठिकाणी असलेली पुरुषार्थाची प्रेरणा कधी हतबल होत नाही. उलट, अग्निज्वाळेप्रमाणं ती अधिकच उफाळते. सांसारिक सुखदु:खं कशी विसरायची आणि आपल्या अंत:प्रेरणेनं आपण जे कार्यक्षेत्र निवडलं आहे त्यात अखंड काम करीत कसं राहायचं, याचं बाळकडूच जणूकाही अशा विरळ व्यक्तींना मिळालेलं असतं. संसारातही यतिधर्म आचरून कला, साहित्य, संस्कृती इत्यादिकांच्या संवर्धनासाठी आत्मसमर्पण करणाऱ्या व्यक्तींची प्रत्येक कालखंडाला आवश्यकता असते. कोणत्याही कालखंडातला समाज भौतिक समृद्धीच्या दृष्टीनं सुदैवी असला, पण आत्मिक आविष्कारांनी तो संपन्न नसला, तर इतिहास त्याच्याकडं दुर्लक्ष करूनच पुढं जातो. एके काळी आध्यात्मिक ओढीनं ऋषिमुनींनी रानावनांत राहून तपश्चर्या केली. वीर, संत, शास्त्रज्ञ व संशोधक यांनीही आपापल्या कार्यक्षेत्रात आवश्यक असं तप पिढ्यान् पिढ्या आचरलं आहे. काळ पालटला, बाह्यजीवन आमूलाग्र बदललं तरी आपल्याला भावलेल्या दिव्यत्वाच्या शोधाकरिता जीव पाखडणारी माणसं प्रत्येक समाजात पिढीपिढीत निर्माण व्हावी लागतात. अशा निवडक व्यक्ती आणि त्यांचं कर्तृत्व हेच समाजाचं शाश्वत धन असतं.

धनंजयरावांचं वैयक्तिक जीवन ध्यानात घेतलं म्हणजे अंधारात शुक्राची चांदणी अधिकच लखलखावी तसं त्यांचं ग्रंथकर्तृत्व डोळ्यांत भरतं. किंबहुना त्यांची बुद्धी, चिकाटी, परिश्रम, सत्य कणाकणानं शोधून काढण्यासाठी चाललेली धडपड यांचा अचंबा वाटू लागतो. कोकणच्या मातीनं घडविलेल्या महाराष्ट्राच्या या सुपुत्राला पूर्ववयात शेजारी गर्जत राहणाऱ्या सागरानं आणि समोर दिसणाऱ्या सह्याद्रीच्या शिखरांनी उन्नत आणि उदात्त अशा जीवनक्रमाचा धडा दिला असावा.

शिक्षण बेतापुरतं, मुंबई गाठून पोट भरण्याइतपतच! अशा बेताबाताच्या शिक्षणाची शिदोरी असलेल्या माणसाचं इंग्रजीवर कसलं प्रभुत्व असणार? पण कीर काय, विनोबा काय किंवा त्यांच्या जातीच्या व्यक्ती काय, एखाद्या भाषेवर प्रभुत्व मिळवायचं असलं तर कोशच हाती घेतील व तो मुखोद्गत करतील. इंग्रजीत आपले विचार सहजतेनं व्यक्त करण्याचं कौशल्य धनंजयरावांनी अशाच रीतीनं संपादन केलं आहे. महिन्याची तोंडमिळवणी कशीबशी करणाऱ्या मध्यमवर्गाच्या अंदाजपत्रकाप्रमाणेच कीरांची पाठ अनेक शारीरिक संकटांनीही पुरवली आहे. सर्वांत मोठी आपत्ती म्हणजे त्यांच्या अधू दृष्टीची. लेखन-वाचनास आवश्यक असलेली दृष्टीच साथ देत नसली, तर माणसाच्या मनोरथाची चाकं भूमीत रुतून बसतात. पण कीर आज वर्षानुवर्ष मायनस तेरा किंवा त्यापेक्षाही अधिक नंबर असलेल्या चष्म्यानं पुस्तकं अगदी

डोळ्यांशी धरून वाचीत आले आहेत. अधू दृष्टीची अडचण पुरेशी नव्हती म्हणूनच की काय डोळ्यांत मोतीबिंदू उद्भवले. या गोष्टीलाही आता दीर्घकाळ लोटला आहे. वाढतं वयोमान आणि पराकोटीचे परिश्रम यांच्यामुळे अतिरिक्त रक्तदाबही त्यांच्या भेटीला अधूनमधून येतो. पण रामदासांनी कुबडीत आपला ताप काढून ठेवल्याची लोककथा आहे ना, तसा धनंजयरावांचा प्रकार आहे. ही सारी प्रतिकूलता ते सहजतेनं गुंडाळून ठेवतात आणि न थांबता, न थबकता आपल्या कामाला लागतात. एखाद्या अखंड किल्ली दिलेल्या घड्याळाप्रमाणं त्यांचं वाचन, चिंतन व लेखन सुरू असतं.

अशा प्रकारच्या तपश्चर्येतूनच त्यांचं साहित्यक्षेत्रातलं कर्तृत्व उमललं आहे. गेल्या दीड शतकातला इतिहास त्यातल्या श्रेष्ठ नेत्यांच्या चित्रणानं साकार करण्याचा ध्यास त्यांनी घेतला आहे. इतिहास हा शब्द उच्चारला म्हणजे अजूनही राजकीय स्वरूपाच्या घडामोडीच अधिक प्रमाणात आपल्या डोळ्यांपुढं उभ्या राहतात. पण कीरांच्या चरित्रलेखनात, नायकाचं कर्तृत्व ज्या क्षेत्रात प्रकर्षानं प्रकट झालं असेल, त्याच्या अनुषंगानं तत्कालीन इतिहास वर्णिला जातो. त्यांची चरित्रमालिका म्हणजे भव्य तैलचित्रंच आहेत. यांपैकी प्रत्येक चित्र रंगवताना त्यांनी जे अपार परिश्रम केले आहेत, त्यांची कल्पना कुणालाच करता येणार नाही. मुंगीनं साखरेचे कण गोळा करावेत त्याप्रमाणं आपल्या नायकाच्या चरित्रातला बारीकसारीक तपशीलसुद्धा ते जागरूकतेनं संपादन करतात. स्वातंत्र्यवीर सावरकरांना ८१ वे वर्ष लागले तेव्हा बेळगावला झालेल्या कार्यक्रमात मी बोललो होतो. पुढं चारसहा महिन्यांनी मुंबईत कीरांची गाठ पडली तेव्हा माझ्या त्या भाषणाचं कात्रण मी ठेवलं आहे काय, अशी पृच्छा त्यांनी केली. सावरकरचरित्राची संस्कारित आवृत्ती ते तयार करीत होते. त्यासाठी त्यांना ते कात्रण हवं होतं. आपल्या भाषणाची कात्रणं ठेवण्याची मला सवय नसल्यामुळं मी त्यांना ते देऊ शकलो नाही. त्या सभेत मी बोललो होतो सावरकरांचा एक चाहता या नात्यानं. त्यांच्या चरित्राचा व साहित्याचा अभ्यासक म्हणून नव्हे. पण कीरांना माझ्या भाषणातली दोन-तीन वाक्यं हवी होती. अशा प्रकारे माहिती गोळा करून ती सुसंगतपणं आणि चिंतनपूर्वक तिच्यातला सत्यांश निवडून महापुरुषाचं आंतरिक व्यक्तिमत्त्व वाचकांपुढं उभं करणं हे काम किती कष्टाचं, जिकिरीचं, चिकाटीचं आणि बौद्धिक तपस्येचं आहे, हे सांगितलंच पाहिजे असं नाही.

कीरांनी आपलं चरित्रलेखन केवळ मराठीत केलं असतं, तरी त्याचं मोल साहित्य व समाज यांच्या दृष्टीनं फार मोठं होतं. पण त्यांनी ती इंग्रजीतही लिहिल्यामुळं केवळ साहित्य आणि समाज यांचंच नव्हे, तर देशाचीही मोठी सेवा त्यांनी बजावली आहे. भारताच्या इतर राज्यांप्रमाणं परदेशांतही त्यांची चरित्रे वाचली जातात,

अभ्यासली जातात. महात्मा ज्योतिराव फुले यांचं जीवन व तत्त्वज्ञान कीरांनी त्यांचं इंग्रजीत चरित्र लिहिण्यापूर्वी बंगाल-पंजाबसारख्या भागात तर राहोच, पण गुजरात-कर्नाटक या महाराष्ट्रालगतच्या प्रदेशातही परिचयाचं असेल असं वाटत नाही. आज बाहेरच्या जगाशी आपल्याला जोडणारा पूल म्हणून इंग्रजी भाषेचं महत्त्व किती आहे हे स्थानी-अस्थानी इंग्रजी हटावचा घोष करणाऱ्या मंडळींनी कीरांच्या चरित्रलेखनावरून जाणून घेतलं तरी पुष्कळ काम होईल. दैनंदिन जीवनात किंवा लौकिक व्यवहारात मातृभाषा आणि राष्ट्रभाषा यांचाच वापर झाला पाहिजे, हे कुणीही मान्य करील. पण आजतरी बाहेरच्या जगाशी संपर्क ठेवायला आणि संवाद साधायला या दोघीही असमर्थ आहेत. अशा स्थितीत इंग्रजीसारख्या दीडशे वर्षे रूढ झालेल्या भाषेचं शस्त्र जर आपल्या विद्वानांच्या हाती नसेल, तर ज्ञान-विज्ञानाची देवाणघेवाण करण्याबाबत आणि भारतीय कर्तृत्व जगाच्या नजरेला आणण्याच्या कामी आपण मागासलेलेच राहू हे उघड आहे.

कीरांची चरित्रलेखनाची पद्धत खास त्यांची स्वतःची आहे. विभिन्न विचारसरणी असलेले, पण इथल्या प्रबोधनाला, परिवर्तनाला आणि पुनरुत्थानाला साहाय्यभूत झालेले महापुरुष हा त्यांच्या लेखनाचा खास प्रांत आहे. महात्मा जोतिराव फुले व लोकमान्य टिळक किंवा गांधीजी आणि सावरकर यांची त्यांनी लिहिलेली चरित्रे या दृष्टीने तुलना करून पाहण्याजोगी आहेत. चरित्रचित्रणात ते विभूतिपूजेचं स्तोम माजवीत नाहीत. महापुरुष झाले तरी त्यांचे पाय मातीचेच असतात, याचा विसर त्यांना सहसा पडत नाही. त्यामुळे भारताच्या आधुनिक इतिहासातले राजकीय, सामाजिक आणि जीवनस्पर्शी प्रवाह व त्यांतले अंतर्विरोध यांची कल्पना या चरित्राच्या अभ्यासकांना होऊ शकते.

चरित्रलेखनाच्या अनेक पद्धती प्रचलित आहेत. एके काळी आंद्रि मार्वाच्या 'एरिअल' या शेलीच्या चरित्राची लोकप्रियता आपल्याकडं शिगेला पोहोचली होती, हे अनेकांना आजही आठवत असेल. आंद्रि मार्वाचं चरित्रलेखन कविमनानं नायकाच्या अंतरंगाचा वेध घेतं. त्यामुळं त्यात लालित्य व रसाळपणा हे गुण विपुल प्रमाणात आढळतात. वसंतातल्या मोहरलेल्या डेरेदार आम्रवृक्षाप्रमाणं वाचकाला त्याची चरित्रं सावली व सुगंध देतात. कीरांची पद्धत नेमकी याच्या उलट आहे. ती सर्व दृष्टींनं अनलंकृत आहे. त्यांचा प्रकृतिधर्म ललित लेखकाचा नाही. तो सत्याचे सुवर्णकण शोधणाऱ्या इतिहासकाराचा आहे. साहजिकच त्यांची चरित्रं एका विशिष्ट रोखानं वाढत जातात. उंच जाणाऱ्या माडाप्रमाणं ती वाटतात. आम्रफलाच्या रसाळतेची अपेक्षा त्यांच्यापासून करणं चुकीचं होईल. पण शहाळ्यातलं गोड पाणी आणि साईहूनही लुसलुशीत खोबरं वाचकाला इथं निश्चित मिळतं.

या देशाच्या गेल्या दीडशे वर्षांतल्या इतिहासाच्या भाष्यकाराच्या दृष्टीनं कीरांची

चरित्रं अतिशय उपयुक्त ठरतील. एकाच कालखंडात जन्माला आलेली आणि मातृभूमीवरल्या निस्सीम भक्तीत एकमेकांना हार न जाणारी अत्यंत बुद्धिवान व त्यागी माणसं जीवनविषयक निष्ठांच्या निरनिराळ्या मार्गांनी का गेली, याचं उत्तर शोधणं म्हणजे मानवी समाज-सागराचं मंथन करण्यासारखं आहे. टिळक आणि सावरकर राजकीय प्रकृतीच्या व तत्त्वज्ञानाच्या दृष्टीनं फार जवळजवळ आहेत. सावरकरांनी सशस्त्र क्रांतीचा जो अवलंब केला तो, ते टिळकांच्या नंतरच्या पिढीतले होते म्हणून! त्या उग्रतेच्या मुळाशी मुख्यत: देशातल्या असंतोषाला येऊ लागलेले उधाण होते. ती प्रकृतिधर्मातली भिन्नता नव्हती. राजकीय क्षेत्रात टिळकांच्या इतके जवळ असलेले सावरकर सामाजिक तत्त्वज्ञानाच्या बाबतीत फुले-आगरकरांच्या पंगतीत येऊन बसतात. असं का घडावं? टिळकांचं मन प्रकांड पंडिताचं होतं आणि सावरकरांचं मन एका भावनाशील कवीचं होतं, हे त्याचं कारण असू शकेल काय? सावरकरांनी ऐन विशीत गुरुस्थानी मानलेले शिवरामपंत परांजपे काय किंवा टिळकांच्या जीवनविषयक तत्त्वज्ञानाचं आपल्या प्रतिभेनं रंगभूमीवर उज्ज्वल दर्शन घडविणारे नाटककार खाडिलकर काय, हे दोघेही सामाजिक विचाराबाबत टिळकांच्यापासून कधीच दूर गेले नाहीत. पण टिळकांच्यापासून स्वातंत्र्याची स्फूर्ती घेतलेले सावरकर मात्र ज्या वेळी 'दगडी देव सोडून विज्ञानदेवाची उपासना करा', असा संदेश देतात किंवा पाश्चात्त्य पराक्रमशील संस्कृतीशी अगतिकपणं रूढींच्या रिंगणात फिरणाऱ्या भारतीय संस्कृतीची तुलना करून, आपल्या साऱ्या सामाजिक वैगुण्यावर बोट ठेवतात तेव्हा त्यांचं टिळक, परांजपे, खाडिलकर यांच्याशी काही नातं असेल अशी शंकासुद्धा वाचकांच्या मनात येणार नाही.

चालू जमान्याच्या भावी भाष्यकाराला अशाच दुसऱ्या एका कूट प्रश्नाचं उत्तर द्यावं लागेल. अस्पृश्यता समूळ नष्ट करण्याच्या प्रश्नाकडं पाहण्याचा गांधीजींचा दृष्टिकोण आणि आंबेडकरांचा दृष्टिकोण यांत फार मोठं अंतर आहे. ते नेमकं कशामुळं निर्माण झालं आहे? आतिथ्यासाठी दिल्लीतल्या बिर्ला हौसची दारं सतत उघडी असताना आवर्जून भंगी वस्तीत राहणारे गांधीजी आपल्या हरिजनप्रेमाचं प्रदर्शन करीत होते, असा आरोप त्यांच्या कट्टर शत्रूलाही करता येणार नाही. अस्पृश्यांच्या दुःखाविषयी, गांधीजींना अपूर्व पोटतिडीक होती हे कुणीही नाकबूल करणार नाही. पण आंबेडकरांची बंडखोर वृत्ती या बाबतीत त्यांना कधीच मानवली नाही. तसं पाहिलं तर गांधीजी केवळ राजकीयच नव्हे, तर अनेक सामाजिक बाबतींतसुद्धा बडे बंडवाले होते. मग याच बंडखोरीचा अस्पृश्यता निर्मूलनाच्या कामी त्यांनी अवलंब का केला नाही? स्वातंत्र्याच्या लढ्यात जनसमाज आपल्यापासून दूर जाऊ नये म्हणून गांधीजींनी या बाबतीत सौम्य मार्ग स्वीकारला असं म्हटलं, तर ते टिळकांच्या भूमिकेच्या जवळ आल्यासारखे वाटतात; परंतु गांधीजींची सामाजिक

परिवर्तनाबाबतची दृष्टी टिळकांच्यापेक्षा सर्वस्वी भिन्न होती, हे अनेक उदाहरणांनी सिद्ध करता येईल. मग वाटू लागतं की, सहानुभूती कितीही उत्कट झाली तरी ती दाहक अनुभूतीची जागा घेऊ शकत नाही! 'ज्याचं जळतं त्याला कळतं' हेच खरं! आंबेडकर अस्पृश्य म्हणून जन्माला आले. या अमानुष रूढीचा सारा जाच-काच त्यांनी समजू लागल्यापासून भोगला. त्यातूनच त्यांची बंडखोरीची ज्वाळा उफाळून उठली. अस्पृश्यता हा हिंदुधर्मावरला कलंक आहे हे गांधीजींनी प्रथम बुद्धीनं जाणलं व नंतर ते आपल्या भावनेच्या पचनी पाडलं. आंबेडकरांची या बाबतीतली अनुभूती सर्वस्वी भिन्न होती.

कीरांचे चरित्रग्रंथ वाचीत असताना एक प्रश्न मला नेहमी सतावीत आला आहे. त्याचाही जाता जाता उल्लेख करतो. भारतातील टिळकांसारख्या थोर नेत्यांनी सामाजिक परिवर्तनाबाबत जो विचार केला, तो समूहमनाच्या दृष्टिपलीकडं जाऊ शकला नाही.

समूहमन नेहमीच परंपरेला चिकटलेलं असतं. बुद्धीपेक्षा भावना व तीही अत्यंत स्थूल स्वरूपाची, हा समूहमनाच्या शक्तीचा आधार असतो. या स्थूल भावनेची जागा सांकेतिकता किंवा विकारवशता चटकन घेऊ शकते. त्यामुळं व्यक्तिमनाला जाणवणाऱ्या सूक्ष्म व तरल संवेदना समूहमनापर्यंत सहसा पोहोचत नाहीत. आंतरिक संघर्ष व त्याच्याद्वारे जाणवणारं सत्याचं स्वरूप यांच्यापासून समूहमन बहुधा दूर असतं. राजकीय स्वातंत्र्याचा भारतीय समूहमनानं पोटतिडकीनं पुरस्कार केला, याचं कारण ते मूल्य पिढ्यान् पिढ्या आपलं पूजास्थान बनलं होतं हे आहे. व्यक्ती म्हणून माणसाला मिळणाऱ्या, माणूसपण टिकविणाऱ्या ऐहिक मूल्यांचा प्रत्येक व्यक्तीच्या विकासाला आवश्यक असणाऱ्या सामाजिक स्वातंत्र्याचा आणि दीर्घकाळ प्रचलित असलेली आर्थिक विषमता कमी करण्याचा गेली तीन शतकं जगात बळावलेला विचार आपल्या समूहमनाच्या अंतरंगापर्यंत अद्यापि पोहोचलेला नाही. काटेकोर न्याय व क्रियाशील करुणा या जाणिवा व्यक्तिमनाला जेवढ्या सहजतेनं होतात, तेवढ्या सुलभपणानं समूहमनाला त्या कधीच अंकित करू शकत नाहीत. 'Man is kind, but men are cruel' अशी रवींद्रनाथांची एक सूक्ती आहे. तिचे मर्म लोकशाही आणि समाजवाद यांचे नगारे बडवीत राहिलेल्या गेल्या पंचवीस वर्षांतल्या भारतीय समाजाला उमगलेलं नाही. देखाव्याकरिता लोकशाही व समाजवाद यांची स्तुतिस्तोत्रे गायची आणि त्यांच्याशी सर्वस्वी विसंगत असा आचार दैनंदिन जीवनात बेमुर्वतपणं करीत राहायचं असा आजचा आपला जमाना आहे. ही भयानक दांभिकता आपण अजून भूतकाळाला बिलगणाऱ्या समूह मनाच्या पलीकडे गेलेलो नाही हेच सिद्ध करते. धर्म, जात, पक्ष, प्रांत हे सारे समूहमनाचेच निरनिराळे आविष्कार होत. हे आविष्कार जन्माला येतात तेव्हा संरक्षक कवचं म्हणून

समाज त्यांचा स्वीकार करतो. काही काळ या दृष्टीनं त्यांचा उपयोग होतो. पण ते कालबाह्य झाले आणि समूहमन या निष्प्राण मूल्यांभोवतीच पिंगा घालीत बसले, तर संरक्षणाकरिता जन्माला आलेली ही कवचं वैयक्तिक आणि सामाजिक विकासाच्या प्रगतीलाच गुदमरवून टाकतात. पश्चिमेकडं प्रबोधनयुग सुरू होऊन दीर्घकाळ लोटला. तिथलं व्यक्तिमन समूहमनाच्या अनेक अवजड शृंखलांतून मुक्त झालं. गेली दीडशे वर्षे आपण बाह्यत: तिकडल्या व्यक्तिस्वातंत्र्याच्या नकला करीत असलो, तरी तिकडल्या व्यक्तिमनाला न्याय आणि करुणा यांच्याबाबत जी सक्रिय जागरूकता आहे, तिचा आढळ आपल्या देशात या घटकेलाही फार विरळ आहे. समूह मनाची जागृती ही भारतापुढली सध्याची ज्वलंत समस्या नसून, केवळ खालच्या थरातली व्यक्तीच नव्हे, तर उच्च थरातली व्यक्तीही उज्ज्वल भविष्याचा वेध घेण्याच्या दृष्टीनं कशी प्रबुद्ध होईल हा आपल्या पुढला यक्षप्रश्न आहे.

कृषिप्रधान आणि परलोकनिष्ठ संस्कृतीतून उद्योगप्रधान आणि इहलोकनिष्ठ संस्कृतीकडं आपण बाह्यत: वळलो आहोत. अज्ञानाची जागा विज्ञान घेत आहे. मानवप्रधान उत्पादनपद्धतीची जागा यंत्रप्रधान उत्पादनशक्तीनं घेतली आहे. पण या नव्या संस्कृतीच्या स्वागताला आणि विकासाला जे नवं मन हवं आहे, त्याचा अद्यापिही आपल्या सुशिक्षित समाजातसुद्धा अभाव आहे. हा अभावच सध्याच्या आपल्या आर्थिक, सामाजिक आणि सांस्कृतिक दुर्दशेला कारणीभूत झाला आहे. राजकीय स्वातंत्र्य मिळून पंचवीस वर्षे झाली असली, तरी सामाजिक आणि आर्थिक समतेच्या तत्त्वज्ञानाची पाळंमुळं जनमानसात रुजलेली नाहीत. इथल्या बहुसंख्य मनांचे तळ शोधले तर तिथं सामाजिक न्याय किंवा करुणा यांचा वासवाराही आढळणार नाही. ज्या वैयक्तिक किंवा कौटुंबिक मूल्यांचा एके काळी या देशात उत्कर्ष झाला होता, ती यंत्रयुगानं जीर्ण-शीर्ण झाली आहेत. पण या उद्ध्वस्त मूल्यांचीच आपण दांभिकतेनं आजही पूजा करीत राहिलो आहोत. सामाजिक आणि आर्थिक समतेला पोषक अशा नव्या मूल्यांचं तत्त्वज्ञान आपण बिलकूल पचवलेलं नाही. कायद्यानं अस्पृश्यता कागदावर नष्ट केली, पण या विषवल्लीचं अस्तित्व खेडोपाडी या घटकेलाही जाणवत आहे. आपण मृत भूतकाळाला मिठी मारून सजीव भविष्याकडं चालण्याचा प्रयत्न करीत आहो.

एकसष्टीच्या निमित्तानं कीरांना अभिवादन करताना आणि त्यांना दीर्घायुरारोग्य चिंतिताना त्यांचं सर्व संकल्पित चरित्र लेखन पुरं होऊन ते तरुण पिढीला प्रेरक ठरावं, एवढी एकच इच्छा त्यांचे चाहते व्यक्त करतील. विचारवंताची प्रज्ञा व ललितलेखकाची प्रतिभा या शक्ती मूलत:च भिन्न आहेत. प्रतिभा ही आकाशातल्या विद्युल्लतेसारखी असते. विद्युल्लता जशी वर्षाकाळातच आपला लखलखाट दाखविते, त्याप्रमाणं प्रतिभाही अनेकदा लेखकाच्या पूर्व वयातच उज्ज्वलतेनं चमकते. ती

लहरीही असते. पण प्रज्ञेचं तसं नाही. जलसंचयातून निर्माण केल्या जाणाऱ्या विजेसारखी ती असते. ती आकाशातल्या विद्युल्लतेप्रमाणं डोळे दिपवून सोडीत नसली, तरी तिच्यात सातत्य आणि विकासशीलता असू शकते. म्हणूनच परिणतप्रज्ञ झालेले कीर यापुढं जी चरित्रं लिहितील, ती त्यांनी आतापर्यंत लिहिलेल्या चरित्रांपेक्षा अधिक उद्बोधक व अधिक मूलगामी होतील, याविषयी मी निःशंक आहे.

✩ ✩ ✩

धनंजय कीर । १६७

पूर्वप्रसिद्धी सूची

१. अर्वाचीन मराठी वाङ्मय सेवक : अण्णासाहेब किर्लोस्कर ('अर्वाचीन मराठी वाङ्मय सेवक' : संपा. गं. दे. खानोलकर, भारत गौरव ग्रंथमाला १९३१)

२. देवल ते देवलचि : 'मनोहर' (दिवाळी), १९५५

३. माझे लेखनगुरू : श्रीपाद कृष्ण कोल्हटकर 'आलोचना', जानेवारी, १९७२

४. तपस्वी साहित्य सेवक : वा. गो. आपटे 'जन्मशताब्दी स्मरणिका', १९७२

५. गुरुवर्य न. चिं. तथा तात्यासाहेब केळकर : व्यक्ती आणि वाङ्मय - 'साहित्य', नोव्हेंबर आणि डिसेंबर, १९४७

६. साहित्यिक खाडिलकर : सामर्थ्य आणि मर्यादा / 'मनोहर', सप्टेंबर, १९४८ / 'लोकराज्य' १६ नोव्हेंबर, १९७३

७. तपस्वी नाटककार : वरेरकर 'मनोहर', मे, १९५८

८. हा हन्त हन्त : राम गणेश गडकरी - 'नवयुग', फेब्रुवारी, १९२०

९. मातब्बर लेखक : प्रो. ना. सी. फडके 'गोकर्णीची फुले'मधून १९४४

१०. कोकणचे प्रतिभाशाली कवी : माधव काटदरे 'वैनतेय' साप्ताहिक, २४ जून, १९५२

११. साहित्यातला सेनापती : प्र. के. अत्रे 'नवयुग' (अत्रे श्रद्धांजली विशेषांक) १९६९

१२. वाङ्मयीन व्यक्तिमत्त्व : कुसुमावती देशपांडे - 'साहित्य', ऑगस्ट, १९४८

१३. काव्यवाटिकेतला कलमी आंबा : बा. भ. बोरकर - 'मनोहर', मे, १९४९)

१४. यशवंत : कवी जीवन व काव्य जीवन - 'मनोहर', मे, १९५०

१५. ध्येयवादी कवी आणि साहित्यिक : कुसुमाग्रज - 'मनोहर', जून १९४८)

१६. संवेदनशील व सौंदर्यलोलुप कवी : वा. रा. कांत- 'मनोहर', नोव्हेंबर १९४८)

१७. तपस्वी चरित्रकार : धनंजय कीर - व्यक्ती व चरित्रकार, संपा. : गं. दे. खानोलकर जानेवारी, १९७४

✩ ✩ ✩